இராமன் எத்தனை இராமனடி!

ஆசிரியரின் பிற நூல்கள்
(காலச்சுவடு வெளியீடு)

நாட்டுப்புறவியல்

- சடங்கில் கரைந்த கலைகள் (2009)
- அர்ச்சுனனின் தமிழ்க் காதலிகள் (2012)
- வயல்காட்டு இசக்கி (2015)
- முதலியார் ஓலைகள் (2016)
- சீதையின் துக்கம் தமயந்தியின் ஆவேசம் (2018)
- தமிழறிஞர்கள் (2018)
- பூதமடம் நம்பூதிரி (2019)
- அடிமை ஆவணங்கள் (2021)
- அய்யா வைகுண்டரும் அகிலத்திரட்டும் (2023)
- நித்தியவல்லியின் கடனக்கழிப்பு (2024)
- ராமாயணம் எத்தனை ராமாயணம் (2025)

சமயம்

- சிவாலய ஓட்டம் (ஒரு பாதயாத்திரையின் ஆன்மீக வரலாறு) (2011)

பதிப்பு

- நாஞ்சில் நாட்டு மருமக்கள்வழி மான்மியம் – கவிமணி (2008) (குறுங்காவியம்)
- அய்யா வைகுண்டசாமி அருளிய அகிலத்திரட்டு அம்மானை – சகாதேவன் சீடர் இரா. அரிகோபாலன் (ஆன்மீகம்) ((2009)

இராமன் எத்தனை இராமனடி!
அ.கா. பெருமாள் (பி. 1947)

நாட்டார் வழக்காற்றியல் ஆய்வாளர். கிராமங்களில் சிதறிக் கிடக்கும் பன்முகத்தன்மை கொண்ட பண்பாட்டைச் சேகரித்து ஆராய்வது இவரது பணி. இவர் பதிப்பித்ததும் எழுதியதுமான நூல்கள் 94. தமிழக அரசின் சிறந்த நூலாசிரியர் விருதை 'தென்னிந்தியத் தோல்பாவைக் கூத்து' (2003), 'தென்குமரியின் கதை' (2004) நூல்களுக்காக இருமுறை பெற்றிருக்கிறார்.

இவரது முக்கியமான நூல்கள், 'நாட்டார் நிகழ்த்துக் கலைக் களஞ்சியம்' (2001), 'தெய்வங்கள் முளைக்கும் நிலம்' (2003), 'ஆதிகேசவப் பெருமாள் ஆலயம்' (2006), 'தாணுமாலயன் ஆலயம்' (2008), 'வயல்காட்டு இசக்கி' (2013), 'முதலியார் ஓலைகள்' (2016), 'சீதையின் துக்கம் தமயந்தியின் ஆவேசம்' (2017) 'தமிழறிஞர்கள்' (2018), 'பூதமடம் நம்பூதிரி' (2019), 'கேரளத்தில் கண்ணகி வழிபாடும் கொடுங்கல்லூர் கோவிலும்' (2022), ஆகியன.

தொடர்புக்கு   : 9442077029

மின்னஞ்சல்   : perumalfolk@yahoo.com

● அன்பார்ந்த வாசகருக்கு,

வணக்கம்.

காலச்சுவடு நூலை வாங்கியமைக்கு நன்றி.

நூலின் உள்ளடக்கம், உருவாக்கம், அட்டைப்படம் இன்ன பிற அம்சங்கள் பற்றிய உங்கள் கருத்துகளையும் ஆலோசனைகளையும் காலச்சுவடு வரவேற்கிறது. தகவல், எழுத்து, வாக்கியப் பிழைகள் தென்பட்டால் அவசியம் தெரிவித்து உதவுங்கள். நூல் தயாரிப்பில் கடும் குறைபாடு இருப்பின் மாற்றுப் பிரதி உங்களுக்குக் கிடைக்கக் காலச்சுவடு ஏற்பாடு செய்யும்.

மின்னஞ்சல்: **publisher@kalachuvadu.com**

காலச்சுவடு நாகர்கோவில் அலுவலகத்திற்குக் கடிதம் அனுப்பலாம்.

தங்கள்
எஸ்.ஆர். சுந்தரம் (கண்ணன்)
பதிப்பாளர் — நிர்வாக இயக்குநர்

Unauthorised use of the contents of this published book, whether in e-book or hardcopy format, for any type of Artificial Intelligence (AI) training — including but not limited to Machine Learning, Deep Learning, Natural Language Processing, Computer Vision, Chatbot Training, Image Recognition Systems, Recommendation Engines, and Language Models — is strictly prohibited without prior licensing from the publisher. Any such unauthorised use may result in legal action.

அ.கா. பெருமாள்

இராமன் எத்தனை இராமனடி!

காலச்சுவடு பதிப்பகம்

இராமன் எத்தனை இராமனடி! ✧ நாட்டுப்புறவியல் ✧ ஆசிரியர்: அ.கா. பெருமாள் ✧ © அ.கா. பெருமாள் ✧ முதல் பதிப்பு: டிசம்பர் 2010, ஒன்பதாம் பதிப்பு: செப்டம்பர் 2025 ✧ வெளியீடு: காலச்சுவடு பப்ளிகேஷன்ஸ் (பி) லிட்., 669 கே. பி. சாலை, நாகர்கோவில் 629 001

iraaman ettanai iraamanaTi ! ✧ Folklore ✧ Author: A.K. Perumal ✧ © A.K. Perumal ✧ Language: Tamil ✧ First Edition: December 2010, Ninth Edition: September 2025 ✧ Size: Demy 1 x 8 ✧ Paper: 18.6 kg maplitho ✧ Pages: 232

Published by Kalachuvadu Publications Pvt. Ltd., 669 K.P. Road, Nagercoil 629001, India ✧Phone: 91-4652-278525 ✧e-mail: publications @kalachuvadu.com ✧ Printed at Manipal Technologies Limited, Manipal 576104, Karnataka

ISBN: 978-93-80240-35-0

09/2025/S.No. 381, kcp 5995, 18.6 (9) 1k

என் மகள் திருமதி P.B. ரம்யாவிற்கும்
மருமகன் திரு. P. பகவத்திற்கும்

உள்ளுரை

முகவுரை	11

பகுதி I

1. இராமன் எத்தனை இராமனடி!	17
2. கிழக்கில் பரவிய இராமாயணம்	31
3. ஜைன இராமாயணம்	41
4. தோல்பாவைக் கூத்தில் இராமாயணம்	69
5. இராமாயணத் தோல்பாவைக் கூத்து	82
6. இராம கீர்த்தனம்	122
7. சூர்ப்பனகையின் பரிதாபம்	127
8. தக்கை இராமாயணம்	136

பகுதி II

1. கோசலையைத் திமிங்கலம் காத்த கதை	143
2. தாயில்லாமல் பிறந்த சீதை	148
3. இராவணனின் மூக்கில் பிறந்த சீதை	150
4. மண்டோதரியின் மகள் சீதை	152
5. சீதை தூக்கிய வில்	158
6. சீதை வரைந்த இராவணனின் ஓவியம்	160
7. ஏழு ஆச்சா மரங்களை வீழ்த்திய கதை	165
8. இலக்குவன் சிரிப்பும் ஊர்மிளையின் உறக்கமும்	167
9. ஒரே இலையில் சாப்பிட்ட அனுமனும் இராமனும்	170
10. வசந்தன் உயிர்பெற்ற கதை	172

11. எத்தனை எத்தனை இராமாயணம்	174
12. கைகேயி வரமும் அனுமனின் பிறப்பும்	178
13. இராவணன் பெற்ற ஆத்மலிங்கம்	182
14. பெடகந்த ரெட்டியும் பூசணிக்காயும்	184
15. சுமந்திரன் கதை	188
16. இராமனின் அவதார மறைவு	190
17. மயில் இராவணன் கதை	195
பின்னிணைப்புகள்	215

முகவுரை

வால்மீகி இராமாயணத்தைத் தமிழில் உரைநடையில் அறிமுகம் செய்த இராஜாஜி "இராமாயணம் வெறும் காவியம் மட்டுமல்ல. இதில் வரும் இராமனும் சீதையும் மக்களின் வழிபாட்டுக்கு உரியவர்கள்; மனதில் இடம் பெற்றவர்கள்; இந்த மண்ணைப் பிரதிநிதித்துவப் படுத்துபவர்கள்" என்று கூறியிருக்கிறார். காவியம் என்னும் எல்லையைத் தாண்டிய பரிமாணமும் மரியாதையும் இராமனுக்கு உண்டு. அதனால்தான் எத்தனை எத்தனையோ இராமாயணங்கள் உருவாகிவிட்டன.

இராமாயணம், மகாபாரதம் இரண்டு காவியங்களிலும் வேறுபட்ட வடிவங்கள் கிடைப்பது இராமாயணத்துக்குத்தான். இராமாயணத்தின் உத்திர காண்டம் வேறு வேறு வடிவங்களை உருவாக்குவதற்குரிய தளத்தை உடையதும் ஒரு காரணம்.

தமிழகக் கிராமங்களில் வாய்மொழியாக உள்ள இராமாயணக் கதைகளில் உத்திர காண்டக் கதைகள் மிகைப்படுத்தலுடனே வழங்குகின்றன. ஆந்திரத்தின் செல்வாக்கால் நாட்டார் நிகழ்த்துக்கலைகளில் சில தமிழகத்தில் புகுந்ததுபோலவே (பகல் வேஷம்) இராமாயணக் கதையின் பல்வேறு வடிவங்களும் பெரும் அளவில் புகுந்திருக்கின்றன.

சங்க காலத்திலிருந்தே இராமாயணம் பற்றிய வாய்மொழி வடிவங்கள் காவியகர்த்தாக்களாலும் ஆழ்வார்களாலும் சிறு இலக்கியப் படைப்பாளிகளாலும் புராணக் கதாசிரியர்களாலும் கதாகாலக்ஷேபக்காரர்களாலும் புறக்கணிக்கப்படாமல் ஏற்றுக்கொள்ளப்பட்டிருக்கின்றன என்பது இதன் சிறப்பு.

கூனி இராமனிடம் கொண்ட கோபம்பற்றிக் கம்பன் கூறும் காரணம் வால்மீகியில் இல்லாதது. கம்பன் ஆழ்வார் பாசுரங்களில் இதை எடுத்துக்கொண்டிருக்கிறான். கூனியின் கோபத்திற்கு இராமன் ஆளானது குறித்துக் கம்பனில் இல்லாத வேறு வடிவங்களும் தமிழில் உள்ளன.

நான் சேகரித்த இராமாயணத் தாலாட்டு ஒன்றில் இராமனிடம் கூனியின் வெறுப்பு பற்றி ஒரு செய்தி வருகிறது. இராமன் ஒரு நாள் அந்தப்புரத்திலிருந்து சீதையுடன் வந்துகொண்டிருந்த போது கூனி எதிரே வந்தாள். இராமன் அதைக்கண்டு சகுனம் சரியில்லை எனக் கருதி மறைந்து நின்றான். இதைப் பார்த்து மனம் நொந்த கூனி இராமனைப் பழிவாங்குவேன் என்று கூறினாள். இப்படியாகக் கூனி இராமனிடம் கொண்ட வெறுப்புக்குப் பல்வேறு காரணங்கள் வாய்மொழி இராமாயணத்தில் உள்ளன. இராமாயண நிகழ்ச்சிகள் ஒவ்வொன்றுக்கும் வேறுவேறு வடிவங்கள் நாட்டார் வழக்காற்றில் உள்ளன.

தமிழகத்தில் ஒவ்வொரு வட்டாரத்திலும் இராமாயண நிகழ்ச்சிகளுடன் தொடர்புடைய ஊர்கள், கோவில்கள், மலைகள், நதிகள், சிற்றாறுகள், நினைவு வடிவங்கள் உள்ளன. இவையும் வட்டாரரீதியான இராமாயணக் கதை வடிவங்களும் முழு அளவில் இன்னும் தொகுக்கப்படவில்லை.

இதற்கு ஒரு எடுத்துக்காட்டு கூற முடியும். கன்னியாகுமரி மாவட்டத்தில் உள்ள மருந்துவாழ்மலை பற்றிய கதை யுத்த காண்டத்துடன் தொடர்புடையது. இலட்சுமணனைக் காப்பாற்ற அனுமன் எடுத்துவந்த சஞ்சீவி மலையை உடனே திரும்பிக் கொண்டுபோய் எடுத்த இடத்தில் வைப்பதற்கு அவகாசம் இல்லாததால் நின்ற இடத்திலிருந்து தூக்கி எறிந்தான். அப்போது அதன் ஒரு பகுதி உடைந்து விழுந்தது. அதுவே மருந்துவாழ்மலை என்ற கதை குமரி மாவட்டத்தில் வழங்குகிறது. திருநெல்வேலி மாவட்டம் மகேந்திரகிரி மலையுடன் இதுபோன்று வழங்கும் வேறு கதை உண்டு.

வட்டாரரீதியான இராமாயணக் கதையின் பல்வேறு வடிவங்களைச் சேகரிப்பதற்குரிய காலம் கடந்துவிட்டாலும் இப்போதும் கூட ஓரளவு சேகரிக்க முடியும். இந்தச் சேகரிப்பு இராமாயணத்திற்கும் வட்டார மக்களுக்கும் உள்ள தொடர்பைப் புலப்படுத்தி ஆராய்வதற்கு உதவி செய்யும். இராமாயணம் வாழ்ந்துகொண்டிருப்பதே இராமர், சீதை வழிபாட்டையும் தாண்டி இந்த மண்ணுடன் கொண்ட தொடர்பின் காரணம்தான் என்ற கருது கோளையும் இச்சேகரிப்பின் வழி முன்வைக்க முடியும்.

இராமாயணம் பாடுபொருளாக உள்ள நாட்டார் நிகழ்த்துக் கலைகளில் தோல்பாவைக் கூத்து முக்கியமானது. இக்கலை நிகழ்ச்சியில் பத்து முதல் பதிமூன்று நாட்கள் இராமாயணக் கதை நிகழ்கிறது. இராமர் பட்டாபிஷேகத்திற்குப் பின்னர் உள்ள உத்திர காண்ட நிகழ்ச்சிகள் மூன்று முதல் நான்கு நாட்கள் வரை நிகழும். நான் இந்த நிகழ்ச்சிகள் எல்லாவற்றையும் பதிவுசெய்திருக்கிறேன். இவற்றில் லவகுசா கதை நடத்தப்படும் அன்று வசூல் அதிகமாக இருக்கும். இதற்குச் சீதையின் சோக மும் பலரும் அறியாத இராமாயண நிகழ்ச்சிகள் காட்டப்படுவ தும் காரணமாக இருக்கலாம்.

தோல்பாவைக் கூத்து இராமாயணக் கதை நிகழ்ச்சிகளின் முழு வடிவத்தைத் தன்னனானே பதிப்பகம் வழியாக வெளியிட்டிருந்தேன் (2003). அந்த நூல் மறுபதிப்பு வரவில்லை. அதனால் அதில் சில பகுதிகளை இந்நூலில் சேர்த்திருக்கின் றேன். இராமாயண தோல்பாவைக் கூத்து நிகழ்ச்சிகளைப் பதிவு செய்து எழுத ஆரம்பித்தபோது இராமாயணக் கதைகளின் பல்வேறு வடிவங்களைத் தேட ஆரம்பித்தேன். அப்போது தொகுத்த கதைகளின் ஒரு பகுதியே இங்கு நூலாகவருகிறது.

'இராமன் எத்தனை இராமனடி!' (தலைப்பு உபயம்: *காலச்சுவடு கண்ணன்*) என்னும் இந்த நூலில் உள்ள பல கட்டுரைகளும் கதைகளும் நியூ செஞ்சுரி புக் ஹவுஸ் வெளி யிடும் *உங்கள் நூலகம்* மாத இதழில் வெளிவந்தவை. சில இந்நூலுக்காகப் புதிதாக எழுதப்பட்டவை.

என் ஆய்விற்கு எப்போதும் ஊக்கமும் ஆலோசனையும் வழங்கிக்கொண்டிருப்பவர் நான் பெரிதும் மதிக்கின்ற கல் வெட்டு சிற்பவியல் ஆய்வாளர் செம்பவளம் ஆய்வுத்தளம் தலைவர் செந்தீ. நடராசன் அவர்கள்.

உங்கள் நூலகம் இதழில் இந்தக் கட்டுரைகளை வெளியிட உதவியவர் திரு. சண்முகம் சரவணன். என் ஆய்வுக்குத் தொடர்ந்து ஊக்கமளித்தும் புத்தகங்கள் பெற உதவியும் வருகின்றவர்கள் நாகர்கோவில் தெ.தி. இந்துக் கல்லூரிப் பேராசிரியர்கள் டாக்டர் மா. சுப்பிரமணியன், டாக்டர் தெ.வே. ஜெகதீசன், பாளையங்கோட்டைத் தூய சவேரியார் கல்லூரிப் பேராசிரியர் டாக்டர் என். இராமச்சந்திரன்.

அருமையான புத்தகங்களைப் பெறத் தொடர்ந்து எனக்கு உதவுகின்றவர் நாகர்கோவில் தெ.தி. இந்துக் கல்லூரி நூலகர் பேராசிரியர் சி. மாணிக்கவாசகம்.

இந்த நூலைக் கணிப்பொறியில் வடிவமைத்தவர் செல்வி பாக்கியலக்ஷ்மி; படங்களை வடிவமைத்தும் மூலநூலை ஒத்துநோக்கவும் உதவியவர் செல்வி மஞ்சு; மெய்ப்புத் திருத்த உதவியவர் ஸ்ரீசங்கர். நூலை வெளியிடப் பலவகையில் ஆலோசனை வழங்கியவர் கவிஞர் சுகுமாரன்.

இவர்கள் எல்லோருக்கும் நூலை வெளியிடும் காலச்சுவடுக்கும் நன்றி.

அ.கா. பெருமாள்

பகுதி I

1

இராமன் எத்தனை இராமனடி!

இந்திய இதிகாசங்களான இராமாயணம், பாரதம் என்னும் இரண்டு காவியங்களிலும் வாய்மொழி மரபில் அதிகம் இடம்பெற்றது இராமாயணம் என்பது பொது வான கருத்து. மைதிலி, அவதி, பாகவி, கன்னூஜி போன்ற இந்திய மொழிகளில் வாய்மொழி இராமாயணத்தின் செல்வாக்கு அதிகம் உள்ளது என்கின்றனர்.

இராமாயணத்தின் மொத்தக் கதை நிகழ்ச்சிகளில் ஒவ்வொன்றுக்கும் மாற்று வடிவம் உண்டு. என்றாலும் இராமாயண உத்திர காண்ட நிகழ்ச்சிகளின் மாற்று வடிவங்கள், இந்திய எழுத்து மொழிகளிலும் வாய்மொழி மரபிலும் பெருமளவில் கிடைக்கின்றன. இதற்குக் காரணமே உத்திர காண்ட நிகழ்ச்சிகளின் முரண்பாடான தன்மைதான்.

தென்னிந்திய மொழிகளில் தெலுங்கில் பாஸ்கர கவியும் தமிழில் கம்பனும் மலையாளத்தில் துஞ்சத்து எழுத்தச்சனும் வாய்மொழி இராமாயணத்திலிருந்து சிறு நிகழ்ச்சிகளையும் இராமாயணப் பாத்திரங்கள் பற்றிய வருணனைகளையும் பிற செய்திகளையும் எடுத்துக் கொண்டுள்ளனர்.

வால்மீகி உட்பட இராமாயணச் செவ்விலக்கியப் படைப்பாளிகளில் பெரும்பாலோர் இராமனையும் சீதையையும் பிரித்துவைப்பதில் தீவிரம் காட்டியிருக் கின்றனர். சீதையின் பண்பை உயர்வானதாகக் காட்டு வதற்குரிய உத்தி இது. பவபூதிதான் உத்திர இராமாயணத் தில் இருவரையும் இணைத்துக்காட்டுகிறார்.

இதற்கு நேர் எதிராக வாய்மொழி இராமாயணப் படைப்பாளிகளில் சிலர், இராமனையும் சீதையையும்

பிரிப்பதில் பெரிய ஆர்வம் காட்டவில்லை. இராமன், சீதையைக் காட்டுக்கு அனுப்புவதை அரச குடும்பத்தினரே எதிர்ப்ப தாகக் காட்டும் நிகழ்ச்சிகள் வாய்மொழி இராமாயணத்தில் உள்ளன. ஒட்டக்கூத்தனின் உத்திர காண்டத்தில் வரும் லவகுசர் கள் வாய்மொழி இராமாயணக் கதைகளில் பல்வேறு வடிவங் களில் வருகின்றனர். தமிழில் உத்திர இராமாயண நாடகம் உருவானது இப்படித்தான். பவபூதி, இராமனையும் சீதையை யும் சேர்த்து வைப்பதற்கு வாய்மொழி மரபு காரணமாய் இருந்திருக்கிறது.

இராமாயணக் கதையை முதலில் எழுதிய ஆதி கவியான வால்மீகி பற்றிய செய்திகள் சுவாரசியமானவை. இச்செய்திகள் வால்மீகியை வாய்மொழி மரபைச் சேகரித்த ஒரு படைப்பாளி யாக இனம்காட்டுகின்றன. இந்திய மொழிகளில் இராமாயணத்தை மொழிமாற்றம் செய்தவர்களும் புதிய படைப்பாக உருவாக்கிய வர்களும் நம்பூதிரிகளோ பிராமணர்களோ மட்டும் அல்லர். கம்பன், எழுத்தச்சன் என்னும் வரிசையில் பிராமணர் அல்லாத வர் நிறையப் பேர் உள்ளனர். இவர்களைப் பற்றிய கதைகள் கூட வால்மீகியின் வரலாற்றைப் போல் சுவையானவை.

வால்மீகி என்பதற்கு ‘எலும்பு மலை’ என்னும் பொருளும் உண்டு. ஒருமுறை பிரம்மாவும் நாரதரும் சப்தரிஷிகளும் காட்டு வழிச் சென்றபோது ரத்தனகாரர் என்ற வேடனால் பிடிக்கப் பட்டனர். ரிஷிகள் வேடனிடம் உன் பாவத்தை நீ மட்டுமே அனுபவிக்கப்போகிறாயா உன் மனைவிக்கும் இதில் பங்கு உண்டா என்று கேட்டனர்.

ரிஷிகளின் கேள்வி, வேடனைப் பாதித்தது. அவன் ரிஷி களை மரத்தில் கட்டிவிட்டு மனைவியிடம் சென்று ரிஷிகளின் கேள்வியைச் சொன்னான். மனைவி, அந்தப் பாவம் உனக்குத் தான் சேரும் என்றாள். உடனேயே அவன் மனம் மாறினான். ரிஷிகள் அந்த வேடனுக்குத் தெரிந்த மரம் என்ற சொல்லைத் திரும்பத் திரும்பச் சொல்லச் சொன்னார்கள். அவன் சொன் னான்; மரா மரா என்பது இராமஇராம ஆனது. அந்த வேடன் அப்படியே சொல்லச்சொல்ல அது மந்திரமானது. அவன் இருந்த இடத்தில் புற்று முளைத்தது. இதன் பின்னர் அவன் வால்மீகி ஆனான்.

வால்மீகியின் காவியம் பால காண்டம் முதல் உத்திர காண்டம் முடிய ஏழு காண்டங்களையும் 24000க்கு மேற்பட்ட ஸ்லோகங்களையும் கொண்டது. எழுத்து வடிவம் உள்ள எல்லா இந்திய மொழிகளிலும் வால்மீகி இராமாயணம் மொழி மாற்றம் செய்யப்பட்டிருக்கிறது.

ஸ்ரீராமர் பட்டாபிஷேகம்

இராமாயணக் கதையின் வித்து ரிக் வேதத்தில் உள்ளது என்று சொல்லுகின்றனர். தசரதன், இராமன் என்னும் பெயர்கள் ரிக் வேதத்தில் வருகின்றன. ஜனகனின் பெயர் தைத்ரேயப் பிரமாணத்தில் ஒருமுறையும் சதப பிரமாணத்தில் நான்கு முறையும் வருகிறது. சீதை, செழிப்பின் தெய்வமாக ரிக் வேதத்தில் காட்டப்படுகிறாள். தைத்ரேயப் பிரமாணத்தில் இவள் பிரமனின் மகளாகக் குறிப்பிடப்படுகிறாள். சீதை என்பதற்கு 'நிலத்தில் உழும்போது உருவாகும் கால்' என்ற பொருளும் உண்டு.

சீதையின் பிறப்புத் தொடர்பான இச்செய்தி எத்தனையோ வாய்மொழிச் செய்திகளுக்குக் காரணமாய் இருந்திருக்கிறது. வால்மீகி இராமாயணத்தின் மூன்று வேறுபட்ட வடிவங்கள் கிடைத்துள்ளன. அவை தென்பகுதி வடிவம், கௌதீயப் பகுதி வடிவம், வடமேற்குப் பகுதி வடிவம் ஆகியன. இவற்றின்வழி பரவிய வட்டாரரீதியான கதைப்பாடல்களும் கணிசமாய்க் கிடைத்துள்ளன.

சங்க காலத் தமிழகத்தில் இராமாயணக் கதை வழக்கில் இருந்தது. வாய்மொழியாக மட்டுமே இது பேசப்பட்டிருக்க வேண்டும். எழுத்து வடிவில் இருந்ததற்குச் சான்றுகள் கிடைக்க வில்லை.

புறநானூற்றைப் பாடியவர்களில் ஒருவரின் பெயர் வால்மீகி (பா.எ. 358). இவரைப் பற்றிய வேறு செய்திகள் கிடைக்கவில்லை. முதற் சங்கப் புலவர்களின் பட்டியலிலும் வால்மீகி என்ற பெயர் உண்டு. இவற்றால் ஆதிகவியின் பெயர் சங்க காலத்தில் வழக்கில் இருந்தது என்று எடுத்துக்கொள்ளலாம். சோழன் செருப்பாழி எறிந்த இளஞ்சேட்சென்னியைப் பாராட்டும் ஊன்பொதி பசுங்குடையாரின் புறநானூற்றுப் பாடலில் (எண். 378) இராமாயணச் செய்தி உவமையாக வருகிறது.

இளஞ்சேட்சென்னி, தன்னை நாடிவந்த புலவர்களுக்கு அருமையான அணிகலன்களைக் கொடுக்கிறான். அவர்கள் அவற்றை அணியத் தெரியாமல் தடுமாறுகின்றனர். விரலில் போடுவதற்குரிய மோதிரத்தைக் காதிலும் காதில் போடுவ தற்குரிய குழையை விரலிலும் போட்டுக் கொள்ளுகின்றனர். இந்த நிகழ்ச்சிக்கு இராமாயணக் கதை நிகழ்ச்சி உவமையாகக் கூறப்படுகிறது.

"அரக்கனாகிய இராவணன் சீதையைக் கவர்ந்து சென்ற போது, சீதை தன் அணிகலன்களைக் கழற்றி ஒவ்வொன்றாகப் போட்டுக்கொண்டே வருகிறாள். இராமன் தன்னைக் கண்டு பிடித்துத் தொடர்ந்துவர அணிகலன்கள் உதவும் என அவள் நினைக்கிறாள். இந்த அணிகலன்கள் செவ்விய முகத்தை

உடைய குரங்குகளின் கையில் கிடைக்கின்றன. அவற்றை அணியத் தெரியாமல் மாறிமாறி அணிந்து கொள்ளுகின்றன குரங்குகள். இதுபோலவே புலவர்களின் நிலையும் இருந்தது" என்கிறார் பசுங்குடையார். (பாடல் 378)

மதுரைத் தமிழ்க்கூத்தனார் அருவன் மள்ளனார் பாடிய அகநானூற்றுப் பாடலில் இராமாயணச் செய்தி வருகிறது. (பா. எண் 70) தோழியிடம் தலைவி, "தலைவன் களவுக்காலத்தில் எல்லாத் தடைகளையும் மீறி என்னைச் சந்திக்க வந்தான். அதனால் ஊரில் அலர் பரவியது. பின்னர் அவன் என்னை மணம்செய்த பிறகு அலர் மறைந்தது; ஊரில் அமைதி ஏற்பட்டது" என்கிறாள். இந்தச் செய்தியை விளக்க தலைவி இராமாயணக் கதையிலிருந்து ஒரு உவமையைச் சொல்லுகிறாள்.

"இராமன் வானர வீரர்களுடன் ஆலமரத்தின் கீழ் அமர்ந்து இலங்கைக்குப் படை எடுப்பது பற்றி ஆலோசனை நடத்தினான். அப்போது அந்த மரத்திலிருந்து பறவைகள் எழுப்பிய சப்தம் அவர்களுக்கு இடையூறாக இருந்தது. அதனால், இராமன் பறவைகளைக் கையால் அமர்த்தினான். உடனே அங்கே அமைதி நிலவியது. இதுபோன்ற அமைதி தலைவனின் கடற்கரை ஊரிலும் நிலவியது" என்கிறாள் தலைவி.

திருப்பரங்குன்றம் கோவிலுக்குச் சென்ற பக்தர்கள், அங்கே சுவரில் வரையப்பட்டிருந்த அகலிகை, பூனை உருக்கொண்ட இந்திரன், கௌதமன் போன்றோரின் ஓவியங்களைப் பார்த்தனர் எனப் பரிபாடல் கூறும். இதனால், இராமாயணத்தில் ஆரண்ய காண்டத்தில் வரும் அகலிகை கதை சங்க காலத்தில் வழக்கில் இருந்தது என்று தெரிகிறது.

வால்மீகி இராமாயணத்தில், அகலிகையைக் காற்றை உண்டு சாம்பலில் விழுந்து அழுந்துமாறு கௌதமர் சாபம் கொடுத்த நிகழ்ச்சிவருகிறது. கம்பரின் காவியத்தில், அகலிகையைக் கல்லாக மாறும்படி கௌதமர் சாபம் கொடுத்தார் என்று வருகிறது. கம்பன் இந்த மரபைப் பரிபாடலிலிருந்து எடுத்துக் கொண்டிருக்கலாம். பரிபாடல் காலத்தில் இக்கதை நிகழ்ச்சி வாய்மொழியில் பேசப்பட்டிருக்கலாம்.

மணிமேகலை உலக அறவிழக்க காதையில் இராமாயண நிகழ்ச்சி வருகிறது. முனிவர் ஒருவரின் சாபத்தால் காயசண்டிகை என்பவள் தீராத பெரும்பசியால் அவதிப்பட்டாள். அவள் தன் சாபம் தீர மணிமேகலையை வணங்கி "நெடியோனாகிய திருமால் இவ்வுலகில் இராமனாகத் தோன்றினான். அவன் கடலைக் கடந்து இலங்கைக்குச் செல்வதற்கு அணை கட்டினான். அப்போது குரங்குகள் பெரிய மலைகளைக் கடலில் எறிந்தன.

அ.கா. பெருமாள்

வைகுந்தம்

ஸ்ரீ இராம லக்ஷ்மணர் ஜனனம்

பரத சத்ருக்கர் ஜனனம்

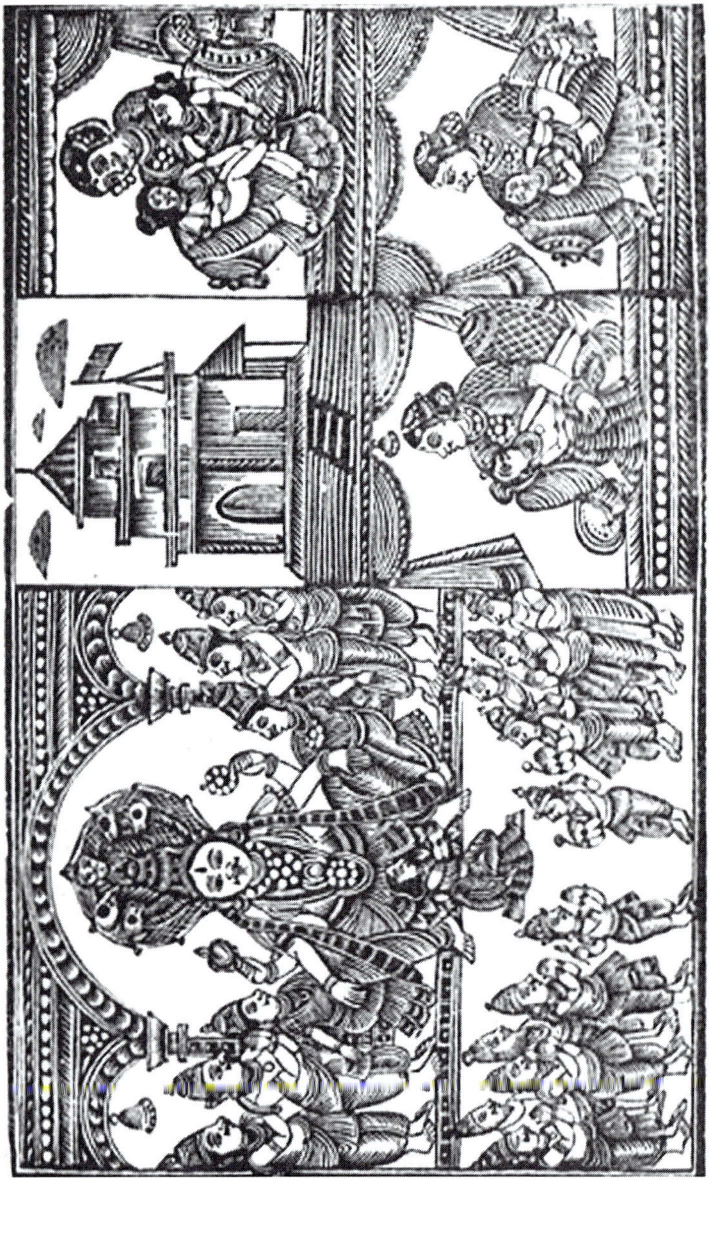

அவை உடனேயே மறைந்தன. இதைப் போலவே எவ்வளவு உணவை உண்டாலும் அது என் வயிற்றுக்குள் சென்றதும் மறைந்து போகின்றது. அதனால் என் வேண்டுகோளைக் கேட்டு நான்பெற்ற நோயினைப் போக்குக" என்கிறாள்.

பல்லவர் கால நாயன்மார்களின் பாடல்களில் இராவணன் கைலாயத்தைப் பெயர்த்த நிகழ்ச்சி தொடர்ந்து கூறப்படுகிறது. இராமன், இராவணனைக் கொன்ற செய்தியும் சம்பாதி, ஜடாயு பறவைகள் சிவனை வழிபட்ட செய்தியும் வருகின்றன.

ஆழ்வார்களின் பாசுரங்களில் இராமாயணக் கதை நிகழ்ச்சிகள் பெருமளவில் வருகின்றன. குலசேகர ஆழ்வார் இராமாயணக் கதையைப் பத்துப் பாடல்களில் கூறுகிறார். தமிழகத்தில் கி.பி. 8ஆம் நூற்றாண்டில் உத்திர காண்டம் கதை நிகழ்ச்சிகள் பரவலாய் வழக்கில் இருந்திருக்கின்றன. ஆழ்வார்கள் தங்கள் சமகால மக்களிடம் வாய்மொழி வடிவில் இருந்த இராமாயணக் கதைத் துணுக்குகளை நிறையவே அபகரித்துள்ளனர். தாங்களாகவும் சில கற்பனைகளைப் புகுத்தியுள்ளனர்.

சீதையைத் தேடிச்செல்லும் அனுமனிடம் இராமன், தனக்கும் சீதைக்கும் அந்தரங்கமாக நடந்தவற்றைத் தெரிவிக்கிறான். அப்போது "அயோத்தியில் நானும் சீதையும் தனியே இருந்தபோது என்னை அவள் மல்லிகை மலரால் கட்டினாள்." என்றான். இது கம்பனில் வருவது வால்மீகியில் இல்லை.

கூனி, மந்தரை இராமனிடம் வெறுப்புக் கொண்டதற்கு, அவள் சிறுவயதில் களிமண் உருண்டையை மந்தரையின்மேல் விளையாட்டாக எறிந்த நிகழ்ச்சியைக் காரணமாகக் கூறும் தமிழ் மரபும் வால்மீகியில் இல்லாதது. இப்படியான செய்திகள் பல உள்ளன.

கி.பி. 9ஆம் நூற்றாண்டினதாகக் கருதப்படும் பெருந்தேவனாரின் பாரதம் குறிப்பிடும் இராம கதையைக் கம்பனுக்கு முற்பட்ட நூலாகக் கொள்ளலாம். யாப்பருங்கல விருத்தி உரைகாரர் பல அடிகளால் வந்த பஃறொடை வெண்பாவிற்கு உதாரணமாக, இராமாயணம் போன்ற நூல்களில் காண்க என்று குறிப்பிடுகிறார். வீரசோழிய உரையில் வரும் சில மேற்கோள் பாடல்கள் இராமாயணப் போர் பற்றிக் கூறும். இதனால் இராமாயணம் கி.பி. 9ஆம் நூற்றாண்டுக்கு முன்பு செய்யுள் வடிவில் இருந்திருக்க வேண்டும் என்று மு. ராகவையங்கார் கருதுகிறார்.

நச்சினார்க்கினியரின் தொல்காப்பியப் பொருளதிகார உரையில் திருமணத்திற்கு முன்பே இராமனும் சீதையும் சந்தித்துக்

கொண்ட நிகழ்ச்சி குறித்த மேற்கோள் பாடல் வருகிறது. வால்மீகியில் இல்லாத காட்சி இது. கம்பன் தமிழ் மரபில் வழக்கில் இருந்த இத்தகவலைப் பயன்படுத்திக்கொண்டான். கலிங்கத்துப்பரணியில், இராம, இராவணப் போர் கலிங்க நாட்டு அநபாயனின் போருடன் ஒப்பிடப்படுகிறது.

கம்பன் காலத்துக்கு முன்பு இருந்த இராமாயண முழுக் கதை வடிவங்கள் பற்றிய தகவல்கள் உதிரியாகவே கிடைக் கின்றன. ஆனால் முழுக்கதை நிகழ்ச்சிகளும் ஏதோ ஒருவகையில் வழக்கில் இருந்திருக்க வேண்டும் என்று ஊகிக்கலாம். ஆழ்வார் களின் பாடல்களில் வரும் இராமாயண நிகழ்ச்சிகளில் சில வால்மீகியில் இல்லாதவை. இதனால் இவை அன்று வாய்மொழி யில் பேசப்பட்டிருக்கலாம்.

கிறிஸ்து பிறப்பதற்கு முன்பே இராமாயணக் கதை வழக் கில் இருந்தது என்பதற்குக் கல்வெட்டுகள் வழி விளக்க முடியும் என்று இந்தியக் கல்வெட்டுகளை ஆராய்ந்தவர்கள் கூறுகின்றனர். கி.பி. 3ஆம் நூற்றாண்டினது எனக் கணிக்கப்பட்ட மௌரியர் களின் கல்வெட்டுகளை ஆராய்ந்தவர்கள் பிராமி அல்லது கரோஸ்டி மொழியின் நடை வால்மீகி இராமாயணக் கதைச் சுலோகங்களுடன் ஒத்திருப்பதைச் சுட்டிக்காட்டியுள்ளனர்.

சமஸ்கிருத இலக்கிய வரலாற்றாசிரியரான விண்டர்நீஸ், மௌரியர்காலக் கல்வெட்டு மொழிநடையையும் வால்மீகியின் மொழிநடையையும் ஒப்புநோக்கி இக்காலத்தில் வால்மீகி இராமாயணம் வழக்கில் இருந்திருக்கிறது; இது இக்காலக் கல்வெட்டுகளைப் பாதித்தது இதனால்தான் என்கின்றார் *(Raghavan Ed 1980 P 322)*.

வடஇந்தியக் கல்வெட்டுகளை மேலோட்டமாகப் படிக் கின்றவர்கள் வடஇந்திய மன்னர்கள். இராமனின் வம்சமான ரகுவம்சத்திலிருந்து தங்கள் வம்சாவழி தொடங்குவதைப் பெருமையாகக் கருதுவதை அறிய முடியும்.

சாதவாகன அரசனான கௌதமபுத்ர சதகர்ணயின் கி.மு. முதல் நூற்றாண்டு பிராகிருதக் கல்வெட்டு ஒன்று மகாராஷ்ட்ரம் நாசிக் குகைக்கோவிலில் உள்ளது. இதில் இராமன் என்ற பெயரும் இராமாயண நிகழ்ச்சிகளும் வருகின்றன.

கி.மு. 3ஆம நூற்றாண்டைச் சார்ந்த கல்வெட்டு நாதசுங்க கொண்டா பள்ளத்தாக்கில் உள்ள விஜயபுரி என்ற இடத்தில் கிடைத்துள்ளது. இதில் வீராருவி தத்தன் என்ற இஷ்வாக அரசன் தன் பரம்பரை பற்றிக் குறிப்பிடும்போது இராமாயணக் கதையின் ஆரம்ப நிகழ்ச்சிகளைக் குறிப்பிடுகிறான்.

வட இந்தியாவில் கிடைக்கின்ற இடைக்காலக் கல்வெட்டு களில் இராமன் என்ற பெயர் தர்ம ராஜ்யத்தைப் பரிபாலித்தவன் என்னும் பொருளில் சாதாரணமாக வருவதைப் பார்க்கலாம். ஹரியானாவில் ஹிரிசார் மாவட்டம் ஹென்சி கல்வெட்டு (கி.பி. 12ஆம் நூற்) இரண்டாம் சாசரமானா பிரதிவிராஜன் என்பவனை இராமன் எனக் கூறும்.

வடஇந்தியக் கல்வெட்டுகளில் இலங்கை பற்றிய வருணனை, இன்றைய இலங்கையைப் போல் உள்ளது என்கின்றனர். கி.பி. 1002ஆம் ஆண்டில் உள்ள ஹொஜீராக் கல்வெட்டில் இராமன் இலங்கைக்குப் பாலம் கட்டிய செய்திவருகிறது (*Raghavan Ed 1980 P 333*).

தமிழகக் கல்வெட்டுகளில் இராமாயணம் பற்றிய செய்தி கள் பல்லவர் காலத்திலிருந்து தொடர்ந்து கிடைக்கின்றன. மாமல்லபுரம் கல்வெட்டுகளில் இராவணன் கைலை மலையைத் தூக்கிய கதை கூறப்படுகிறது. இங்குள்ள எட்டாம் நூற்றாண்டுக் கல்வெட்டொன்று தசரதனின் மக்களாக இராமனை மட்டுமல்ல பலராமன், பரசுராமன் ஆகியோரையும் கூறுகிறது (*Raghavan Ed 1980 P 322*).

எட்டாம் நூற்றாண்டு நந்திவர்மனின் காசக்குடிச் செப்பேடு, வாதாபியை வென்ற நரசிம்மனை ரகுவம்சத்தைச் சார்ந்தவ னாகவே கூறும். பல்லவர்களின் கூரம் பட்டயம் பரமேஸ்வர வர்மன் இலங்கையை வென்றதை இராமன், இராவணனை வென்றதற்கு உவமையாகக் குறிப்பிடும்.

கி.பி. 7ஆம் நூற்றாண்டினதான மகாபலிபுரம் கல்வெட்டு முதல் நரசிம்மவர்மனை சத்திய பராக்கிரமராமா என்னும் அடைமொழியுடன் பாராட்டுகிறது. இச்சொல் வால்மீகி இராமாயணத்தில் வருவது.

சுந்தரவரதர் கோவிலில் உள்ள நந்திவர்மனின் கல்வெட்டு ஒன்று, இராமனை ராகாவதேவா என்றும் அயோத்திப் பெருமாள் என்றும் கூறும். பல்லவர்களை அடுத்துவந்த சோழர் களும் பாண்டியர்களும் தங்களைச் சேதுராமர் என்னும் அடை மொழியுடன் அறிமுகப்படுத்துகின்றனர். இதைப் பிற்காலக் கல்வெட்டுகள் கூறுகின்றன. இவர்கள் ஈழத்துடன் போர் புரிந்தவர்கள் என்னும் அர்த்தத்தில் இவற்றைப் படிக்க வேண்டும் என்கின்றனர்.

தமிழகத்தில் இடைக்காலப் பல்லவர் காலத்திலிருந்தே விஷ்ணுவின் சிற்பங்களும் அவரின் அம்சமான இராமனின் சிற்பங்களும் கிடைக்கின்றன. காஞ்சி வைகுண்டப் பெருமாள்

கோவில் பரமேஸ்வர விண்ணகரக் கருவறை, மூன்றடுக்குக் கொண்டது. இங்கு இருக்கும் விஷ்ணுவின் வடிவம் ஆரம்ப காலத்தது. இங்கு இராமன், பரசுராமன், கோதண்டராமனின் சிற்பங்கள் உள்ளன.

பல்லவர்களின் ஆரம்பகாலத்தில் விஷ்ணு, வழிபாட்டுக் குரிய தெய்வமாகிவிட்டாலும் இராமன் முக்கியத் தெய்வமாக எங்கும் பிரதிஷ்டை செய்யப்படவில்லை. இக்காலக்கட்டத் தில் வழிபாடு பெற்ற இராமனின் சிற்பங்களும் கிடைக்க வில்லை (V. Raghavan 1989 P 413). காஞ்சி கைலாசநாதர் கோவிலில், வாலி லிங்கபூசை செய்வதும் இராவணன் அதற்கு இடையூறு செய்வதுமான சிற்பம் காணப்படுகிறது.

மாமல்லபுரத்தில் இராவணன் கைலை மலையை அசைப்பது தொடர்பான சிற்பமும் இராவணானுக்கிரக மூர்த்தி சிற்பமும் உள்ளன. கி.பி. 7, 8ஆம் நூற்றாண்டுகளில் இத்தகு சிற்பங்கள் பரவலாக அமைக்கப்பட்டிருக்கின்றன. காஞ்சி வைகுண்டப் பெருமாள் கோவிலின் வடக்குப் பிரகாரத் தில் பரசுராமன், கோதண்டராமன், பலராமன் சிற்பங்கள் உள்ளன. உத்திரமேரூர் சுந்தர வரதர் கோவிலில் உள்ள நந்திவர்ம னின் கல்வெட்டு இக்கோவிலில் இராமர் சிற்பம் இருந்தது என்று கூறும் (V. Raghavan P 414). இவை எல்லாமே 9ஆம் நூற்றாண்டுக்கு முற்பட்டவை.

சிவன் கோவிலின் அதிஸ்தானத்தில் இராமாயணச் சிற்பங் களை வரிசையாக அமைக்கும் வழக்கம் பிற்காலச் சோழர் காலத்தில் ஆரம்பித்துவிட்டது. அனுமன் இராமனைச் சந்திக்கும் காட்சி, இலட்சுமணன் சுக்ரீவனைச் சந்திப்பது போன்ற சிற்பங்கள் இக்காலத்தில் பரவலாகக் காணப்படுகின்றன. இது வால்மீகியை அடியொற்றிச் செல்கிறது.

சிவன் கோவிலில் இராமருக்கு வழிபாடு இருந்தது என்ப தற்கு ஆழ்வார்களின் பாசுரங்களில் ஆதாரம் உண்டு. குலசேகர ஆழ்வாரும் திருமங்கை ஆழ்வாரும் சிவன் கோவிலில் வழிபாடு பெற்ற இராமனைப் பாடி உள்ளனர்.

இராமன் மாருதியின் மேல் அமர்ந்திருப்பது போன்ற சிற்பம் சிதம்பரத்தில் இருக்கிறது. சோழர் காலத்தில் இது விஷ்ணு ஆகிவிட்டது. இரண்டாம் குலோத்துங்கன் இக் கோவிலை விரிவுபடுத்தியபோது இந்தச் சிற்பத்தை வெளியே எறிந்தான். விஜயநகர அச்சுதராயர் காலத்தில் (கி.பி. 16ஆம் நூற்) இங்கு இச்சிற்பம் மறுபடியும் அமைக்கப்பட்டது.

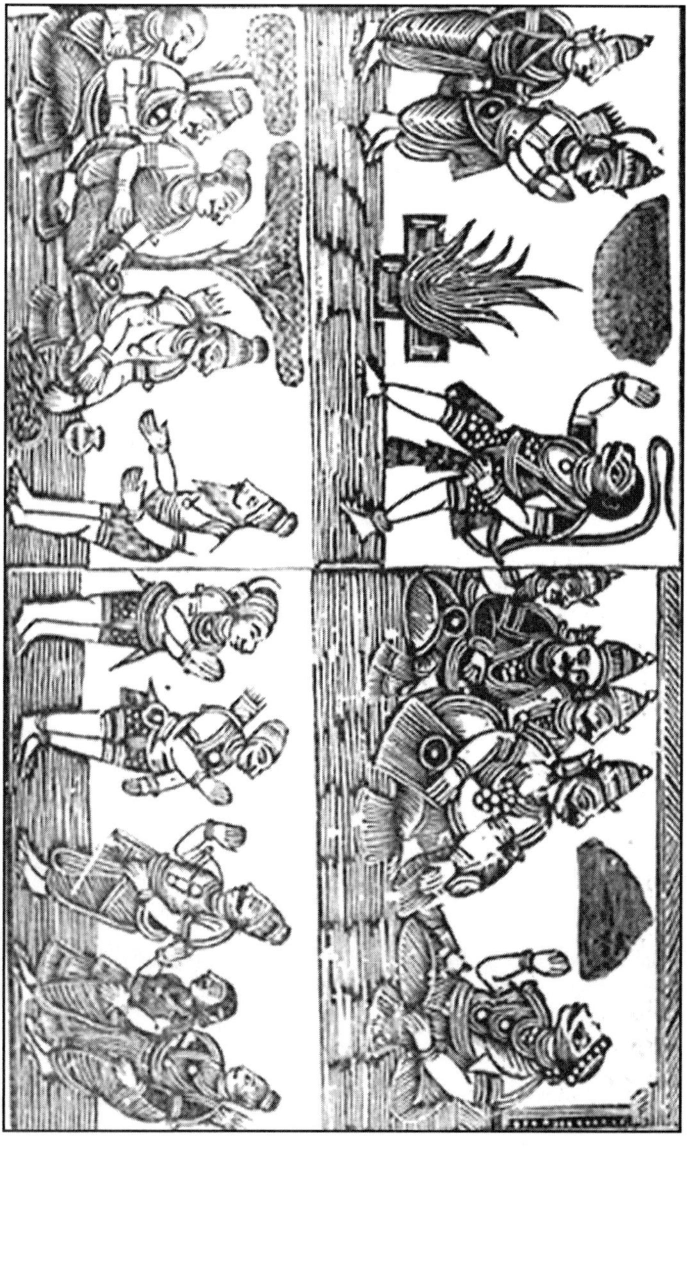

பரத்துவாசர் விருந்திடல்

ஸ்ரீராமனாதியரை குகன் காணுதல்

பரதர் அக்கினிப் பிரவேசம்

மாருதி பரதனுக்கு சங்கதி கூறல்

கி.பி. 8ஆம் நூற்றாண்டில் தமிழகத்தில் இராம வழிபாடு ஆரம்பித்துவிட்டது என்பதற்குச் சிதம்பரம் கோவில் கல்வெட்டு களில் சான்று உள்ளது.

கேரள மாநிலம், கொல்லம் மாவட்டம், கொட்டாரக்கரா தாலுகா, கொட்டுக்கால் சிவன் கோவில் குகையின் காலம் கி.பி. 8ஆம் நூற்றாண்டு என்பர். இங்கு நந்தி அனுமன் சிற்பங்கள் உள்ளன. நந்தியின் முகம் குரங்கு முகச்சாயலுடையது. இது தொடர்பான இராமாயணக் கதை ஒன்றைக் கூறுகின்றனர்.

அனுமனின் அம்சமாக உள்ள இந்த நந்தி ஒரு சாபம் காரணமாகக் குரங்கு முகம் பெற்றது. இராவணனின் இறப்பின் போது குரங்கு முகம் மாறும் எனச் சாப விமோசனம் பெற்றது. இக்கதையின் வடிவம் எட்டாம் நூற்றாண்டுக்கு முற்பட்டது என்று இந்தச் சிற்பத்தின் அமைப்பை வைத்துக் கூறலாம். இதுபோன்ற சிற்பம் கன்னியாகுமரி மாவட்டம், திருவட்டாறு ஆதிகேசவப் பெருமாள் கோவில் சித்திர சபையில் உள்ளது. இது கி.பி. 16ஆம் நூற்றாண்டினது.

பல்லவர்களின் இறுதிக் காலத்திலும் பிற்காலச் சோழர் களின் ஆரம்பகாலத்திலும் இராமன் தொடர்பான சிற்பங்கள் நிறையவே வந்துவிட்டன. கும்பகோணம் நாகேஸ்வரர் கோவில், புள்ளுமங்கை கோவில், திருச்சி திருமங்கலம் கோவில் போன்றன உதாரணங்கள். இக்காலங்களில் வாலி லிங்க பூஜை செய்வது போன்ற சிற்பங்கள் அதிகம் நிறுவப்பட்டன.

தமிழகத்தில் கி.பி. 13ஆம் நூற்றாண்டில் கன்னடர், தெலுங்கர் செல்வாக்கால் இராமாயணக் கதைகள் வடிவமாற்றம் அடைந் திருக்கின்றன. இது சிற்பங்களைப் பாதித்திருக்கிறது. ஸ்ரீரங்கத்தில் ஹொய்சளர் பாணியில் விஷ்ணு சிலை நிறுவப்பட்டதற்குக் கன்னடர் செல்வாக்குக் காரணம். இராம இலட்சுமண சீதை சிற்பங்களை வழிபாட்டுக்கு உரியதாக்கியதில் ஹொய்சளருக்கும் பங்கு உண்டு. கம்பன் அரங்கேற்றிய மண்டபம் ஸ்ரீரங்கத்தில் உள்ளது என்றாலும் இதிலும் ஹொய்சளரின் பங்கு உண்டு.

விஜயநகர ஆட்சிக் காலத்தில் இராமனுக்கும் அனுமனுக் கும் தனிக்கோவில் உருவாயின. இது பெரும்பாலும் கி.பி. 14ஆம் நூற்றாண்டிற்குப் பின்னர் ஏற்பட்ட நிகழ்வு. காஞ்சி வரதராஜர் கோவிலில் உள்ள நூறு தூண்கள் மண்டபம் 16ஆம் நூற்றாண்டினது. இங்கு இராமாயணச் சிற்பங்கள் உள்ளன.

தஞ்சையில், ரகுநாத நாயக்கர் காலத்தில் இராமர் வழிபாடு பிரபலமானது. கும்பகோணம் இராமசாமி கோவில்

இவரது காலத்தது. இங்குள்ள இராமனின் பெரிய சிற்பங்கள், சுக்ரீவனின் பட்டாபிஷேகம், அகல்யா சாப விமோசனம் என்னும் நிகழ்வுகளைக் காட்டும் தூண் சிற்பங்கள் உள்ளன. இவை நாயக்கர் பாணியில் ஆனவை.

நாயக்கர் காலத்தில் இராமாயணத்தின் அபூர்வமான தகவல்கள்கூடச் சிற்பங்களாக்கப்பட்டன. அனுமன் வீணை மீட்டுவது போன்ற ஒரு சிற்பம் உள்ளது. ரகுநாத நாயக்கர் காலத்தில் வாழ்ந்த கோவிந்த தீட்சதர் என்பவர் எழுதிய சங்கீதகதா என்னும் நூலில் அனுமன் சங்கீதம் படித்த கதை வருகிறது.

இராமசாமி கோவிலில் ஒரு தூணில் இராமன் வியாக்கியான முத்திரையுடன் இருக்கும் சிற்பம் உள்ளது. இதனருகே அனுமன் கையில் ஓலைச்சுவடி, எழுத்தாணியுடன் இருக்கிறான். அருகே முனிவர்கள் உள்ளனர். இதை விளக்குபவர்கள், அனுமன் ஆசிரியராகவும் இராமன் சீடனாகவும் அமைந்த நிகழ்ச்சி குறித்த சிற்பம் இது என்பர். இது குறித்த கதை தெரியவில்லை.

கி.பி. 10ஆம் நூற்றாண்டில் இராம வழிபாடு பெருகிய பின்னர் இராமன், சீதை, அனுமன் ஆகியோருக்கும் செப்புப் படிமங்கள் அமைக்கப்பட்டன. இராமநாதபுரம், திருப்பத்தூர் ஊர்க் கோவிலில் இருக்கும் இராம இலட்சுமண செப்புப் படிமங்கள்தாம் மிகப் பழமையானவை (கி.பி. 9ஆம் நூற்.) என்பர்.

கி.பி. 11ஆம் நூற்றாண்டு அன்பில் செப்பேடு, திருச்சி மாவட்டம் கோவிலில் இருந்த இராமர் செப்புப்படிமம் பற்றிக் கூறும். தமிழகத்தில் கிடைக்கின்ற பெரும்பாலான இராமர் செப்புப்படிமங்களுக்கு இரண்டு கைகள் உள்ளன. இடது கையில் வில், வலதுகையில் அம்பு, அழகிய அணிகள் என அமைந்துள்ளன.

தமிழகத்தில் காணப்படும் இராமாயணக் கதை தொடர்பான ஓவியங்கள் கி.பி. 16ஆம் நூற்றாண்டுக்குப் பிற்பட்ட காலத்தவை என்கின்றனர். செங்கம் அர்ஜுன் சாரதி கோவிலில் இராமாயண ஓவியங்கள் உள்ளன. இவை செஞ்சி நாயக்கன் (கி.பி. 16ஆம் நூற்) காலத்தவை. இங்கு இந்திரஜித் – இலட்சுமணன் போர், அனுமன், சஞ்சீவி மலையை எடுத்தல், இராம – இராவணப் போர், அங்கதன் போர் போன்ற காட்சி ஓவியங்கள் உள்ளன. இராவணன் பாதாளலோகத்தில் ஹோமம் செய்யும் காட்சி ஓவியம் இங்கு உள்ளது. இந்த நிகழ்ச்சி

வால்மீகியிலும் கம்பனிலும் இல்லை. கி.பி. 14ஆம் நூற்றாண்டில் எழுதப்பட்ட தெலுங்கு இராமாயணத்தில் இக்காட்சி உண்டு. இக்கதை நாயக்கர் காலத்தில் குடிபெயர்ந்தது. பெரிய எழுத்து மயில் இராவணன் கதை என்னும் பெயரில் அம்மானைப் பாடலாக இது உள்ளது.

கன்னியாகுமரி மாவட்டம் சுசீந்திரம் – தாணுமாலையன் கோவிலின் கோபுரமாடிச் சுவரில் இராமாயணம் தொடர்பாக 80க்கும் மேற்பட்ட ஓவியங்கள் உள்ளன. எல்லாமே கி.பி. 19ஆம் நூற்றாண்டில் வரையப்பட்டவை.

திருச்சி மாவட்டம் திருவெள்ளறை விஷ்ணு கோவில் மண்டபம் மேல்பகுதியிலும் ஸ்ரீரங்கம் ரங்கநாதர் கோவிலிலும் இராமாயண ஓவியங்கள் உள்ளன. இவை 17ஆம் நூற்றாண்டினது. ஸ்ரீவில்லிபுத்தூர் ஓவியம் நாயக்கர் காலத்தது. புதுக்கோட்டைத் திருக்கோகர்ணம் கோவில் தொண்டைமான் கால ஓவியம் 19ஆம் நூற்றாண்டினது. தஞ்சை சரஸ்வதி மகாலில் இராமாயணக் கையெழுத்துப் பிரதி உண்டு. இதில் முக்கியக் கதை நிகழ்ச்சிகள், ஓவியங்களாக உள்ளன.

❇

2

கிழக்கில் பரவிய இராமாயணம்

கீழை நாடுகளான இலங்கை, தாய்லாந்து, மலேசியா, ஜாவா, பர்மா போன்றவற்றிலும் பிலிப்பைன்ஸ், வியட்நாம், கம்போடியா, திபெத், கிழக்கு பாகிஸ்தான் போன்ற நாடுகளிலும் இராமாயணக் கதை வழக்கில் இருந்திருக்கிறது. ஆரம்பகாலத்திலிருந்தே இலங்கை சிங்கள மொழி இலக்கியங்களில் இராமாயணக் கதை நிகழ்ச்சிகள் புகுந்துவிட்டன.

இலங்கை, சிங்களக் கிராமங்களில் இராமன் சீதை தொடர்பான வேறுபட்ட வாய்மொழிக் கதைகள் வழக்கில் இருந்தன. தென்மேற்கு ஸ்ரீலங்காவின் சேல்துறைப் பகுதியில் போனாவிஸ்ட்ரா என்ற இடத்தில் உள்ள மலைப் பகுதி இராமாயணத்துடன் தொடர்புபடுத்தப்படுகிறது. இங்குப் பலவகையான மூலிகைகள் உள்ளன. அனுமனின் சஞ்சீவி மலை கதையுடன் இந்த மலையும் தொடர்புடையது. இங்கே உள்ள சில பாறைகளின் பெயர்கள் மகா இராவணன், குட்டி இராவணா என்று உள்ளன.

புத்தமத செல்வாக்கால் உருவான "இராம சீதா கதா தசரத சதம்" என்னும் நூல் முதலில் சிங்கள மொழியில் எழுதப்பட்டது. பின்னர் பாலிமொழியில் பெயர்க்கப்பட்டது. இந்த இராமாயணத்தில் சிங்களச் செல்வாக்கு அதிகம்.

சீதையின் கதை சிங்களத்தில் 'கொசம்பா யச்சம்மா' என்னும் பெயரில் வழங்குகிறது. இது சடங்கு சார்ந்த நடன வடிவில் அமைந்தது. இதைக் கொசம்பா சங்கரியா என அழைக்கின்றனர். வாய்மொழி வடிவில் உள்ள இக்கதையின் காலம் கி.பி. 5ஆம் நூற்றாண்டு என்கின்றார்.

சிங்களர்கள் விபீஷணனை 'உத்பவ வர்ணா' என்று அழைக் கின்றனர். இந்தப் பெயரில் இவர் வழிபடு கடவுளாக இருக்கிறார். இவர் தாமரை நிறக் கடவுள் எனவும்படுவார். இலங்கையின் ஒரு பாறைக் கல்வெட்டு (கி.பி. 1344) நாலாம் புவனசாபு என்னும் சிங்கள அரசன் தன்னை 'உத்பவ வர்ணா' (விபீஷணன்) எனப் பெருமையுடன் அமைத்துக் கொண்டதைக் குறிப்பிடுகிறது.

'கோகுல சந்தேசம்' என்னும் சிங்கள நூல் பராக்கிரம பாகு என்ற சிங்கள அரசனின் (கி.பி. 1410 – 1418) அம்மாவைத் தசரதனின் மனைவி கோசலையுடன் ஒப்பிடுகிறது. ஸ்ரீராகுலா என்பவர் எழுதிய 'காவ்ய சேசரய்யா' என்னும் சிங்கள நூலில் பராக்கிரம பாகுவின் மகள் 'சீதையைப் போன்ற அழகுடையவள்' என வர்ணிக்கப்படுகிறாள்.

மலேசியாவில் இராமாயணச் செல்வாக்கு பெருமளவில் உள்ளது. மலாய் மொழியில் மிகப் பழைய இராமாயண ஓலைச்சுவடி கிடைத்துள்ளது. "ஹிகாயட் செரி இராமா" என் னும் பெயரில் உள்ள இக்காவியம் தமிழ்நாட்டு இராமாயணத்தை ஒத்தது. (திருநாவுக்கரசு 1987, ப. 327) மேற்கு மலேசியாவின் வடக்கே ஹிக்காயிட் என்ற இடத்தில் இராமாயண நிகழ்ச்சி சில மாற்றங்களுடன் நிகழ்த்துக்கலையாக வாழ்கிறது.

மலேசிய வாய்மொழி இராமாயண மரபில் இராமன் சாதாரணத் தலைவனாகவும் இலட்சுமணன் மாபெரும் தியாகி யாகவும் பெருவீரனாகவும் காட்டப்படுகிறான். இந்த மரபில் இராவணன் 7 முதல் 12 தலைகளை உடையவன். இங்கே மயில் இராவணன் கதை பரவலாக அறியப்பட்டுள்ளது.

கைகேயி, இராமனின் சகோதரி; விபீஷணனின் மனைவி என்னும் மாற்று வடிவக்கதை இங்கு உண்டு. மலேசிய வாய் மொழி மரபில் இராவணன் – மகாராஜா வாணா, இராமன் – இரமகா, இலட்சுமணன் – லக்குமா, அனுமன் – அரையீன் என்று அழைக்கப்படுகின்றனர். இராமன், சீதையை மறுபடியும் காட்டுக்கு அனுப்பியதற்குக் காரணமான கதை மலேசிய வாய்மொழி மரபில் உண்டு. சீதை இராவணனின் ஓவியத்தை ரகசியமாகப் பாதுகாத்தாள்; அதனால் இராமன் சீதையைக் காட்டுக்கு அனுப்பிவிடுகிறான் என்பது அந்தக் கதை.

மலேசிய வாய்மொழி இராமாயணத்தில், கம்பன் கதை யின் செல்வாக்கு மட்டுமல்ல இசுலாமியக் கலாச்சாரத் தாக்கமும் உண்டு. இங்குப் பொம்மலாட்டம், தோல்பாவைக் கூத்து, நாட்டிய நாடகம் ஆகிய மூன்று வடிவங்களிலும் இராமாயணக் கதை பாடு பொருளாய் உள்ளது.

மலேசியாவில் தோல்பாவைக் கூத்து, பொம்மலாட்டம் ஆகிய கலைகளிலும் வாய்மொழி மரபிலும் இராமாயணத்தின் தாக்கம் கணிசமாக இருப்பதைப் பதிவுசெய்துள்ளனர்.

ஜாவாத்தீவில் ஆரம்பகாலத்திலேயே வைணவம் அறிமுகமாகிவிட்டது. இங்கு நடந்த அகழ்வாராய்ச்சியில் தசாவதாரச் சிற்பங்களையும் கருடன் சிற்பங்களையும் கண்டுபிடித்துள்ளனர். பெலகான் என்ற இடத்தில் மண்ணில் புதைந்து கிடந்த திருமாலின் சிற்பம் கருடனின்மேல் இருப்பது போலவும் கொடூரத் தோற்றமுடையதாகவும் அமைந்துள்ளது. இச்சிற்பத்தில் கருடனின் தலை, பன்றியின் தலையைப் போல் உள்ளது. (க. திருநாவுக்கரசு 1987, ப. 502) இதனால் ஜாவாவில் திருமால், இராம வழிபாடு பரவலாக இருந்ததாக எடுத்துக்கொள்ளலாம்.

சிங்கப்பூரில் உள்ள நரசிங்கப் பெருமாள் கோவில் 19ஆம் நூற்றாண்டினது. இங்குக் கருவறையில் உள்ள சிற்பம் பூமியிலிருந்து கிடைத்தது என்கின்றனர். அப்படியானால் சிங்கப்பூரில் 19ஆம் நூற்றாண்டுக்கு முன்பே இராமாயணக் கதை வழக்கில் இருந்ததாகக் கொள்ளலாம்.

தாய்லாந்தின் மொத்தக் கலாச்சாரத்தில் இராமாயணம் இரண்டறக் கலந்துள்ளது. தாய்லாந்து நாட்டுக்கென்றே இராமகீயான் என்ற இராமாயணம் உண்டு. முதலாம் இராமன் என்னும் அரசன் காலத்ததாகக் கருதப்படும் இந்த இராமாயணம் ஏழு காண்டங்களைக் கொண்டது. கற்பனை வளமும் கவித்துவ வளமும் உடைய இந்த இராமாயணம், தாய்லாந்தின் பிற இலக்கிய வடிவங்களைப் பாதித்திருக்கிறது (S. Singaravelu P.303).

தாய்லாந்தில் பெரிய அளவிலான இராமாயணக் காவியம் தவிர இராமாயணக் குறுங்காப்பியம், நாடகம், கதைப்பாடல், இசைப்பாடல் போன்ற வடிவங்களும் உள்ளன. தாய்மக்கள் இராமாயணக் கதையை நாட்டிய நாடகமாகவும் தோல்பாவைக் கூத்தாகவும் வேடமணிந்த நாடக வடிவமாகவும் வெளிப்படுத்துகின்றனர்.

தாய்லாந்தில் நிகழும் முகமூடி ஆட்டம் என்னும் கலையும் இராமாயணம் தொடர்பானது. முகத்தில் பலவகையான வண்ணங்களைப் பூசியோ முகமூடி அணிந்தோ மேடை அதிரும்படி ஆட்டம் போட்டுக்கொண்டே கலை நிகழ்த்துவது இக்கலையின் தன்மை. (தென் கேரள கவுட்டு நாடகத்தை இதனுடன் ஒப்பிட்டுப் பார்க்கலாம்) இதற்குரிய பாடுபொருள் இராமாயணக் கதை நிகழ்ச்சிகளே.

இராமாயணம் தென்னிந்தியாவிலிருந்து ஸ்ரீவிஜயம், ஜாவா வழி தாய்லாந்துக்குச் சென்றிருக்க வேண்டும் என்பர். தாய்

இராவணன் சீதையை வெட்டப்போதல்

மூலபல சேனையை வரித்தல்

வானவரை யழைத்தல்

இராவணன் கடைசிநாள் யுத்தம்

இராமாயணத்தில் சீதை, இராவணனின் மகள் என்றும், இலக்குவனின் மகளையே இந்திரஜித்து மணம் செய்துகொண்டான் என்று கூறும் வேறுபட்ட வடிவங்கள் உள்ளன. இங்கே உள்ள இராமாயணத்தில் இலட்சுமணனுக்கு முக்கியப் பங்கு உண்டு. தமிழகத் தோல்பாவைக் கூத்து நிகழ்ச்சியிலும் இந்திரஜித்துவின் மனைவி இலட்சுமணனின் மகள் என்று கூறப்படுகிறது. இது ஆந்திரப் போர்வீரர்கள் வழி, தென்தமிழ் மாவட்டங்களுக்கு வந்திருக்க வேண்டும்.

தாய்லாந்து, லோபுரிக் கோவிலில் (கி.பி. 11ஆம் நூற்) இராமாயணச் சிற்பங்கள் உள்ளன. பிமாய் பௌத்த கோவிலின் வடகிழக்குப் பகுதியில், அனுமன் சஞ்சீவி மலையுடன் இலட்சுமணனை எழுப்பும் காட்சி, குரங்குகள் சேது அணையைக் கட்டும் காட்சி, சூர்ப்பனகையின் மூக்கை அரியும் காட்சிச் சிற்பங்கள் உள்ளன. லோபுரிக்கு அருகில் உள்ள பௌத்த மடத்திலும் மரகத புத்தர் கோவில் சுவரிலும் காணப்படும் இராமாயண ஓவியங்கள் கி.பி. 14, 15ஆம் நூற்றாண்டின. இந்த ஓவியங்களில் அசோகவனச் சீதை, அனுமன் சீதையைச் சந்திக்கும் காட்சி ஆகியன உள்ளன.

கம்போடியாவில் வைணவக் கதைகள் வாய்மொழி மரபில் உள்ளன. இங்கே குணவர்மன் என்னும் அரசன் திருமால் கோவில் ஒன்று கட்டியுள்ளான். இங்குத் திருமால் சக்கரதீர்த்த சுவாமி எனப்படுகிறார். கம்போடியாவில் காணப்படும் திருமால் கோவில்கள் தென்கலை வைணவச் செல்வாக்கால் வந்தவை என்பர். இங்குப் பாஞ்சராத்திரா ஆகமப்படி பூஜை நடக்கிறது. கம்போடியாவில் பல்வேறு வடிவங்களில் வாய்மொழி இராமாயணக் கதைகள் தொகுக்கப்பட்டுள்ளன.

பர்மாவில் ஸ்ரீ சேத்திர அரசர்கள் காலத்தில் தமிழகத்தில் இருந்து குடியேறியவர்கள்வழி வைணவம் அறிமுகமானது. பகான் நகரில் நடத்தப்பட்ட அகழ்வாராய்ச்சியில் திருமாலின் பத்து அவதாரச் சிற்பங்கள் கிடைத்துள்ளன. இங்கு இராம வழிபாடு ஆரம்பகாலத்திலேயே வந்துவிட்டது.

தமிழகத்தைச் சார்ந்த இராமநாதன் செட்டியார் என்பவர் பர்மாவில் திருமால் கோவில் ஒன்றைக் கட்டியிருக்கிறார். இது காஞ்சி வரதராஜப் பெருமாள் கோவில் பாணியில் அமைந்தது. இங்கு பாஞ்சராத்திரா ஆகமம் பின்பற்றப்படுகிறது.

பர்மாவில் கிடைத்துள்ள மிகப் பழைய இராமாயண வடிவத்தை (இராம பாட்டு) யூதின் ஹான் (U Thein Han) என்பவர் ஆங்கிலத்தில் மொழிபெயர்த்திருக்கிறார் (1976). இது முழு மொழிபெயர்ப்பல்ல. மூலத்தின் சுருக்கம்தான். பர்மாவில்

பரவலாக உள்ள யஜன், தஜியன் (கதைப் பாடல்கள்) என்னும் கதைகளில் இராமாயணத் தாக்கம் உள்ளது.

பர்மாவில் 1973 அளவில் கண்டுபிடிக்கப்பட்ட இரண்டு இராமாயண வடிவங்களின் காலம் கி.பி. 17ஆம் நூற்றாண்டு எனக் கணித்துள்ளனர்.

பேரரசன் அலவுங்கபயா என்பவர் பர்மாவில் சுவேபா என்ற நகரில் புதிய அரசமரபை நிறுவியபோது (கி.பி. 1702) பர்மாவிற்குத் தாய்லாந்து வழி இராமாயணம் வந்தது என்ற கருத்து உண்டு. மாக்ஜா என்பவர் சையாபி மொழியில் உள்ள இராம நாடகத்தைப் பர்மிய மொழியில் பெயர்த்துள்ளார். மாங்டோர் என்பவர் 1751இல் சிறிய இராமாயண காவியத்தை ஆக்கியுள்ளார். இதில் வரும் இராமன் தர்மவானாகக் காட்டப்படுகிறான்.

யூ அங்பியோ (U Aung Puo) என்பவர் 1775இல் இராமதியான் (Rama Thagyin) என்ற இராமாயணத்தை இயற்றினார். இவருக்குப் பின் வந்த யூடோ (U Toe) என்பவர் 1784இல் இராமயாகன் (Ramy Yagan) என்னும் பெயரில் ஒரு இராமாயணத்தை இயற்றினார். யூடோ இந்த இராமாயணத்தை இயற்றும்போதே இறந்துவிட்டார். இதனால் இந்நூலில் 35 அத்தியாயங்களே உள்ளன. இந்த இராமாயணம் முழு வடிவம் அல்ல. இதில் இராமன் போதி சத்துவனாகக் காட்டப்படுகிறான்.

ஊ கூ (U Ku) என்பவர் பாண்டா இராமபியாத் (Pondaw Rama Pyat) என்னும் பெயரில் 1880இல் ஒரு இராமாயணத்தை எழுதினார். பாடல் வடிவில் அமைந்த இந்நூலின் இரண்டு அத்தியாயங்களே (அயோத்தியா காண்டம், ஆரண்ய காண்டம்) கிடைத்துள்ளன. இந்த இராமாயணத்தில் இராவணன் சீதையைத் தூக்கிச் செல்லும் நிகழ்ச்சியில் தாய்லாந்து நாட்டுச் செல்வாக்கு உள்ளது என்பர்.

பத்தொன்பதாம் நூற்றாண்டின் ஆரம்பத்தில் எழுதப்பட்ட மகா இராம வட்டு (A Maha Rama Vatthu) என்னும் இராமாயண வடிவம் கிடைத்துள்ளது. இதன் ஆசிரியர் பெயர் கிடைக்கவில்லை. இந்த நூலை யூ மங்மங் கை என்பவர் பிரதி செய்திருக்கிறார். இந்த வடிவம் 1968இல் கிடைத்தது. பர்மிய அரசு 1969இல் இதை வெளியிட்டிருக்கிறது.

மகா இராம வட்டு என்ற இந்நூல் உரைநடை வடிவிலானது. ஏழு அத்தியாயங்களைக் கொண்டது; பால காண்டம் முதல் உத்திர காண்டம்வரையுள்ள நிகழ்ச்சிகளை விரிவாகக் கூறுகிறது. இந்நூலில் தத்தகிரி என்ற இடத்தில் இராவணன் பிரிந்தது; இராமனின் மகன் லோனா (லவன்) அரச பதவி ஏற்றது

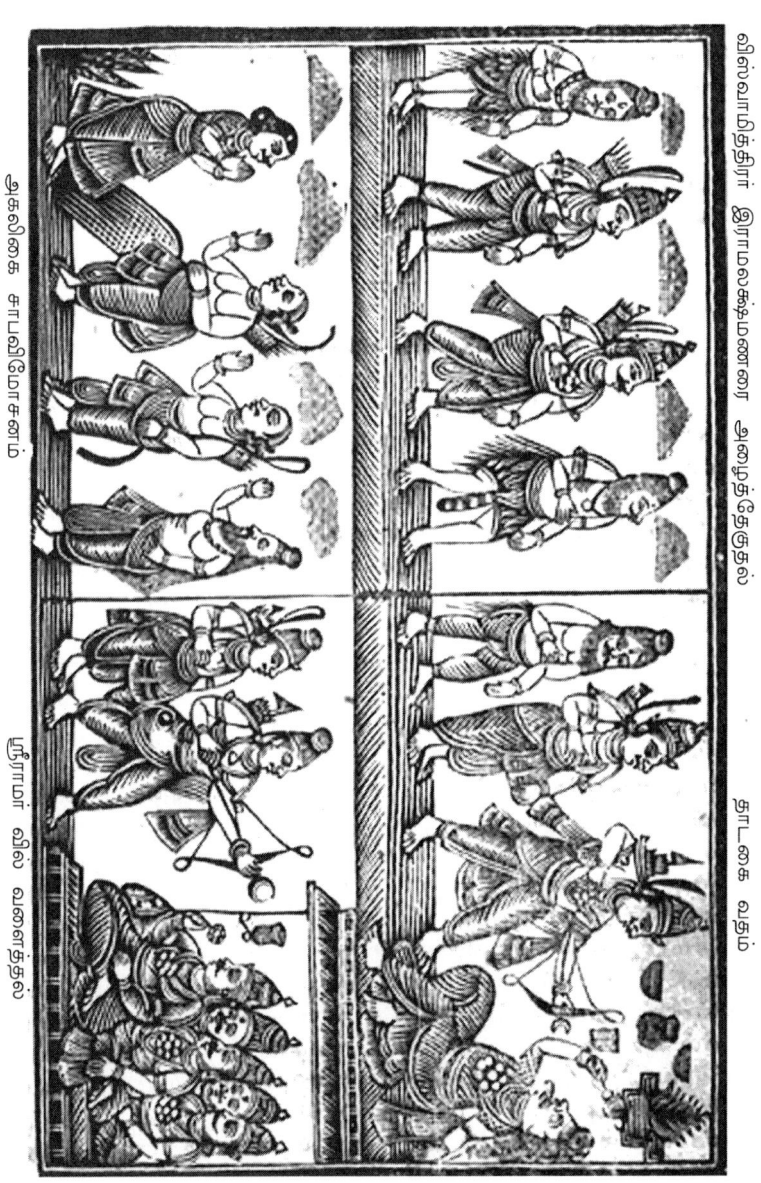

அகலிகை சாபவிமோசனம்
ஸ்ரீராமர் வில் வளைத்தல்
விஸ்வாமித்திரர் இராமலக்ஷ்மணரை அழைத்தேகுதல்
தாடகை வதம்

என்பன போன்ற செய்திகள் விரிவாகவருகின்றன. சூர்ப்பனகை யின் கணவன் திரிகம்பியின் வீரம் இதில் விவரிக்கப்படுகிறது. இந்த இராமாயணத்திலும் தாய்லாந்து நாட்டு மொழியின் செல்வாக்கு உண்டு.

பாட்டும் உரையும் கலந்து நாடக வடிவில் அமைந்த இராம தொன்மியா யாட் வாட்டு (Rama Thonmyo Iat Vattu) என்ற இராமாயணம் 1904இல் அச்சில் வந்திருக்கிறது. இது பால காண்டம் முதல் உத்திர காண்டம்வரை உள்ள நிகழ்ச்சி களை உள்ளடக்கியது.

இந்நூலைப் போலவே பாட்டும் உரைநடையும் கலந்த 'பாண்ட ராம லக்கனா யோலியா' என்னும் நாடக இராமாயணம் உண்டு. நிகழ்த்துக் கலைக்கென்று உருவாக்கப்பட்ட இந்நூல் 1907இல் அச்சில் வந்தது. இதிலும் தாய்மொழிச் செல்வாக்கு உண்டு.

பர்மா பல்கலைக்கழக நூல்நிலையத்தில் கையெழுத்து வடிவில் இருக்கும் 'திலி ராமா' என்ற இராமாயணமும் பாட்டு உரைநடை வடிவிலானது. இது 1891இல் எழுதப்பட்டது. நடிப்பதற் கென்றே எழுதப்பட்ட இந்நூலில் வங்காள மொழி இராமாயணச் செல்வாக்கு அதிகம்.

சாயா ஹீடூன் என்பவர் இயற்றிய 'அலுங் ராம தசியான்' என்னும் இராம கதைவடிவம் பர்மாவில் உண்டு. இதில் இராமன் போதிசத்துவனாகக் காட்டப்படுகிறான்.

பர்மாவில் எட்டுக்கு மேற்பட்ட இராமாயணக் கதைவடிவங் கள் கிடைத்துள்ளன. இவை முழுமையான வடிவங்கள்.

பர்மிய இராமாயணத்தின் கதை நிகழ்ச்சிகளில் பல இந்திய இராமாயண வடிவத்திற்கு மாறுபட்டு உள்ளன; பாத்திரங் களின் பெயர்கள், உறவுமுறைகளில் கூட வேறுபாடுண்டு.

இலங்கையின் அரசன் ஒருவனின் மகள் குழந்தைக்காகப் பிரம்மாவிடம் தவம் இருந்தாள். பிரம்மா அவள் முன்னே தோன்றி மூன்று மாம்பழங்களைக் கொடுத்து, இவற்றைத் தின்றால் மூன்று பிள்ளைகள் பிறக்கும் என்றார். அவளும் அப்படிச் செய்தாள். மூன்று பிள்ளைகள் பிறந்தன. மூத்தவன் இராவணன், இவன் பத்துத் தலையுடன் பிறக்கிறான்.

இராவணன் தாயின் கட்டளையால் மகா பிரம்மாவை நோக்கி தவம் இருந்தான். மகா பிரம்மா அவன் முன் தோன்றி மனிதனாலும் குரங்காலும் அர்த்தச் சந்திர ஆயுதத்தாலும் மட்டுமே உன்னை அழிக்க முடியும். பிற எந்தச் சக்தியாலும் நீ சாகமாட்டாய் என்றும் வரங்களைக் கொடுத்தார்.

இராவணன் ஒருமுறை கந்தமாதனம் என்ற மலையில் வேட்டையாடச் சென்றான். அங்கே, கந்தர்வன் ஒருவனின் மகள் தவம் செய்துகொண்டிருப்பதைப் பார்த்தான். அவளது வசீகரமான உடலின் மேல் ஆசைகொண்டு அவளைக் கட்டாய மாய் அணைத்தான். அவள் அவனைத் தள்ளிவிட்டுக் காட்டு நெருப்பில் சாடி உயிரைவிட்டாள். சாகும்போது ‘உனக்கு யமனாக நான்தான் பிறப்பேன்’ என்றாள்

அந்தக் கந்தர்வப் பெண் அடுத்த பிறவியில் மண்டோதரி யின் வயிற்றில் பிறந்தாள். பிறந்த உடனேயே அந்தப் பெண் குழந்தை இடிமுழங்கியது போல் அழுதது; அந்தச் சப்தத்தைக் கேட்டே அரக்கர்கள் மாண்டுபோனார்கள். இராவணனுக்கு இந்தச் செய்தி கிடைத்தது. அவன் குழந்தையை ஒரு பெட்டி யில் வைத்துக் கடலில் எறிந்தான். பெட்டி கடலில் மிதந்து மிதிலை நகருக்குச் சென்றது. அந்தப் பெட்டியைக் கண்டெ டுத்த ஜனகன் குழந்தையை வளர்த்தான். இப்படி ஒரு கதை பர்மாவில் உண்டு.

பர்மிய இராமாயணத்தில் இராமன் போதி சத்துவருடன் இணைக்கப்படுகிறான். அவன் விஷ்ணுவின் அவதாரமாகக் காட்டப்படவில்லை. இந்திரனை எப்போதும் எதிர்த்துக்கொண் டிருக்கின்ற இராவணனை அழிக்கவே இராமன் மனிதனாகப் பிறக்கிறான்.

தசரதன் குழந்தை வேண்டித் தவம் இருந்தபோது, ஒரு முனிவன் இரண்டு வாழைப்பழங்களைக் கொடுத்து அவனது மூன்று மனைவிகளுக்கும் கொடுக்கச் சொன்னான். தசரதனும் அப்படியே செய்தான். அவர்கள் பழங்களை உண்டனர். இதனால் அவர்களுக்கு நான்கு குழந்தைகள் பிறந்தன.

சீதையின் சுயம்வரத்திற்கு இராவணனும் வருகிறான்; கரதூஷணர் சண்டையில் இராமன் சூர்ப்பனகையின் மகனைக் கொன்றுவிடுகிறான். அதனால் அவள் இராமனைப் பழிவாங்க சீதையைத் தூக்கிச் செல்கிறாள். இராமன் தடுத்து அவளை அங்கஹீனம் பண்ணுகிறான். சூர்ப்பனகையே பெண்மானாக வந்து இராமனை அலைக்கழிக்கிறாள்.

வாலி – சுக்ரீவன் சண்டையின்போது, சுக்ரீவனை அடையாளம் கண்டுபிடிக்க அவனது சிவப்பு பிரஷ்டத்தில் வெற்றிலையை வைக்கச் சொல்கிறான் இராமன். அனுமன் சீதையைக் கண்டபோது, அவள் இராமனிடம் கொடுப்பதற் காகத் தன் ஏழு தலைமுடிகளை அனுமனிடம் கொடுக்கிறாள்.

இந்திரஜித்து யார் கண்ணிலும் படாதவாறு மறையும் வல்லமை உடையவன். பன்னிரு வருஷங்கள் பெண்ணினத்தைப்

பார்க்காத ஒருவனால் மட்டுமே இந்திரஜித்தைக் கொல்ல முடியும். அப்படியான வீரன் இலட்சுமணன் மட்டுமே இராமாயணத்தில் வருகிறான். அவன் சீதையைக்கூடப் பார்க்காதவன்.

இராவணனின் படத்தைத் தன் அறையில் ரகசியமாக வைத்திருக்கிறாள் சீதை. அதனால் இராமன் அவளைக் காட்டுக்கு அனுப்புகிறான். இப்படியாகப் பல வேறுபட்ட நிகழ்ச்சிகள் பர்மிய இராமாயணத்தில் வருகின்றன.

பிலிப்பைன்ஸ் தீவில், இராமாயணக் கதை இசை தழுவிய கூத்தாகவும் வாய்மொழிப் பாடல்களாகவும் இருந்தது. முந்தைய காலங்களில் இராமாயணப் பாத்திரங்களின் பெயர்களை ஆட்பெயராக விடும் பழக்கம் பிலிப்பைன்ஸில் உண்டு. மிக அண்மைக் காலத்தில்கூட, இராமாயணக் கதாபாத்திரப் பெயருடன் கத்தோலிக்கப் பெயரைச் சேர்த்துக் கூறும் வழக்கம் இருந்திருக்கிறது.

சம்பா எனப்படும் வியட்நாமில் வைணவச் சமயத் தாக்கம் உண்டு. ஜெயருத்ரவர்மன் என்ற சம்பா அரசன் தன்னைத் திருமாலின் அவதாரமாகச் சொல்லிக்கொண்டான். இராமாயணம் இங்கு வழக்கில் இருந்ததற்குக் கல்வெட்டுகளில் சான்று உண்டு. வியட்நாமில் கிடைத்த ஒரு கல்வெட்டு லட்சுமியை ஸ்ரீ எனவும் பத்மா என்றும் குறிப்பிடுகிறது. திருமால் நான்கு கைகளுடன் கருட வாகனத்தில் இருப்பது போன்றும் ஆதிசேஷன் மேல் அறிதுயில் செய்வது போன்றும் உள்ள சிற்பங்கள் கிடைத்துள்ளன. வியட்நாம் இராமாயணத்தில் இலட்சுமணனுக்கே அதிக முக்கியத்துவம் கொடுக்கப்படுகிறது.

திபெத்தின் வாய்மொழி இராமாயணத்தில் வேறுபட்ட வடிவங்கள் உள்ளன. தசரதனுக்கு இராமன், இலட்சுமணன் என்னும் இரண்டு பிள்ளைகள் மட்டுமே இருந்தனர். இராவணனின் மகள் சீதை; இராமன் விருப்பப்பட்டுத்தான் காட்டுக்குச் செல்கிறான். இலட்சுமணன் அயோத்தியில் இருக்கிறான். காட்டில் சீதையைக் கண்டு மணக்கிறான் இராமன். இப்படியாக, மூல இராமாயணத்திலிருந்து மாறுபட்ட வடிவங்கள் திபெத்திய இராமாயணத்தில் உள்ளன.

பங்களாதேஷ் வாய்மொழி இராமாயணம் மூலக் கதையிலிருந்து வேறுபட்டது. இராமன் இலட்சுமணர் இருவருக்கும் மனைவி சீதை. அவர்கள் சீதையுடன் முறைவைத்து உறவு கொள்ளுகின்றனர். இராமன் இராவணனைக் கொல்லவில்லை; இராவணன் தோற்று ஓடுகிறான் என்பது பங்களாதேஷ் இராமாயணம்.

❋

3

ஜைன இராமாயணம்

பத்மபலதேவர் என்னும் தீர்த்தங்கரர் இராமனின் வரலாற்றைக் கௌதம கணநாதருக்குச் சொன்னார். இக்கதையை இரவிசேனாச்சாரியார் என்பவர், பத்ம புராணம் என்னும் தலைப்பில் காவியமாக எழுதினார். சமஸ்கிருதத்தில் உள்ள இந்த நூல் 18,023 சுலோகங்கள் கொண்டது. இதன் காலம் கி.பி. 677.

பத்மபுராணத்தின் (ஜைன இராமாயணம்) ஆசிரியர் இரவிசேனாச்சாரியார். இவர் ஜைன சங்கத்தின் ஆசாரிய ராக இருந்தவர். இவர் வாழ்ந்த காலத்தில் புகழ்பெற்றவ ராய் இருந்தார். ஸ்லோக வடிவில் உள்ள இக்காவியத்தைப் பண்டிதர் கௌயத்ராம் என்பவர் இந்திமொழியில் உரை நடை வடிவில் ஆக்கியுள்ளார் (1760). இந்நூலின் சுருக்கத்தைத் தமிழில் வடிவமைத்தவர் தத்துவமேதை கஜபதி ஜைன்.

பாகத மொழியிலும் ஜைன இராமாயணம் வந்துள் ளது. இதன் ஆசிரியர் விமலசூரி. காலம் கிபி. 3ஆம் நூற்றாண்டு. சுவயம் என்பவர் சும்ரம்ச மொழியில் பௌமசரியூ என்னும் தலைப்பில் ஒரு இராமாயணம் எழுதியுள்ளார்.

விருஷபதேவர் வீடுபேறடைந்து பல வருஷங்கள் ஆன பிறகு அயோத்தியில் அஜிநாதர் என்ற அரசன் பிறந்தான். அஜிநாதரின் பேரன் சகரன் என்பவன் சக்கர வர்த்தியாக இருந்தான். பரத கண்டத்தின் வடக்கே வித்யாதர இனத்தினர் வாழ்ந்தனர். இவர்களுக்குச் சொந்த மான சக்கரவாய நகரின் அரசனாகப் பூர்ணகன் என்பவன் இருந்தான்.

பாதாளலங்கை அரசனான சுமாலியின் மகன் இரத்தின சரவான் மாபெரும் அரசனாக இருந்தான்.

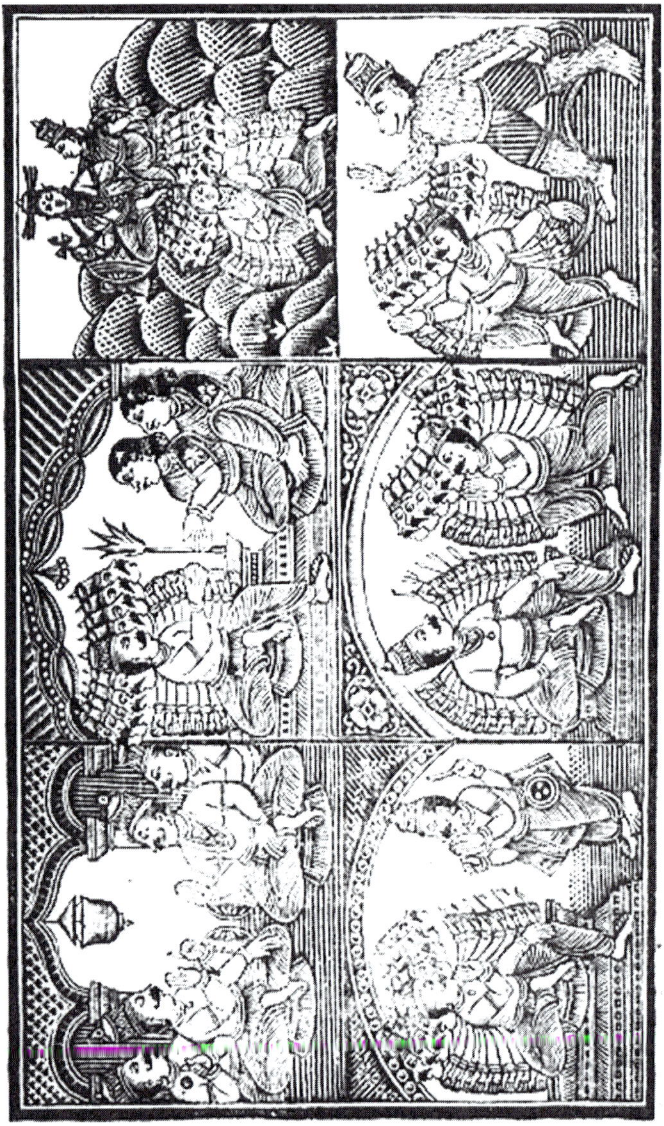

குபேரன் சபை

இராவணன் கலியாணம்

இராவணன் கைலாசம் போகுதல்

இந்திரன் கட்டுப்படல்

கார்த்திகை வீரார்க்சுனனால் இராவணன் கட்டுப்படல்

வாலி வாலால் இராவணன் கட்டுப்படல்

❀ 42 ❀ இராமன் எத்தனை இராமனடி!

இவன் மனைவி கேசகி. இரத்தின கரவான், ஜைன அறநூல் களை நன்கு கற்றவன். இவர்களுக்கு முதலில் பிறந்தவன் இராவணன். இவன் குழந்தையாய் இருக்கும்போது யாராலும் தூக்க முடியாத இரு மணிமாலையைக் கையால் தூக்கி விட்டான். இராவணக் குழந்தையின் முகம் முத்துமாலையில் உள்ள மணியில் பத்து வடிவமாகத் தெரிந்தது. அதனால் அவன் தசானன் எனவும் பட்டான்.

இரத்தின அரவானுக்குக் கும்பகர்ணன், விபீஷணன் என்ற ஆண்களும் சந்திரநகை என்னும் பெண்ணும் பிறந்தனர். ஒரு நாள் இராவணனிடம் தாய் கேசரி "மகனே இலங்கை நமக்கு உரிமையானது; அதை உன் தாயதிகள் கைப்பற்றி ஆண்டு வருகின்றனர். அவர்களை அழித்து இலங்கையை நீ கைப்பற்ற வேண்டும்" என்றாள். இராவணன் "அம்மா நான் அதற்குத் தகுதி உள்ளவன். நோன்பு நோற்றுச் சக்தியைப் பெற்றுக்கொள்ளுவேன்" எனச் சொல்லிவிட்டுப் போனான். அவன் காட்டில் தவம் செய்தான். அவனுக்குச் சர்வகாமப் பிரதா வித்தையும் நபசஞ்சாரிணி, காமதாயிணி, அணிமா, லகிமா, அவலோகிணி முதலிய வித்தைகளும் கைவரப்பெற்றன.

வித்தியாதரர்களில் ஒருவனான மயனின் மகள் மண்டோதரி. மயன் தன் மகளுக்கேற்ற கணவன் இராவணனே என முடிவு செய்தான். இராவணனிடம் கேட்டான். அவனும் இணங்கினான். இராவணன் மண்டோதரியை மணந்த பின்னர் வேறுபல அரசர்களின் பெண்மக்களையும் மணந்தான். கும்பகர்ணன் (இவனுக்குப் பானுக்கர்ணன் என்ற பெயரும் உண்டு) தண்டி மாலை என்பவளையும் விபீஷணன் சந்தனமாலை என்பவளை யும் மணந்தனர். இராவணனுக்கு இந்திரஜித்து, மேகநாதன் என்னும் இரண்டு மக்கள் பிறந்தனர்.

இராவணன் தன் தாயின் விருப்பத்தை நிறைவேற்ற தாயாதி கள் ஆண்ட இலங்கைக்குச் சென்றான். அங்கு தன் பகைவர் களை வென்று பூர்வீகச் சொத்தான இலங்கையைக் கைப்பற்றி னான்.

வானரகுல மன்னன் சூர்யராசனின் மனைவி சந்திர மாலினியின் மகன் வாலி. இவன் தம்பி சுக்ரீவன். வாலி மூன்று காலங்களிலும் ஜீனர் கோவிலுக்குச் சென்று வழிபடு வான். வாலிக்கு ஸ்ரீபிரபா என்னும் தங்கை உண்டு. வானர வம்சத்தில் பிறந்த இரட்சரஜன் மக்கள் நலன், நீலன் ஆகியோர் வாலிக்குத் துணையாய் இருந்தனர்.

மேகப்பிரயன் என்பவனின் மகன் கரதூடணன் இராவண னின் தங்கை சந்திரநகையைக் கவர்ந்து சென்றுவிட்டான்.

அ.கா. பெருமாள்

இதை அறிந்த இராவணன் கரதூடணனைக் கொல்லப் பெரும் படையுடன் புறப்பட்டான். மண்டோதரி இராவணனிடம் “அரசே கரதூடணன் உங்களுக்குச் சமமான வீரன். அவனை எதிர்க்க வேண்டாம். நம் ராட்சத குலத்தில் ஒரு பெண்ணைக் கவர்ந்துசெல்வதோ விரும்பாத பெண்ணைத் தூக்கிச்செல்வதோ புதிதல்ல. சந்திரநகையும் அவனுடன் விரும்பித்தான் சென்றிருக் கிறாள். அதனால் அரசே நீ போரிட வேண்டாம்” என்றாள். இராவணனும் அவள் பேச்சுக்கு இசைந்தான்.

சூர்யராசனின் மகனான வாலி தன் மனைவி துருவா வுடன் சிகுந்தபுரத்தை ஆண்டு வரும்போது ஒரு நாள் இராவண னின் தூதுவன் வந்தான். “பரத கண்டத்தின் ஈடு இணையற்ற இராவணனின் தூதன் நான். வாலியே உன் தங்கையை என் அரசன் இராவணனுக்கு மணமுடித்துவை. மேலும் நீ இராவணனை அடிவணங்கவும் வேண்டும்” என்றான். வாலி தூதனைப் பார்த்து “தூதனே என் தங்கையை இராவணனுக்குத் தருவதில் விருப்பம்தான். ஆனால் இராவணனை அடிபணிவதில் எனக்கு விருப்பமில்லை. நான் அருகனை அன்றி வேறு யாரை யும் வணங்கமாட்டேன். நீ இதை உன் மன்னனிடம் சொல்” என்றான்.

தூதனின் பேச்சைக் கேட்ட இராவணன் பெரும் கோபத் துடன் வாலியின் நாட்டுக்குப் படையுடன் வந்தான். இராவண னின் படைவீரர்களைப் பார்த்த வாலி, இவனுடன் போர் செய்வதால் உயிர்ச்சேதம் நிறைய ஏற்படும்; அந்தப் பாவம் எனக்கு வேண்டாம். நான் காட்டுக்குப் போய் தவம் செய்வேன்; என் தம்பி சுக்ரீவன் இந்த நாட்டை ஆட்சி செய்யட்டும் என்று நினைத்துச் சுக்ரீவனுக்கு நாட்டைக் கொடுத்தான். உடனேயே காட்டுக்குத் தவம் செய்யச் சென்றுவிட்டான். சுக்ரீவன் தன் தங்கையை இராவணனுக்கு மணமுடித்துவைத்தான். இராவணனை அடிவணங்கினான்.

ஒருமுறை, இராவணன் வான்வழி கைலாச மலையின் மேலே வரும்போது தன் விமானம் செல்லத் தடைப்படுவதைக் கண்டான். இதற்குக் கைலைமலையில் தவம் செய்துகொண் டிருந்த வாலி முனிவனே காரணம் என்பதைத் தன் அபூர்வ சக்தியால் அறிந்தான். உடனே, விமானத்திலிருந்து கைலையின் உச்சியில் இறங்கினான்.

இராவணன் கைலையில் இறங்கி நின்றதும் அவன் உடல் பெரிதானது. அவனது கைகள் நீண்டன. இரு கைகளாலும் கைலை மலையைத் தூக்கினான். மலை அசைந்தது. அந்த மலையில் இருந்த ஜீனர் கோவில்கள் அசைந்தன. உயிரினங்கள்

அலைக்கழிந்தன. இதைப் பார்த்த வாலி முனிவர் தன் பெரு விரலால் அந்த மலையை மிதித்தார். அந்தப் பொழுதில் மலை அசையாமல் நின்றது. இராவணனின் கைகள் மலை களுக்கிடையே அகப்பட்டு நசுங்கின. இராவணன் வாலியிடம் பணிந்து மன்னிப்புக் கேட்டான். வாலி மலையிலிருந்து தன் விரலை எடுத்தார்.

இராவணன் இரதநூபுரம் என்னும் நாட்டின் அரசன் இந்திரனை வெல்லப் படையுடன் சென்றான். இராவணனின் மைத்துனனும் பாதாளலங்கை அரசனுமான கரதூடணன் தன் வித்தியாதரப் படையுடன் வந்து இராவணனுக்கு உதவ வாக்களித்தான்; சுக்ரீவனும் வந்தான். எல்லோரும் நர்மதை ஆற்றங்கரையில் தங்கினர்.

ஆற்றின் இன்னொரு பக்கம் சதசரட்மி என்பவன் நீராடிக் கொண்டிருந்தான். அவன் தான் உருவாக்கிய இயந்திரத்தால் நர்மதா நதிநீரைத் தடுத்து வைத்திருந்தான். அதனால் இராவணன் தங்கிய இடத்திற்கு நீர் வரவில்லை. இதனால் கோபம் கொண்ட இராவணன் நதிநீரைத் தடுத்த மன்னனுடன் போரிட்டான், அவன் தோற்று இராவணனைப் பணிந்தான். பெருந்தன்மையுடைய இராவணன் அவனைத் தன் சகோதரன் போல் நடத்தினான். மண்டோதரியின் தங்கையை அவனுக்கு மணம் முடித்துவைப்பதாகவும் கூறினான். சகரட்மியோ "வேண்டாம் நான் அருகதேவனைப் பணிந்து துறவியாகப் போகிறேன் உடலின்பம் வேண்டாம்" என்றான்.

இந்தச் சமயத்தில் அங்கே வந்த அயோத்தி அரசன் அரண்யன், "உடலின்பம் தீயது என்பது நான் கண்ட உண்மை. நானும் துறவியாகப் போகிறேன்" என்று கூறிவிட்டுத் தன் மகன் தசரதனுக்குப் பட்டம் கட்டினான்; உடனேயே கானகம் சென்றுவிட்டான். இராவணன் நிறைய ஜீனர் கோவில்களைக் கட்டினான். பழைய கோவில்களைப் புதுப்பித்தான். நாள் தோறும் அருகர் வழிபாடு செய்தான்.

ஒருமுறை, நாரதர் ஆகாயம் வழிச் சென்றபோது ராசபுர மன்னன் மருதன் என்பவனின் நாட்டில் யாகம் நடப்பதைப் பார்த்தார். யாகக்குழியின் அருகே பிராமணர்கள் மிருகங்களைப் பலிகொடுத்துக் கொண்டிருந்தனர். இதைக் கண்ட நாரதர் ஆகாயத்திலிருந்து யாகக்குண்டத்தின் அருகே இறங்கினார். பிராமணர்கள் மிருகங்களைப் பலிகொடுப்பதைத் தடுத்தார். ராசபுர மன்னனிடம் "உயிர்ப் பலி இட்டு நடத்தும் யாகம் தீவினை பயப்பது, அதன் விளைவு துன்பம் தரும்" என்றார்.

அ.கா. பெருமாள்

நாரதரின் இந்தப் பேச்சைக் கேட்ட பிராமணர்கள் அவரை அடித்து விரட்டினர். இச்செயலை அறிந்த இராவணன், தன் வீரர்களை அனுப்பி நாரதரைக் காப்பாற்றினான். ராசபுர மன்னனையும் பிடித்துவரச் செய்தான். கைதியாக நின்ற அரசன் இனி யாகம் செய்யமாட்டேன் என்று வாக்களித்தான். இராவணனுடன் சமாதானம் செய்துகொண்டான். தன் மகளை இராவணனுக்கு மணம் செய்வித்தான். பின்னர் இராவணன் கைலையில் தவம் செய்துகொண்டிருந்த வாலியைத் தொழுது விட்டுத் தன் ஊருக்குப் போனான்.

இந்திரனுடன் போரிட இராவணன் ஆயத்தமானான். இதை அறிந்த இந்திரனின் அமைச்சன் நளகூபன் ஒரு மாயக் கோட்டையை உருவாக்கி அதில் இந்திரனை இருத்தினான். இராவணனோ சுகாலசா என்னும் மந்திரத்லதைக் கூறி அக் கோட்டையை அழித்தான். இந்திரன் அந்தக் கோட்டையிலிருந்து தப்பிப் படையைத் திரட்டிக் கொண்டு இராவணனை எதிர்த் தான். இந்திரனுக்கும் இராவணனுக்கும் கடும்போர் நடந்தது. ஐராவதம் யானை மீது வந்த இந்திரனை இராவணன் சிறைப் பிடித்தான். இந்திரனின் மகன் ஜயந்தனை இராவணனின் மகன் இந்திரஜித்து பிடித்தான். இராவணன் வெற்றிப் பெருக்குடன் இலங்கை சென்றான்.

இந்திரனின் உலகபாலரான சகசரர் இராவணனைக் கண்டு, “அறிஞனே இந்திரனை விடுதலை செய்” என்று வேண்டு கோள் விடுத்தான். இராவணனும் இந்திரனை விடுவித்தான். விடுதலை பெற்ற இந்திரன் “இனி நான் அரசனாக இருக்கத் தகுதி அற்றவன்; எனக்கு இராவணன் ஞானம் கற்பித்துவிட் டான்” என்றான். இந்திரன் தன் மகனுக்கு முடிசூட்டிவிட்டுத் தவம் செய்யச் சென்றான்.

இராவணன் அருகன் கோவிலுக்குச் சென்று வழிபட்டான். அவனுக்குத் துறவுக் கோலம் கொள்ளத் துணிவில்லை. புலன் இன்பங்களை அவனால் விட முடியவில்லை. ஆனால் தன்னை விரும்பாத பெண்ணைத் தொடமாட்டேன் என்ற வைராக்கியத் துடன் இருந்தான். கும்பகர்ணன் அருகவழிபாட்டில் மிகவும் ஈடுபாடு உடையவன். அருகனை வழிபட்ட பின்புதான் உண வருந்துவது என்னும் பிரதிக்ஞையுடன் இருந்தான்.

மகேந்திரமலை நாட்டின் அரசன் மகேந்திரனுக்கும் அரசி இருதயவேசைக்கும் அஞ்சனசுந்தரி என்ற அழகான பெண் இருந்தாள். அவளைப் பவனஞ்சயன் என்பவன் மணந்தான். ஒரு நாள் பவனஞ்சயன் அஞ்சனசுந்தரியின் தோழி தன்னைப் பற்றிக் கூறிய தகாத வார்த்தையைக் கேட்டு அஞ்சனையைத்

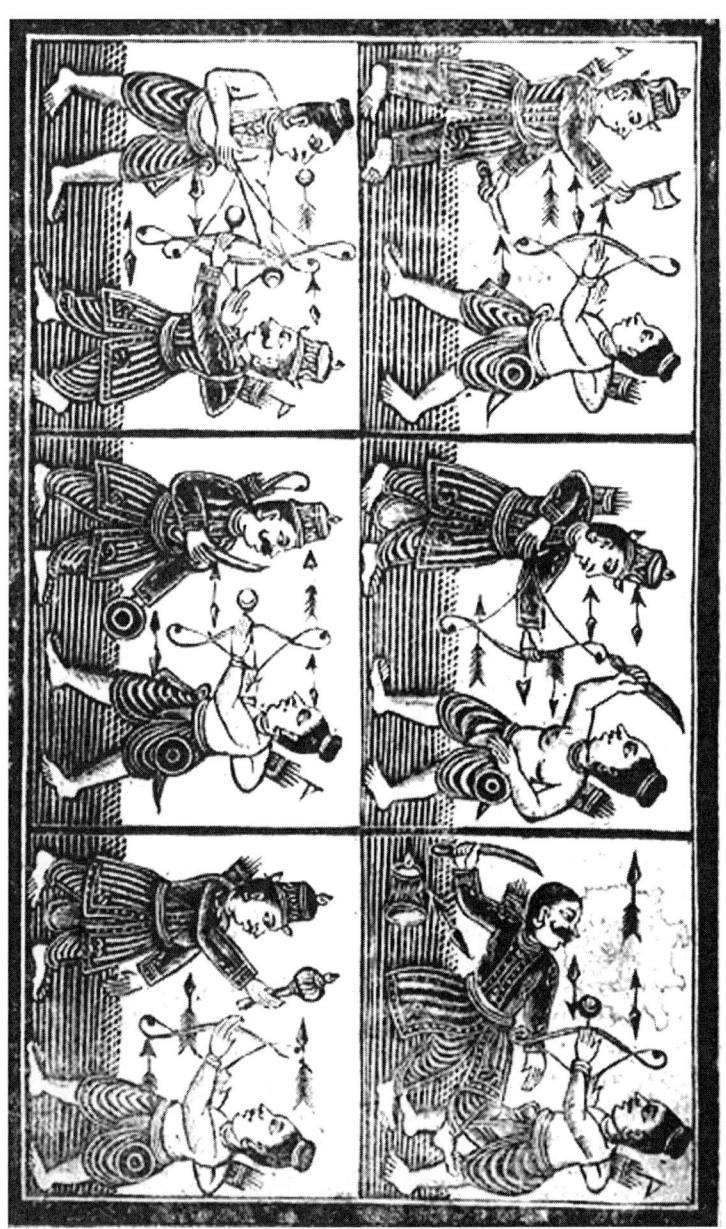

குசலவன் யுத்தம்

தொடாமல் இருந்தான். இருபது ஆண்டுகள் கழித்து ஒரு நாள் துணையைப் பிரிந்த சக்கரவாகப் பறவையின் பேச்சைக் கேட்டான். அவற்றின் உரையாடல் வழி தன் தவறை உணர்ந்து அஞ்சனையைப் புணர்ந்தான்; அதற்கு அடுத்த நாள் அவன் போருக்குச் செல்ல வேண்டியிருந்ததால் அவளைப் பிரிந்து சென்றான்.

அஞ்சனை கர்ப்பமுற்றாள். இதைக் கேள்விப்பட்ட அவளது மாமியாருக்கு, மருமகள் பேரில் சந்தேகம் வந்தது. "இருபது ஆண்டுகள் கணவனின் தொடர்பில்லாமல் இருந்த நீ எப்படிக் கர்ப்பமுற்றாய்" என அஞ்சனையைக் கேட்டாள். அவள் சொன்ன பதில் மாமியாருக்குத் திருப்தியளிக்கவில்லை. மருமகளை வீட்டைவிட்டு விரட்டினாள். அஞ்சனை தன் தந்தை வீட்டிற்குப் போனாள். அங்கும் அவமதிப்புதான் நடந்தது; அஞ்சனை, தன் கணவன் தன்னைப் புணர்ந்தான் என வெட்கத்தைவிட்டுச் சொல்லியும் யாரும் நம்பவில்லை. அதனால் வெறுப்படைந்த அஞ்சனை வசந்தமாலை என்னும் தோழியுடன் காட்டுக்குச் சென்றாள். அங்கே ஒரு துறவியின் உதவியுடன் வாழ்ந்தாள்.

முனிவன் அஞ்சனையிடம் "உனக்கு இவ்வளவு துன்பம் வர ஊழ்வினைதான் காரணம். ஒருமுறை நீ உன் சக்களத்தியிடம் கொண்ட கோபத்தால் அருகர் திருமேனியை எடுத்து வெளியில் போட்டாய். அந்தப் பாவமே இப்போது உனக்கு இப்படி வரக் காரணமானது" என்றார். காட்டில் அஞ்சனை வாழ்ந்த போது வசந்தமாலை துணையாக இருந்தாள். அஞ்சனைக்கு ஒரு ஆண் குழந்தை பிறந்தது.

ஒரு நாள், அஞ்சனை இருந்த காட்டின் வழி வித்தியாதரன் ஒருவன் தன் மனைவியுடன் விமானத்தில் சென்றான். அவன் அடர்ந்த காட்டில் குழந்தையின் அழுகுரலைக் கேட்டு விமானத்திலிருந்து இறங்கினான். அஞ்சனையின் கதையைக் கேட்டான். அஞ்சனை தன் சொந்த மருமகள் என்று அறிந்தான். வித்தியாதரன் தனது விமானத்தில் அஞ்சனை, அவளது தோழி, குழந்தை ஆகியோரைத் தன் ஊருக்கு அழைத்துச் சென்றான்.

விமானத்தில் இருந்தவர்கள் உரையாடிக் கொண்டிருந்தனர். அப்போது குழந்தை கீழே விழுந்துவிட்டது. எல்லோரும் பதறி ஓலமிட்டனர். விமானம் கீழிறங்கியது. குழந்தை ஒரு பாறையின் மேல் கைசூப்பிக்கொண்டிருந்தது. குழந்தை விழுந்த பாறைதான் உடைந்திருந்தது. இந்த ஆச்சரியத்தைக் கண்ட வித்தியாதரன் "இக்குழந்தை தெய்வத்தன்மை உடையது" என்று கூறினான். அந்தக் குழந்தை விழுந்த இடம் ஸ்ரீசைலம் எனப்பட்டது.

அனூரக தீப விழாவில் குழந்தைக்கு அனுமன் எனப் பெயர் சூட்டினர். அஞ்சனையின் கணவன் போர்க்களத்திலிருந்து வீட்டுக்குத் திரும்பியபோது, மனைவிக்கு நேர்ந்த கதியைக் கேட்டு வெறுப்புடன் தன் யானைமேல் ஏறிக் காட்டுவழிச் சென்றான். தற்செயலாகத் தன் மனைவியையும் குழந்தையை யும் கண்டுபிடித்தான்.

இது இப்படி இருக்க, ஒரு நாள் இராவணனின் கட்டளையை வருணன் மீறினான். இராவணன் அவனுடன் போரிட அனுமனின் தந்தை பவனஞ்சயனின் உதவி கேட்டான். அனுமன் இராவணனுக்கு உதவியாகத் தானே செல்வதாகக் கூறினான். அனுமன் வருணனைப் போரில் தோற்கடித்தான். இராவணன் அவனது ஆற்றலை மெச்சி, தன் தங்கை சந்திரநகையின் மகள் அரங்கசுதாவை மணமுடித்துவைத்தான். அனுமனுக்குக் கர்ணகுண்ட நகரையும் கொடுத்தான். அனுமன் அங்கிருந்து அரசாண்டான். அவன், மேலும் சில பெண்களை மணந்தான்.

கிட்சுவாகு பரம்பரையில் ரிஷபதேவர் பிறந்தார். அவரது மூத்த மகன் பரதரின் வம்சத்தில் வந்தவர் அகோசலன். இவரது பெயரால் அவன் நாடு கோசல நாடு எனப்பட்டது. அகோசல னின் மரபில் வந்த அரண்யன் என்பவனுக்கு அனந்தவரதன், தசரதன் என்னும் இரண்டு மக்கள் பிறந்தனர்.

அண்ணன் துறவு பூண்டதால் தசரதனே கோசல நாட்டு அரசனானான். சிலநாளில் கௌசலனின் மகள் அபராஜிதா (கோசலை) என்னும் பெண்ணை மணந்தான். பின்னர் சுப்ரா, சுமித்திரை என்னும் இரண்டு பெண்களை மணந்தான். தசரதன் தன் நாட்டில் ஜீனர் கோவில்களைப் புதுப்பித்தான்.

இப்படியாகத் தசரதன் வாழும்போது நாரதர் வான்வழி பறந்து தசரதன் நாட்டிற்கு வந்தார். அவனிடம், "அரசே நீ புதுப்பித்துக் கட்டிய ஜீனர் கோவில்களை எல்லாம் பார்த்து வந்தேன். இராவணன் நாட்டிலும் இப்படியான கோவில் களைக் கண்டேன். ஒரு நாள், இராவணன் ஜீனர் கோவிலில் தரிசித்துக்கொண்டிருந்தபோது வந்தான். கோவில் புரோகிதன் இராவணனிடம் "உன் மரணம் ஜனகனின் மகளாலும் தசரத னின் மூத்த மகனாலும் ஏற்படும்" என்றான். இதைக் கேட்ட இராவணன் மிகுந்த ஆவேசத்துடன் இப்போதே ஜனகனையும் தசரதனையும் கொல்லப்போகிறேன்" என்றான். விபீஷணனும் கூட "நானே அவர்களைக் கொல்லுவேன்" என்றான். அவன் என்னிடம் "தசரதனின் உருவம் எப்படி இருக்கும்" எனக் கேட்டான், நான் "அவனைப் பார்த்து நாளாகி விட்டது. தெரியாது" என்றேன். இதனால் "தசரதனே கவனமாக இரு" என்றார்.

தசரதன் தன் அமைச்சன் சமுத்திர இருதயனிடம் "இனி நாம் என்ன செய்யலாம்; இராவணனிடமிருந்து தப்ப வழி சொல்லு" என்று கேட்டான். அமைச்சன் "உங்களைக் கொல்ல வருபவர்களை ஏமாற்ற வேண்டும் அதுவரை நீங்கள் மாறு வேடம் பூண்டு திரியலாம். இராவணாதிகளை ஏமாற்ற வேறு உபாயம் இருக்கிறது" என்றான்.

அமைச்சன் சொன்னபடி தசரதன் மாறுவேடம் பூண்டு நகரைவிட்டு வெறியேறினான். அமைச்சன் தசரதனைப் போல ஒரு பொம்மை செய்தான். அதில் அரக்கு உதிரம் நிரப்பி உண்மையான தசரதன் என்று நம்பும்படி ஆக்கினான். அதற்கு உயிரில்லையே தவிர எல்லாவகையிலும் தசரதனைப் போல் இருந்தது. இந்த ரகசியம் மந்திரிக்கும் பொம்மை செய்தவனுக் கும் மட்டும்தான் தெரியும்.

தசரதன் பொம்மையை அரண்மனை அவைக்கள அரியாசனத்தில் அமர்த்திவைத்தான். தசரதனின் மனைவி களிடம், தசரதனின் அருகே செல்லாதீர் அவனுக்கு உடல் நலமில்லை என்று சொல்லி வைத்தான். இந்தச் செய்தியை அயோத்தி நகரில் பரப்பிவிட்டான்.

விபீஷணனின் காவலாளிகள் அயோத்தி வந்தனர். விபீஷணனும் வந்தான்; அரண்மனை அரியாசனத்தில் தசரதன் இருப்பதைப் பார்த்தான். தசரதன் உண்மையில் நோயாளி என்பதைக் கண்டான். உளவாளியும் விபீஷணனும் ரகசியமாய் தசரதனின் அறைக்குச் சென்று அவன் தலையை வெட்டி நடுக்கடலில் போட்டனர்.

இதைப் போலவே ஜனகனின் நாட்டிலும் அமைச்சன் உபாயம் செய்தான். ஜனகன் மாறுவேடத்துடன் அலைந்து திரிந்தான். ஜனகனின் மந்திரி ஜனகனைப் போலவே ஒரு பொம்மை செய்து வைத்திருந்தான். விபீஷணன் அங்கேயும் சென்று அவன் தலையை வெட்டி நடுக்கடலில் போட்டான்.

இரண்டு கொலைகளைச் செய்தபின் விபீஷணன் மனம் வருந்தினான். ஜீனர் கோவிலுக்குப் போய் இதுபோல் இனிச் செய்வதில்லை எனச் சத்தியம் செய்தான். தசரதனோ ஊரூராய் தேசாந்திரியாய் அலைந்துகொண்டிருந்தான்.

கௌதுக மங்கலம் நாட்டின் அரசன், தன் மகள் கேகயிக்குச் சுயம்வரம் என எங்கும் செய்தி அனுப்பினான். தசரதனுக்கும் அச்செய்தி கிடைத்தது. அவனும் சுயம்வரத்துக்குப் போனான். கேகயி தசரதனை அடையாளம் கண்டு மாலை சூட்டினாள். தசரதனைத் தெரியாத மற்ற மன்னர்கள் நமக்கு எதிராகத்

தேசாந்திரி ஒருவனுக்கு இவள் மாலையிடுவதா எனக் கூறி எழுந்தனர். தசரதனுடன் போரிடப் புறப்பட்டனர்.

தசரதன், தான் யார் என்பதைக் கூறாமலேயே அவர்களை எதிர்த்தான். அவனுக்குத் தேரோட்டியாகவும் உதவி செய்தாள் கைகேயி. தசரதன் அந்த மன்னர்களை விரட்டியடித்தான், அப்போது தசரதன் கைகேயிடம் "பெண்ணே உன் தேரோட்டும் திறமையால்தான் வெற்றிபெற்றேன். உனக்கு என்ன வரம் வேண்டும் கேள்" என்று கேட்டான். கைகேயி, "நான் வேண்டும் போது வரத்தைக் கேட்பேன்" என்றாள்.

தசரதனின் மனைவி அபராஜிதை (கோசலை) ஒரு கனவு கண்டாள். கனவில் ஐராவதம் யானை, சிங்கம், கதிரவன், முழுநிலவு ஆகியன வந்தன. கனவைக் கேட்ட ஜோதிடர்கள், கோசலைக்கு ஒரு மகன் பிறக்கப்போகிறான் என்றனர். பிறக்கப் போகும் குழந்தை தெய்வ அம்சம் உடையதாய், அகப்பற்று, புறப்பற்று அற்றதாய் இருக்கும் என்றனர். ஜோதிடர் கூறியபடி கோசலைக்கு ஒரு மகன் பிறந்தான். அவனுக்குப் பத்மன் எனப் பெயரிட்டனர். அவன் பலதேவன், இராமன், ரகு என்னும் பெயர்களாலும் அழைக்கப்பட்டான்.

சுமத்திரைக்கு இலட்சுமணன் பிறந்தான். இவன் பிறந்த நேரத்தில் இலங்கையில் தீய நிமித்தங்கள் தோன்றின. கைகேயிக்குப் பரதனும் சுப்ரபைக்குச் சத்ருக்கனும் பிறந்தனர். நால்வருமே அரி என்ற பிராமணரிடம் வில்வித்தை பயின்றனர்.

மிதிலை அரசன் ஜனகன் மனைவி விதேகாவிற்கு ஒரு ஆணும் பெண்ணும் இரட்டைக் குழந்தைகளாய்ப் பிறந்தனர். ஆண் குழந்தையை ஒரு பறவை ஆகாயம் வழி எடுத்துச் சென்று காட்டில் விட்டது. அதை அரசன் ஒருவன் எடுத்து வளர்த்தான். அக்குழந்தைக்குப் பாமண்டலன் எனப் பெயரிட் டான். இரட்டையில் ஒன்றான பேரழகு வாய்ந்த பெண் குழந்தைக்குச் சீதை எனப் பெயரிட்டு வளர்த்தான் ஜனகன்.

விசயார்த்தம் என்னும் வைகட மலைக்கும் கைலை மலைக் கும் இடைப்பட்ட மலைப்பகுதியில் வாழ்ந்த மிலேச்சனின் தலைவன் ஒருமுறை ஜனகனின் நாட்டின் மீது படை எடுத்தான். ஜனகன் மிலேச்சனை எதிர்க்க தசரதனிடம் உதவி கேட்டான். தசரதன் படையுடன் மிதிலைக்குப் புறப்பட்டபோது, இராமன் நானே மிலேச்சர்களைத் தனியாக அழித்துவருவேன் என்றான். இராமன் சொன்னது போலவே செய்தான்.

மிலேச்சர்களை விரட்டிய இராமனின் சாகசக் கதைகளை யும் ஜனகன் தன் மகளை அவனுக்கு மணமுடிக்கப் போகிற

இராவணன் யோசனை

இராவணனை அனுமார் குத்துதல்

இராவணனிடம் அனுமார் வருதல்

❀ 52 ❀ இராமன் எத்தனை இராமனடி!

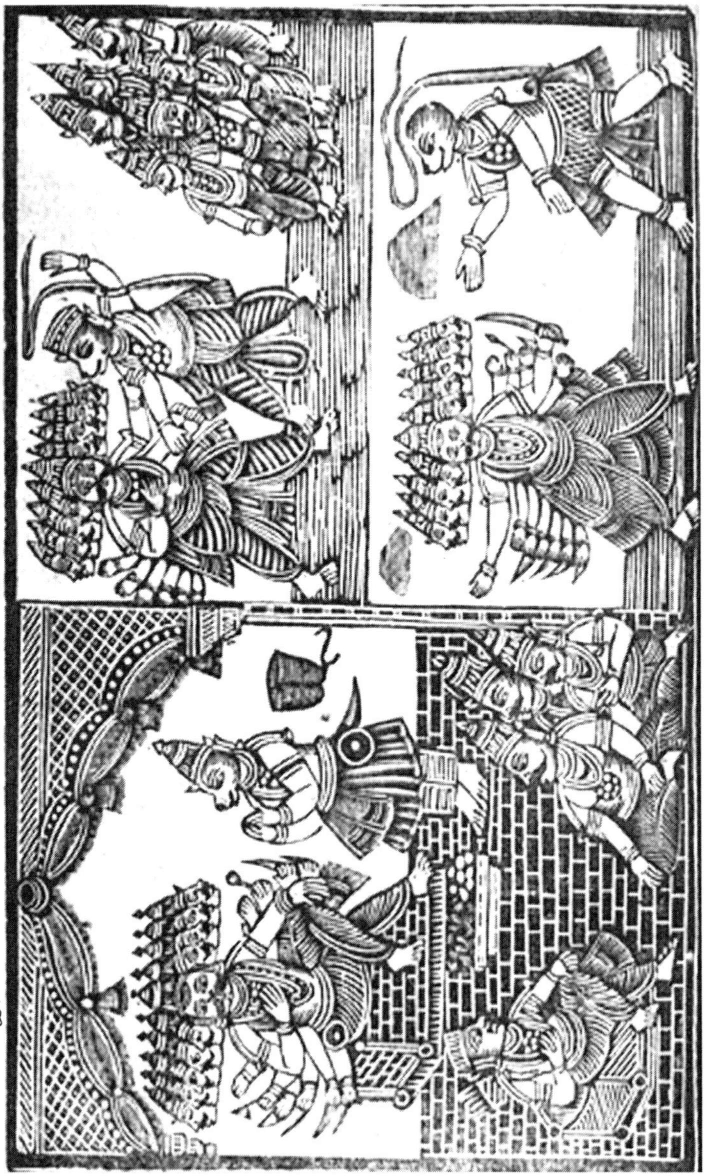

செய்தியையும் கேள்விப்பட்ட நாரதர் சீதையைப் பார்க்க மிதிலை வந்தார். சீதையின் அந்தப்புரத்திற்குச் சென்றார். தாடியும் சடைமுடியுமாக இருந்த அவரைப் பார்த்து அலறி விட்டாள் சீதை. அவளது அலறலைக் கேட்ட காவலர்கள் ஓடிவந்தனர். அவர்களிடமிருந்து தப்பித்து ஓடிய நாரதர் சீதையைக் கொஞ்சம் அலைக்கழித்துத்தான் இராமனிடம் சேர்க்க வேண்டும் என்று நினைத்தார்.

நாரதர் சீதையின் ஓவியத்தை வரைந்தார். அதை சிரதநூபுர நகர இளவரசன் பாமண்டலனுக்குக் காட்டினார். பாமண்டல னின் தந்தை சீதையைத் தன் மகனுக்குத் தந்திரமாக மணம் செய்துவைக்க நினைத்தார். உளவாளி மூலம் ஜனகனை அடர்ந்த காட்டிற்குக் கவர்ந்து சென்றார். அந்தக் காட்டில் ஜனகனைச் சந்தித்த பாமண்டலனின் தந்தையான வித்தியாதரன் "சீதையை என் மகனுக்கு மணம் செய்துவைத்தால் உன்னை இக்காட்டி லிருந்து மீட்டுச் செல்லுகிறேன்" என்றான். ஜனகனோ "இராம னுக்கு அவளை நிச்சயப்படுத்திவிட்டேன். பூமியில் வசிக்கும் எங்களைக் குறைவாக மதிப்பிடாதீர். தீர்த்தங்கரர்கள், பலதேவர் கள், வாசுதேவர்கள் யாவரும் பூமியில் வாழ்பவரே. அவர்கள் வித்தியாதரர் அல்லர்" என்றான்.

வித்தியாதரன் "அப்படியானால் வச்சிரா வர்த்தம், சாகரா வர்த்தம் என்னும் இரண்டு விற்களைத் தருகிறேன். இவற்றை இராம லக்குவர் வளைத்து நாணேற்றட்டும், சீதையை இராமனுக் குத் தரலாம். இது நிபந்தனை" என்றான். ஜனகனும் அதற்கு இணங்கினான், வித்தியாதரன் ஜனகனை விமானத்திலேற்றி மிதிலையில் கொண்டு சேர்த்தார்."

வித்தியாதரன் கொடுத்த இரண்டு வில் ஆயுதங்களை இராம லக்குவர் வளைத்து நாணேற்றினர். இராமன் சீதையை மணந்தான். இலட்சுமணன் சந்திர வர்த்தனின் 18 பெண்மக்களை மணந்தான். ஜனகனின் மகள் லோகசுந்தரியைப் பரதன் மணந் தான். சீதையை மணக்க ஆசைப்பட்ட பாமண்டலன், சீதை தன் உடன்பிறந்த சகோதரி என்ற ரகசியத்தை அறிந்தபின் ஆசையை விட்டான்.

தசரதன் இராமனுக்கு முடிசூட்ட விரும்பினான். மந்திரி களிடம் அதற்குரிய ஏற்பாடுகளைச் செய்யச் சொன்னான். பரதன் "அப்படி அவனுக்கு முடி சூட்டினால் நான் துறவியாகப் போவேன்" என்றான். இந்த நேரத்தில் கேகயி தசரதனிடம், "முன்பு எனக்கு நீ தருவதாகச் சொன்ன வரம் உண்டு. அதன் படி பரதனுக்கு முடிசூட்டுவாய்" என்று கேட்டாள். தசரதன் அதற்கு இணங்கினார். இராமனுக்கும் அதில் மறுப்பில்லை.

இராமன் தசரதனிடம் இனி நான் அயோத்தியில் இருப்பது நல்லதல்ல, வேறு எங்காவது சென்று விடுகிறேன் என்றான். சீதையும் இலட்சுமணனும் கூட நாங்களும் இராமனுடன் செல்கிறோம் என்றனர். தசரதன் பரதனுக்குப் பட்டம் கட்டி விட்டுத் துறவியானான். கொஞ்சநாள் சென்றதும் கேகயி பரதனிடம் "மகனே நீ இராமனை அழைத்துவா அவனுக்கு முடிசூட்டுவோம்; இராமனின் தாய் படும் துயரத்தைப் பார்க்க முடியவில்லை" என்றாள். பரதன் இராமனை அழைக்கக் கானகம் சென்றான். இராமனோ "இது என் ஊழ்வினை; நீயே அரசனாக இரு" என்று கூறி அயோத்திவர மறுத்து விட்டான்.

இராமன் காட்டில் குடிசை கட்டி வாழ்ந்தான். தானாக விளைந்த நெல்லை உலர்த்திக் குத்தி அரிசியாக்கிச் சமைத்து உண்டு வாழ்ந்தான். தினமும் அருகதேவனை வழிபட்டான். இராமன், சீதை, இலட்சுமணன் மூவரும் காடுதோறும் குடிபெயர்ந்து தங்கி நாளைக் கழித்தனர்.

O O O

இராவணனின் தங்கை சந்திரநகைக்குச் (சூர்ப்பனகை) செம்பகன், சுந்தர் என இரு ஆண் பிள்ளைகள் இருந்தனர். செம்பகன், சூரியகாசம் என்னும் அதிசய வாளைப் பெறக் கடும் தவம் இருந்தான். ஒருவேளை மட்டுமே உண்டு 12 ஆண்டுகள் தவம் இருந்தான். அவனுக்கு உணவளிக்க என்றே சந்திரநகை அவனுடன் இருந்தாள்.

அந்த அதிசய வாள் ஏழு நாட்கள் மட்டும்தான் தோன்றும். அதற்குள் அதைப் பெற்றுக்கொள்ள வேண்டும்; இல்லை என்றால் அதைப் பெறத் தவம் செய்தவரை வெட்டிக் கொன்று விடும். அப்படிப்பட்ட அந்த வாளின் நறுமணத்தை முகர்ந்த இலட்சுமணன் அங்கே வந்தான். வாளை எடுத்துப் புதரில் வெட்டினான். புதரிலிருந்த செம்பகனின் தலை வெட்டுப்பட்டது.

இலட்சுமணன் இதைப் பெரிதாக எடுக்கவில்லை. இராமனிடம் நடந்ததைச் சொன்னான். இதே சமயத்தில் சந்திரநகை தன் மகனுக்கு உணவு கொண்டு வந்தாள். மகன் வெட்டுப்பட்டுக் கிடப்பதைக் கண்டாள். அலறி ஒப்பாரி வைத்தாள். வாளின் மணத்தை முகர்ந்தபடி இலட்சுமணன் இருந்த இடத்தை அடையாளம் கண்டாள். தன் மகனைக் கொன்றவனைப் பழிவாங்க வேண்டும் என்று நினைத்து வந்தவள் அழகான இரண்டு ஆடவர்களைப் பார்த்து மயங்கினாள். புன்னை மரத்தடியில் அமர்ந்து அழ ஆரம்பித்தாள்.

சந்திரநகை தனியே அழுதுகொண்டிருப்பதைப் பார்த்த சீதை அவளுக்கு ஆறுதல் சொன்னாள். அவளை இராமனிடம் அழைத்துச் சென்றாள். தன்னை ஏற்குமாறு இராமனிடம் கேட்டாள் சந்திரநகை. அவன் மறுத்தான். சந்திரநகைக்கு இராம இலட்சுமணர்களின் மேல் வெறுப்பு கூடியது. தன் ஆடையைக் கிழித்துக்கொண்டாள்; நகத்தால் உடலைப் பிறாண்டிக்கொண்டாள். அவள் உடம்பிலிருந்து குருதி வடிந்தது. கணவன் கரதூடணனிடம் சென்று அழுதாள்.

கரதூடணன், உன்னை அவமானப் படுத்தியவனின் வாழ் நாளை முடிக்கப் போகிறேன் என்று கூறிப் புறப்பட்டான். சந்திரநகை தன் மகன் செம்பகன் வெட்டுப்பட்டதையும் அதைக் கேட்கப் போன இடத்தில் இராம இலட்சுமணர்கள் தன்னை அவமதித்து அடித்ததாகச் சொன்னாள். கரதூடணன், படை யுடன் வரும்படி இராவணனுக்குத் தூதனுப்பினான்.

இராவணனின் வீரர்கள் வில்லை வளைத்து நாணைக் காதுவரை இழுத்துவிட்டனர். இந்தச் சப்தத்தைக் கேட்ட இலட்சுமணன் இராமனிடம் “நீ சீதையைக் கவனித்துக்கொள், நான் சென்று பகைவர்களை அழித்துவருகிறேன்” என்றான். இந்தச் சமயம் ஆகாயம் வழிவந்த இராவணன் சீதையைப் பார்த்தான். அவள் அழகில் மயங்கினான்.

சீதையைப் பலாத்காரமாகக் கொண்டுசென்று சமாதானப் படுத்தி இணங்கவைக்கலாம் என்று நினைத்தான் இராவணன். அவன் அவலோகினி என்னும் மந்திரத்தைப் பயன்படுத்தி இராமனைச் சீதையிடமிருந்து பிரித்துவைக்கும் உபாயத்தைக் கண்டுபிடித்தான். இலட்சுமணன் கரதூடணனுடன் போர் செய்துகொண்டிருந்த இடத்தில் மறைவாக நின்று “ராமா ராமா” என அழைத்தான். இலட்சுமணன் குரலைப் போலவே அந்த அழைப்பு இருந்ததால் இராமன் திடுக்குற்றான். இலட்சுமண னுக்கு ஆபத்து என நினைத்து ஜடாயு பறவையின் பாதுகாப் பில் சீதையை ஒப்படைத்துவிட்டு இலட்சுமணனின் குரல் கேட்ட இடத்துக்குப் போனான்.

இராமன் சீதையைப் பிரிந்து சென்றதும் இராவணன் அவளைப் பலவந்தமாய்த் தன் விமானத்தில் ஏற்றினான். இதைத் தடுத்த ஜடாயுவைக் கொன்றான். இராமனைக் கண்ட இலட்சுமணன் “உன்னை நான் அழைக்கவில்லையே உடனே போ, சீதையைப் பார்” என்றான். இராமன் தன் குடிசைக்குத் திரும்பியபோது சீதையைக் காணவில்லை.

இதற்கிடையில், இலட்சுமணன் கரதூடணனைத் தன் வீரவாளால் கொன்றான். அவனது வீரர்கள் திரும்பி ஓடினர்.

இலட்சுமணன் இராமனைத் தேடி வந்தபோது சீதையை யாரோ கவர்ந்து சென்றது தெரிந்தது. இலட்சுமணன் இராமனைச் சமாதானம் செய்தான், "நான் கரதூடணனைக் கொன்று விராதிதன் என்பவனுக்கு அவன் நாட்டைக் கொடுத்திருக் கிறேன். விராதிதனும் அவன் வீரர்களும் சீதையைக் கண்டு பிடிக்க உதவுவார்கள்" என்றான். அவர்களும் சீதையைத் தேடினர். காண முடியவில்லை. இராமன் "நாம் இனி இங்கிருக்க வேண்டாம். விராதிதனின் பாதாளலங்கைக்குச் சென்று தங்கு வோம்" என்றான். எல்லோரும் பாதாளலங்கை சென்றனர். அங்கே ஜீனர் கோவிலைக் கண்ட இராமன் மிகவும் மகிழ்ச்சி யடைந்தான்.

இராவணன் சீதையைத் தேவராண்யம் என்னும் பூங்காவில் சிறைவைத்தான். அவள் அழுதுகொண்டிருந்தாள். அவனது ஆசைக்கு இணங்கமாட்டேன் என்பதை ஆவேசத்துடன் சொன்னாள். இராவணன் எவ்வளவோ பேசிப் பார்த்தான். வழியில்லை. இராவணன் மண்டோதரியிடம் உதவி கேட்டான். "எனக்குச் சீதையின் மேல் ஆசை; அவளை எப்படியாவது பேசி இணங்கவைத்துவிடு" என்றான். மண்டோதரி "நீ பலாத்கார மாக அவளை அடையலாமே" என்றாள். இராவணனோ முடியாது. "விருப்பமில்லாத பெண்ணைத் தொடமாட்டேன் என்று அனந்தவீரிய பகவானிடம் சத்தியம் செய்திருக்கிறேன்" என்றான்.

மண்டோதரி, தன் சக்களத்திகளுடன் சீதை இருக்கும் இடம் சென்றாள். அவளிடம் நயமாகப் பேசி இராவணனுக்கு இணங்குமாறு சொன்னாள். சீதை அப்போதும் மறுத்து "அட சீ உன்னை எல்லோரும் கற்புக்கரசி என்கிறார்களே. கூசாமல் இப்படிப் பேசுகிறாயே" என்றாள்.

சீதையின் அழுகுரலைக் கேட்டு விபீஷணன் வந்தான். சீதையிடம் பேசினான். அவனுக்கு அவள் பேரில் அனுதாபம் வந்தது. இராவணனிடம் சீதையை விட்டுவிடும்படி அறிவுரை சொல்லிப் பார்த்தான். மாரீசனும்கூடச் சொன்னான். இராவணன் கேட்கவில்லை. விபீஷணனுக்கு வேறு வழியில்லை. இராவணனைப் பாதுகாக்க ஒரு மாயக்கோட்டை கட்டினான்.

கருந்தபுரம் என்ற நாட்டில் சுக்ரீவனின் ஆட்சி நடந்தது. அவனது மனைவி சுதாதை பேரழகுடையவள். ஆடவரைக் கவரும் கவர்ச்சியுடையவள். அவள்மேல் ஆசைகொண்ட சாகசதி என்பவன் சுக்ரீவனைப் போல் உருவம் எடுத்துக் கருந்தபுரத் திற்குச் சென்று அரியாசனத்தில் அமர்ந்தான்.

அனுமார் மலையைக் கொண்டுவருதல்

ஸ்ரீராமர் மாருதியை வாழ்த்தல்

மாயா சீதை

இந்திரஜித்து நிகும்பலை யாகம்

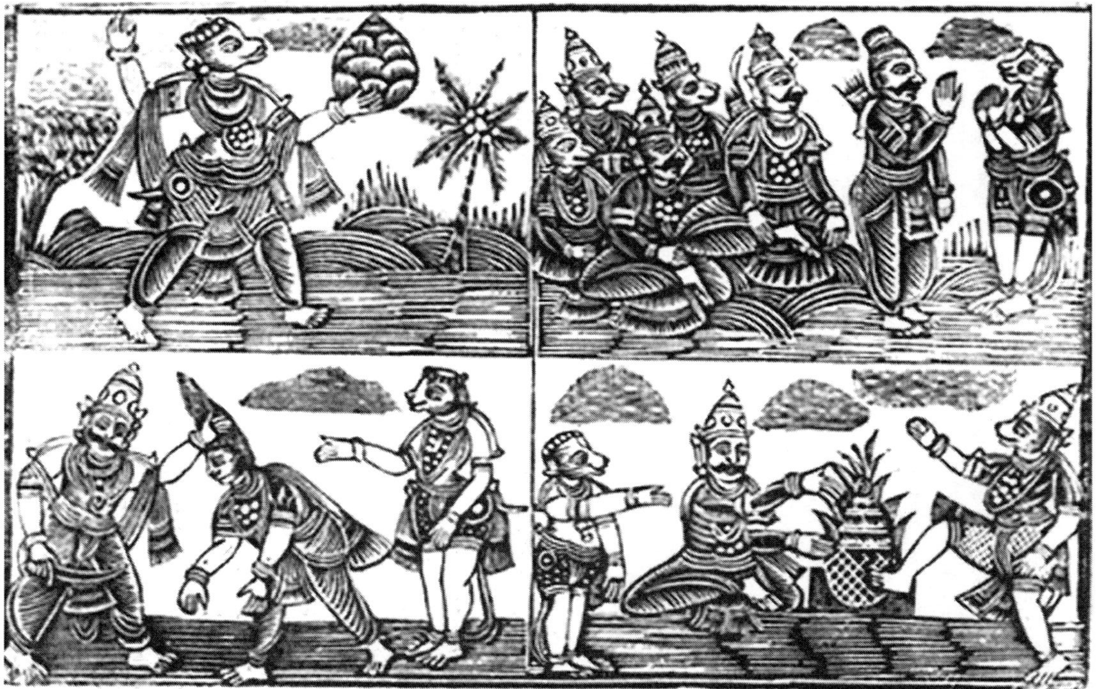

உண்மையான சுக்ரீவனுக்கும் போலி சுக்ரீவனுக்கும் வித்தியாசம் தெரியாமல் அதிகாரிகளும் அமைச்சர்களும் தடுமாறினார்கள். உண்மை சுக்ரீவனை அவனது மனைவியும் மூத்த மகன் அங்கதனும் அடையாளம் கண்டுவிட்டனர். இரண்டாம் மகன் போலி சுக்ரீவனே உண்மையானவன் என்றான். இதனால் தடுமாறிய வயதான அமைச்சர்கள் "உண்மையான சுக்ரீவனைக் கண்டுபிடிப்பதுவரை உண்மை, போலி இருவரும் காட்டிலேயே இருக்கட்டும்" என்றனர்.

காட்டில் இருந்த உண்மை சுக்ரீவன் தன் மருமகன் அனுமனின் உதவியுடன் இராமனிடம் சென்றான். தன் நிலை பற்றிச் சொன்னான். இராமன் தன் அபூர்வசக்தியின் வழி அவனே உண்மையான சுக்ரீவன் எனக் கண்டுகொண்டான். உண்மை சுக்ரீவனிடம் "நீ போலியைச் சண்டைக்குக் கூப்பிடு" என்றான். அவனும் கூப்பிட்டான். இராமனைக் கண்டதும் போலியின் வேதாளவித்தை மறைந்து உண்மை உரு வந்தது. இராமன் தன் பாணத்தால் போலியைக் கொன்றான். இதன் பின்னர் உண்மை சுக்ரீவன் மீண்டும் அரசனானான்.

சுக்ரீவன், சீதையின் சகோதரன் பாமண்டலனுக்குச் சீதையை யாரோ கவர்ந்து சென்றுவிட்டனர் என்று செய்தி அனுப்பினான். பாமண்டலன் இரத்தின கடி என்பவனைத் தற்செயலாகச் சந்தித்தபோது, அவனே சீதையைக் கவர்ந்து சென்ற இராவணனைத் தடுத்த வீரன் என்பதை அறிந்தான். இராமனிடம் அவனை அழைத்துவந்தான். சுக்ரீவனின் வித்தியாதர வீரர்களுக்கு இராவணன் பெயரைக் கேட்டதும் பயம் வந்தது. இராமனிடம் "சீதையை மறந்துவிடுங்கள்" என்று சொன்னார்கள். இராமன் பயம் வேண்டாம் என அபயம் அளித்தான்.

சுக்ரீவனின் அமைச்சர்களில் மூத்தவனான சாம்பவந்தன் "ரெம்ப வருஷங்களுக்கு முன்னால் இராவணன் அனந்த பீர்ய கேவிலிகளிடம் எனக்கு இறப்பு எப்போது என்று கேட்டான். அவர்கள் கோடிசிலை மலையைத் தூக்கும் வல்லமை உடையவன் உன்னைக் கொல்வான். ஆகவே இலட்சுமணன் அந்த மலையைத் தூக்க வேண்டும்" என்றான். உடனே சுக்ரீவன் இராமர், இலட்சுமணன், நீலன், சாம்பவந்தன் ஆகியோர் விமானத்தில் ஏறிக் கோடிசிலை மலை இருந்த இடத்துக்குச் சென்றனர்.

இலட்சுமணன் அந்த மலையில் தவம் இருந்து முக்தி பெற்றவர்களை நினைத்து வணங்கினான். பின், அந்த மலையை எளிதாகத் தூக்கிக் காட்டினான். சாம்பவந்தன் "நாம் முதலில்

இராவணனுக்குத் தூதன் ஒருவனை அனுப்ப வேண்டும். அதற்குத் தகுதியானவன் சுக்ரீவனின் மருமகன்தான்" என்றான்.

அனுமன், தன் மாமனுக்கு வந்த துன்பத்தை நீக்கியவன் என்ற காரணத்தால் இராமனிடம் மிகுந்த மரியாதை காட்டினான். இராமனிடம் "என்னை இழந்தாலும் உங்களுக்கு உதவுவேன்" என்றான். இராமன் அனுமனிடம் "உன்பேரில் எனக்கு நம்பிக்கை உண்டு. நீ இராவணன் மறைத்துவைத்திருக்கும் சீதையிடம் நான் தரும் கணையாழியைக் கொடுப்பாய். அவளிடமிருந்து சூடாமணியைப் பெற்று வருவாய்" என்றான்.

அனுமன் விமானத்தில் ஏறி இலங்கை சென்றான். வழியில் மகேந்திர மன்னனின் மக்களுடன் போரிட்டான். அவர்கள் பணிந்து அனுமனை வாழ்த்தினர். இலங்கைக்கு வழியும் சொல்லி அனுப்பினர். அனுமன் வான்வழிச் செல்லும்போது தகிமுகம் என்னும் தீவில் உள்ள அடர்ந்த காட்டில் நெருப்பு எரிவதைப் பார்த்தான். அந்தக் காட்டில் முனிவர்கள் சிலர் தவம் செய்து கொண்டிருந்தனர். வெள்ளுடைத் தரித்த மூன்று பெண்கள் கொடிய தவம் செய்வதையும் அனுமன் கண்டான். தன் மாய சக்தியால் கடல் நீரை அள்ளி, எரியும் நெருப்பில் ஊற்றினான். நெருப்பு அணைந்தது.

முனிவர்கள் அனுமனை வணங்கினர். "உமது ஜீன பக்தியின் வித்தையால் எங்களைப் பாதுகாத்தீர். நீர் செல்லும் காரியம் வெற்றியடையட்டும்" என்று வாழ்த்தினர். மூன்று பெண்களும் அனுமனை வணங்கி "நாங்கள் தகிமுக நகரப் பெண்கள். எங்களை வித்யாதர அரசன் மணக்க முன்வந்தான். ஆனால் எங்கள் குல முனிவர், சாகசகதி என்பவனைப் போரில் தோற்கடிக்கப்போகின்றவனே எங்கள் மூவரையும் மணப்பான். நீங்கள் நோன்பு நோற்றால் அது நடக்கும். அதனால் இந்தத் தீவுக்கு வந்தோம்" என்றனர். அனுமன் அவர்களிடம் "உங்கள் ஆசை நிறைவேறிவிட்டது. இராமன் என்பவன் சாகசகதியைக் கொன்றுவிட்டான்" என்றான். இதன்படி அந்த மூன்று பெண்களும் இராமனை மணந்து கொண்டனர்.

அனுமன் இலங்கை சென்றான். விபீஷணன் கட்டிய மலைக்கோட்டையின் முன்னே இருந்த மாயப் பொம்மையை உடைத்தான். கோட்டைத் தலைவனான வக்கிரமுகனைக் கொன்றான். அவன் மகள் இலங்கா சுந்தரி அனுமனை எதிர்த்தாள். அவள் அனுமனின் பலத்துக்கு ஈடுகொடுப்பவள்; ஆனால் அனுமனின் அழகில் ஈடுபட்டதால் தயங்கி நின்றாள். அவள் காதல் விகிதத்தை எழுதி அம்பில் கட்டி அனுமனுக்கு அனுப்பினாள். அவனும் பதில் கடிதம் அனுப்பினான்.

அ.கா. பெருமாள்

இலங்கா சுந்தரி அனுமனிடம் "நீர் இப்போது இராவண னிடம் செல்லாதீர்; உம் வீரம் அவனுக்கு எட்டியிருக்கும்; உம்மை அவன் சிறை செய்வான்" என்று எச்சரித்தாள். அதனால் அனுமன் நேராக விபீஷணனிடம் சென்றான்.

அனுமன் விபீஷணனிடம் "பரத கண்டத்தின் பாதிப் பகுதிகளை ஒரு குடைக்கீழ் ஆளும் இராவணன் மாற்றான் மனைவியை விருப்பம் இன்றிக் கவருவது நல்லதா. நீ அவனுக்கு அறிவுரை கூறு" என்றான். விபீஷணன் "நான் அப்படியான அறிவுரையைக் கூறி அலுத்துவிட்டேன். இன்னும் ஒருமுறை முயற்சி செய்கிறேன். அனுமனே, நீ சீதையைப் போய்ப் பார்" என்றான்.

அனுமன், சீதை சிறைவைக்கப்பட்டிருந்த சோலைக்குச் சென்றான். ஒரு மரத்தில் ஏறி மறைவாக நின்றுகொண்டான். இராமன் கொடுத்த கணையாழியைத் தூக்கி எறிந்தான். அது சீதையின் முன்னே விழுந்தது. சீதை அதைப் பார்த்தாள். அது தன் கணவனுடையது என்று கண்டுகொண்டாள். அவள் புன்முறுவல் பூத்தாள். நீண்ட நாட்களுக்குப்பின் அவள் முகத்தில் சந்தோஷ அறிகுறி தெரிந்தது.

சீதை சந்தோஷத்துடன் இருக்கிறாள் என்ற செய்தி இராவணனுக்கு எட்டியது. அவன் சீதைக்குப் பட்டாடைகளும் அணிகலன்களும் கொடுத்தனுப்பினான். கூடவே மண்டோதரி யும் வந்தாள். அவள் சீதையைப் பார்த்து "இப்போதாவது மனம் மாறினாயே; நல்லது" என்றாள். சீதையோ "கொடியவளே என் கணவனின் கணையாழியைக் கண்டதால் வந்த மகிழ்ச்சி இது. இதை யாரோ என் முன்னே எறிந்திருக்கிறார்கள்" என்றாள்.

இவர்களின் உரையாடலை மரத்திலிருந்து கேட்டுக்கொண் டிருந்தான் அனுமன். "நாம் இனி சீதையின் முன்னே நின்று பேசுவது நல்லது. இப்படி மறைந்திருப்பது கீழ்மகன் செய்யும் காரியம்" என்று நினைத்து மரத்திலிருந்து சீதையின் முன்னே குதித்தான். சீதையின் முன் கைகூப்பி நின்றான். "இராமதூதன் நான்; உன் நினைவாக அவன் இருக்கிறான்" என்றான்.

சீதை "என் உடன்பிறப்பே என்னை இராவணன் கவர்ந்து சென்ற பின்பு நடந்ததைச் சொல்" என்றாள். அனுமன் எல்லா வற்றையும் விரிவாகச் சொன்னான். சீதை "அனுமனே நீ பெருமளவு ஆற்றல் உடையவனா" என்று கேட்டாள். அனுமன் அதற்குப் பதில் சொல்ல வெட்கப்பட்டு நின்றான். அப்போது மண்டோதரியே பேசினாள். "சீதையே அனுமன் பரத கண்டத்

திலேயே பெரும் வீரன்; வித்தியாதர வம்சத்தினன். ஆனால் பூவுலகில் பிறந்த மானிடன் ஒருவனுக்குத் தூதனாக வந்திருக் கிறான்” என்றாள்.

மண்டோதரி பேசுவதைக் கேட்ட அனுமன் “பெண்ணே மாற்றான் மனைவியை விரும்பும் கணவனுக்குத் தூது வந்திருக் கிறாயே. நீ உத்தமப் பெண்ணா நீ? சீக்கிரமாக விதவையாகப் போகிறாய்” என்றான். மண்டோதரி அனுமன்மேல் கோபப் பட்டுப் பேசினாள்; அவளது கோபம் சீதையின் மேல் திரும்பி யது. தோழிகளின் உதவியுடன் சீதையைத் துன்புறுத்தினாள். ஆனால் அனுமன் மண்டோதரி முதலானவர்களை அடித்து விரட்டினான்.

அனுமன் சீதையிடம், “நான் விபீஷணன் வீட்டிற்குச் சென்று சிரமபரிகாரம் செய்துவிட்டு உணவு உண்டு வருவேன்” என்றான். சீதை அவனிடம் சூடாமணியைக் கொடுத்து “இதை இராமனிடம் கொடு” என்றாள். இந்த நிகழ்ச்சிகளை எல்லாம் கேள்விப்பட்ட இராவணன், அனுமனைப் பிடிக்க இந்திரஜித்தை அனுப்பினான். அனுமனோ அவனிடமிருந்து தப்பி வான்வழி பயணித்து, இராமனை அடைந்து சூடாமணியைக் கொடுத்து விட்டு, தன் அனுபவத்தை விவரித்தான்.

இராமன் இலங்கைக்குச் செல்ல ஆயத்தமாகும்படி சுக்ரீவனைப் பணித்தான். அவனும் படை திரட்டினான். வித்தியாதர வீரர்கள் இலங்கையை அடைந்தனர். இராவண னுக்கு அறிவுரை கூறித் தோல்வியுற்ற விபீஷணன் இராமனிடம் சரணடைந்தான்.

இராம லக்குவப் போர் ஆரம்பமானது. முதல் நாள் போர்க்களத்துக்கு இந்திரஜித்து வந்தான். இரண்டாம் நாள் போரில் விபீஷணன் இந்திரஜித்துவுடன் போரிட்டான். இந்திரஜித்து சுக்ரீவனின் மேல் நாகபாசம் விட்டான். அவனைக் காப்பாற்ற இராமன் கருடனின் உதவியை நாடினான். இராமன் சிம்ம வாகனத்திலும் இலட்சுமணன் கருட வாகனத்திலும் ஏறிப் போரிட்டனர்.

மூன்றாம் நாள் போரில் இராவணனும் விபீஷணனும் நேரடியாக மோதிக்கொண்டனர். இராவணன், இலட்சுமண னின் மேல் சக்திப்படையை ஏவினான். இலட்சுமணன் நினை விழந்தான். இராமன் ஜாம்பவானின் ஆலோசனைப்படி இலட்சுமணனை ஒரு குடிலில் தனியே கிடத்தினான். விசல்யை என்னும் பெண்ணின் உதவியால் மயக்கம் தீர்ந்தான் இலட்சுமணன்.

இலிங்கணி வதை

அனுமார் மரத்தின் மேலிருந்து பார்க்குதல்

இராவணன் சீதையை வற்புறுத்தல்

அனுமார் கணையாணி கொடுத்தல்

❀ 62 ❀ இராமன் எத்தனை இராமனடி!

இந்த நேரத்தில் இராவணனின் அமைச்சர்கள் அவனுக்கு அறிவுரை வழங்கினர். “இராம லக்குவர் சிம்மவாஹினி, கருடவாஹினி வித்தையைப் பெற்று விட்டனர். விகல்யையை இலட்சுமணன் திருமணம் செய்துவிட்டான். கும்பகர்ணனும் இந்திரஜித்துவும் இராமனின் சிறையில் உள்ளனர். இராவணனே இராமனிடம் உடன்பாடு செய்துகொண்டு சீதையை விட்டு விடு” என்றனர்.

இராவணன் யோசித்தான். முடிவாக, தன் தூதனை இராம னிடம் அனுப்பினான். தூதன் இராமனிடம் “இராவணன் இலங்கையில் பாதியை உனக்குத் தருவான். வித்தியாதர மகளிர் சிலரையும் தருவான். நீ சீதையை மறந்துவிட வேண்டும். இராவணனின் தம்பிகளையும் இந்திரஜித்துவையும் விடுவிக்க வேண்டும்” என்று கேட்டுக்கொண்டான்.

இராவண தூதனின் பேச்சைக் கேட்ட இராமன் சிரித்துக் கொண்டே “சீதையை இராவணன் விட்டுவிட வேண்டும்; எனக்கு இலங்கை வேண்டாம். சீதையை இராவணன் விட்டால் இராவணனின் தம்பிகளையும் விடுவேன்” என்றான். தூதன் “அப்படியானால் இனித் தொடர்ந்து போர் நடக்கும். உயிர் விடத் தயாராகு” என்றான். இராமனோ “தூதனே அடுத்தவன் மனைவிக்காக உயிர்விடத் தயாராகிறான் இராவணன். என் சொந்த மனைவிக்குப் போராடுகிறேன் நான். இது மேலானது என்று உன் அரசனிடம் போய்ச் சொல்” என்றான்.

இராவணன் மறுபடியும் போருக்கு ஆயத்தமானான். இராமனை வெல்ல வேண்டும் என்றான். பகூரூபினி என்னும் வித்தையைக் கற்க வேண்டும் என்று ஒரு அமைச்சன் சொன் னான். பங்குனி மாதம் அஷ்டமி முதல் பௌர்ணமிவரை உள்ள நாட்களில் சித்தசக்கர நோன்பு நோற்க வேண்டும். இதை ஆவிடானிகம் என்பர். இராவணன் இந்த நோன்பை நோற்றான். இதற்கு இடையூறு செய்ய சுக்ரீவனின் வீரர்கள் போனார்கள். அவர்கள் மண்டோதரியையும் அவனது தோழி களையும் பிடித்து அடித்தார்கள். இந்த நேரத்தில் இராவணன் நோன்பு இருந்தான். அதனால் மண்டோதரியை அவன் காப் பாற்றப் போக முடியாத நிலை ஆகிவிட்டது.

இராவணனின் நோன்பு முடிந்தது. பகூரூபினி என்ற வித்தை அவனுக்குக் கைகூடியது. இதன் பின்னர் சீதையிடம் போனான் இராவணன். “பெண்ணே உனக்கு விருப்பமிருந்தால் தான் உன்னைக் கூடுவேன். இராமன் இறக்கப்போவது உறுதி. நான் புதிய சக்தியைப் பெற்று வந்திருக்கிறேன். இனி இராமனால் என்னை அழிக்க முடியாது” என்றான்.

சீதை இராவணனைப் பார்த்து நிதானமாகப் பேசினாள், "இராவணா நீ நல்ல குடியில் பிறந்தவன். என் கணவனை நீ கொன்றதும் நான் இறந்து விடுவேன். இது நிச்சயம். இராம னிடம் இதை நீ சொல்லிவிடு" என்றாள். இதைக் கேட்ட இராவணனின் மனம் மாறியது. "இராமனிடம் இவளுக்கு இத்தனை அன்பு உண்டு என்று தெரியாமல் கவர்ந்து வந்து விட்டேனே. இவர்களை நான் பிரித்துவிட்டேனே. நான் வெறுக்கத்தக்கவன்; தீயவன். இனி, நான் போரிடாமல் சீதையை அபகரித்தால் உலகம் பழிக்கும். இராமனை உயிருடன் பிடித்துச் சீதையை எடுத்துக்கொள் என்பேன். நிறையப் பணமும் கொடுப்பேன். அது எனக்கும் புகழும் மேன்மையும் தரும்" என்றெல்லாம் நினைத்தான்.

அடுத்த நாள் போருக்குப் புறப்பட்டான் இராவணன். கடைசியாக மண்டோதரியைப் பார்க்கப் போனான். அவள் இராவணனின் கைகளைப் பிடித்துக்கொண்டாள். "என் புருஷனே சீதையை விட்டுவிடு. நான் விரும்பும் வடிவத்தை எடுக்கும் வலிமை உடையவள் என்பது உனக்குத் தெரியும். சீதையைப் போல் வடிவத்தை எடுக்கிறேன், நீர் ஆசை தீர நான் எடுக்கும் சீதை வடிவத்தைப் புணர ஒத்துழைக்கிறேன். பிறர்மனை நயந்து உயர்ந்த புகழை விட்டுவிடாதீர்" என்றாள்.

மண்டோதரி சொன்னதை இராவணன் கேட்கவில்லை. அவனுக்கு இராமனை உயிருடன் பிடித்துவிடலாம் என்ற நம்பிக்கை இருந்தது. மாரீசன் தலைமையில் இராவணன் போர்க்களம் சென்றான். 1000 யானைகள் பூட்டிய ஐந்ரீ என்ற தேரில் ஏறிப் போனான். இராமனின் வீரர்கள் இதைக் கண்டு அஞ்சி நின்றனர். ஜாம்பவான் "பகூரூபிணி வித்தையால் இராவணன் பெற்ற தேர் அது" என்றான்.

போர்க்களத்தில் சீதையின் அண்ணன் பாமண்டலன் கோரமாய்ப் போர் செய்தான். இலட்சுமணன், இராவணனின் ஒரு தலையை அறுத்தான். பகூரூபிணி வித்தையின் மகிமையால் இரண்டு தலைகள் முளைத்தன. இரண்டை அறுத்தால் நான்கா யின. எந்த உறுப்புகளை அழித்தாலும் அவை இரு மடங்காய் ஆயின.

இராவணன் அபூர்வமான சக்ராயுதத்தை வீசினான். இராம னின் வீரர்கள் அஞ்சி ஓடினர். அந்த ஆயுதம் இலட்சுமணனை வலம்வந்து அவன் காலடியில் விழுந்தது. அவன், அதை இராவணனின் மேல் செலுத்தினான். அது இராவணனின் மார்பைப் பிளந்தது. அஞ்சன மலைபோல் இராவணன் விழுந்தான்.

விபீஷணன் இராவணனின் உடலைப் பார்த்துத் தேம்பி அழுதான். இராமன் "இராவணனின் உடலை முறைப்படி கொண்டுசென்று இறுதிக்கடன்கள் செய்யுங்கள்" என்றான். கும்பகர்ணனும் பிறரும் விடுதலை ஆயினர். அவர்களுக்கு இலங்கையில் வாழ விருப்பமில்லை, காட்டுக்குத் தவம் செய்யச் சென்றனர். சந்திரநகையும்கூடத் துறவுபூண்டாள்.

இராமன், தேவாரண்யம் சிறையிலிருந்து சீதையை மீட்டு யானைமேல் ஏற்றிவந்தான். விபீஷணன் இலங்கை அரசனானான். அவன் மனைவி விதத்தாலை ராணியாக அவனருகில் அமர்ந் தாள். இராமன், இலட்சுமணன், சீதை ஆகிய மூவரும் இலங்கை யில் தங்கினர். இலட்சுமணனின் மனைவிகளும் இலங்கைக்கு வந்தனர். அவர்கள் ஆறு ஆண்டுகள் அங்கே தங்கினர்.

இது இப்படி இருக்க, நாரதர் ஒரு நாள் அயோத்திக்குச் சென்றார். அங்கே அரண்மனை உப்பரிகையில் கோசலையைக் கண்டார். அவள் ஒரு காகத்தைப் பார்த்து இராமன் எப்போது வருவான் எனப் புலம்பிக்கொண்டிருந்தாள். இதைப் பார்த்த நாரதர் அவளுக்கு ஆறுதல் சொன்னார். பின்னர் அங்கிருந்து இலங்கை சென்றார். இராமனைக் கண்டு "கோசலை உனக்காக ஏங்குகிறாள். உடனே போ" என்றார். அவனும் அதற்கு இணங்கினான்.

இராமன் தனக்கே உரிய கலப்பை ஆயுதத்தை எடுத்தான். இலட்சுமணன் சங்குசக்கரங்களை ஏந்தினான். இராமனின் பரிவாரங்களும் புறப்பட்டன. இராமன் அயோத்திக்குச் சென்ற தும் பரதன், இராமனிடம் நாட்டை ஒப்படைத்தான்; பின் காட்டிற்குத் தவம் செய்யச் சென்றான். சத்துருக்கனன் மதுரை மன்னனுடன் போரிடப் போனான். இராமன் அயோத்தி சென்ற பின் பல பெண்களை மணந்தான். இராமனின் மனைவி கள் 8000; இலட்சுமணனின் மனைவிகள் 16000

ஒரு நாள் சீதை, தான் கண்ட கனவை இராமனிடம் விவரித்தாள். "அஷ்டாபதங்கன் என்ற மிருகம் (சிங்கத்தைக் கொல்லும் வல்லமை உடையது) என் வாயில் நுழைவது போலவும் புஷ்பக விமானத்திலிருந்து நான் விழுவது போலவும் கனவு கண்டேன்" என்றாள் சீதை. இதைக் கேட்ட இராமன் "உனக்கு இரண்டு குழந்தைகள் பிறக்கும்; சில துன்பங்களும் வரும்; நீ ஜீனர் கோவிலுக்குப் போனால் விமோசனம் கிடைக் கும்" என்றான்.

ஒருமுறை, இராமனைச் சந்தித்த நகரவாசி "சீதை இராவண னின் சிறையில் இருந்தாள். அவளை நீ எப்படி நாட்டின்

அரசி ஆக்கலாம்" என்று கேட்டான். இதைக் கேட்ட இராமன் தன் தளபதியை அழைத்துச் சீதையைக் காட்டில் கொண்டு விடுமாறு சொன்னான். தளபதி அவளை நடுக்காட்டில் கொண்டு விட்டான்.

காட்டில் விடப்பட்ட சீதையைப் புண்டரீகப் புரந்திரன் வஜ்ஜிரங்கன் என்பவன் கண்டு அவனது விருத்தாந்தங்களைச் சொன்னான். அவள் கருவுற்றிருப்பதையும் கண்டுகொண்டான். அவளைத் தன் நாட்டிற்கு அழைத்துச் சென்றான். அவள் அங்கே தங்கினாள். பத்து மாதங்கள் சென்றன.

சீதை இரண்டு ஆண்மக்களைப் பெற்றாள். ஒருவனுக்கு அரங்க இலவணன், இரண்டாமவனுக்கு இலவணாங்குசன் என்று பெயரிட்டாள். இருவரையும் செல்வச் செழிப்புடன் வளர்க்கும்படி ஏற்பாடு செய்தான் புண்டரீகன். ஒரு நாள் சித்தார்த்தன் என்னும் துறவி புண்டரீகனின் அரண்மனைக்கு வந்தார். அவர் எல்லாக் கலைகளையும் அறிந்தவர். அவருக்கு இரட்டைக் குழந்தைகளின் மேல் வாஞ்சை வந்தது. தான் படித்த வித்தைகளை இரட்டையர்களுக்குக் கற்பித்தார்.

இரட்டையர்கள் மணப்பருவம் எய்தினர். புண்டரீக மன்னன் தன் மகள் சகிசூளாவை மூத்தவனுக்கும் பிரது மன்னனின் மகள் கனகமாலையை இரண்டாமவனுக்கும் மணமுடித்து வைத்தான். இருவரும் இல்லற வாழ்க்கையை இனிதே அனுபவிக்கும்போது ஒரு நாள் நாரதர் வந்தார். இரட்டையர்களைப் பார்த்து "இராம லட்சுமணர்களைப் போல் வாழுங்கள்" என வாழ்த்தினார். இதைக் கேட்ட பிள்ளை கள் அவர்கள் யாவர் எனக் கேட்டனர்.

நாரதர், தசரதன் கதையிலிருந்து ஆரம்பித்து இராமன் சீதையைக் காட்டுக்கு அனுப்பியது வரையுள்ள நிகழ்ச்சிகளைச் சுருக்கமாய்க் கூறினார். இரட்டையர்கள், மனைவியை இப்படியா காட்டுக்கு அனுப்புவது, தட்டிக்கேட்க யாருமில்லையா? நாங்கள் அவர்களைக் கேட்கப்போகிறோம் என்று யதார்த்தமாய்ப் பேசினர். இதை எல்லாம் கேட்டுக் கொண்டிருந்த சீதை "பிள்ளைகளா நீங்கள் இராமனின் மக்கள். இராம லட்சுமணர் களையா எதிர்க்கப்போகிறீர்கள்" என்று கேட்டாள். பிள்ளை களோ அப்படியானால் நாங்கள் போய் ஆக வேண்டும்; அவர்களை எதிர்த்துப் போர் செய்வோம் என்றனர்.

இரட்டையர்கள் பெரும் படையுடன் அயோத்தி சென்றனர். இராம லட்சுமணர்களும் களத்தில் இறங்கினர். சீதை விமானத் தில் வந்து மேலிருந்து நடப்பதைப் பார்த்தாள். இலவணன்

லவன் குதிரையைப் பிடித்துக் கட்டுதல்

அஸ்வத்தை விடுதல்

இராமனுடனும் அங்குசன் இலட்சுமணனுடனும் மோதினார்கள். பிள்ளைகளுக்குத் தாங்கள் போரிடுபவர்கள் யாவர் எனத் தெரியும். இராம லட்சுமணர்களுக்கு இரட்டையர்கள் யாவர் எனத் தெரியாது.

இராம லட்சுமணர்கள் தன் பிள்ளைகளின் முன் நிற்க முடியாமல் தடுமாறினார்கள். இலட்சுமணன் மயங்கி விழுந்தான். அப்போது நாரதர் வந்தார். இராமனிடம் இவர்கள் உன் பிள்ளைகளே என்னும் உண்மையைச் சொன்னார். இதைக் கேட்ட இராமன் ஓடிச்சென்று மக்களை அணைத்துக் கொண்டான்.

இதை எல்லாம் விமானத்திலிருந்து பார்த்துக் கொண்டிருந்த சீதை மறுபடியும் புண்டரீகனிடம் சென்றுவிட்டாள். நாரதர், "ராமா சீதையை உன் நாட்டிற்கு அழைத்துச் செல்" என்றார். இராமன், "அயோத்தி மக்களின் திருப்திக்காக அக்கினிப் பிரவேசம் செய்யட்டும் அழைத்துக்கொள்ளுகிறேன்" என்றான்.

சீதை அக்கினிப் பிரவேசம் செய்து மீண்டாள். இராமன் அவளை அழைத்துச் செல்லத் தயாரான போது "எனக்கு இனி இந்த வாழ்வு வேண்டாம், துறவியாகப்போகிறேன்" என்றாள். சொன்னபடி செய்தாள். தன் தலைமயிரைக் களைந்து வெள்ளாடை உடுத்தித் துறவியானாள்.

இராமன் இறந்து போனான் என்னும் பொய்யான செய்தி கேட்ட இலட்சுமணன் தற்கொலை செய்து கொண்டான். இதனால் மனம் வருந்திய இராமன் துறவுபூண்டான்.

✺

4

தோல்பாவைக் கூத்தில் இராமாயணம்

தோல்பாவைக் கூத்து என்னும் நாட்டார் நிகழ் கலைக்குரிய இராமாயணக் கதை வாய்மொழி மரபில் மட்டுமே உள்ளது. இதற்கென்று ஏடுகளோ கையெழுத்துப் பிரதிகளோ இல்லை. தோலில் வரையப்பட்ட வண்ணப் படங்களை விளக்கின் ஒளியில் திரைச்சீலையில் பொருத்தி ஆட்டிக்காட்டுவது தோல்பாவைக் கூத்து. பொதுவாக, இது பாவைக் கூத்து எனப்படும்.

இராமாயணக் கதையை நிகழ்த்திக் காட்டுவதற் கென்றே உருவாக்கப்பட்ட கலை தோல்பாவைக் கூத்து. தென்னிந்திய மாநிலங்களில் தோல்பாவைக் கூத்துக்கு இராமாயணமே பாடுபொருளாய் உள்ளது. மேலும் இராமாயணத்துடன் தொடர்புடைய மயில் இராவணன் கதை, மச்சவல்லபன் போர், அரிச்சந்திரன் கதை ஆகியவை யும் இக்கலையில் நிகழ்த்திக் காட்டப்படும்.

தோல்பாவைக் கூத்து, இராமாயணத்தைப் பத்துப் பகுதிகளாகப் பகுத்துக்கொண்டு நடத்துகின்றனர். நல்லதங்காள் கதை, அரிச்சந்திரன் கதை ஆகிய இரண்டை யும் இடைநாட்களில் நடத்துவர். இராமர் பட்டாபிஷேகம் முடிந்த பின்பு மச்சவல்லபன் போர், மயில் இராவணன் கதை, அசுவமேத யாகம் ஆகிய மூன்று கதைகளையும் நடத்தும் வழக்கம் பொதுவாக உள்ளது.

தோல்பாவைக் கூத்தில் முதல்நாள் பாலகாண்டக் கதை நிகழும். இதில் இராமன் பிறப்பு, தாடகைவதை, மிதிலைக்குப் புறப்படுதல், அகலிகை விமோசனம் ஆகியன காட்டப்படும். இரண்டாம் நாள் நிகழ்ச்சி, மிதிலையில் வில்லொடித்தல். இதில் இராமன் வில்லை ஒடித்துச்

சீதையை மணம் செய்தல், பரசுராமரை வெல்லுதல் ஆகியன நிகழும்.

மூன்றாம் நாள் நிகழ்ச்சி, பரதன் பட்டாபிஷேகம். இதில் இராமன் வனம் செல்லுதல், பரதன் இராமனிடம் பாதுகையைப் பெற்றுச் செல்லுதல் ஆகிய நிகழ்ச்சிகள் நடக்கும். நான்காம் நாள் நிகழ்ச்சி, சூர்ப்பனகை கௌரவ பங்கம். இதில் சூர்ப்பனகை மூக்கறுத்தல், கரதூஷணப் போர் ஆகியன நிகழும்.

ஐந்தாம் நாள் நிகழ்ச்சி, சீதை சிறைப்படல். இதில் சீதையை இராவணன் சிறை எடுத்துச் செல்லல், ஜடாயுடன் போர், கவுந்தன் வதை, சபரிமோட்சம், இராமன் மூங்கப்பிதா ஆற்றில் அனுமனைச் சந்தித்தல் ஆகியன நிகழும். ஆறாம் நாள் நிகழ்ச்சி, வாலி மோட்சம். இதில் வாலி சுக்ரீவன் சண்டை, வாலியின் முந்தைய பிறவியை இராமன் அறிவித்தல், சுக்ரீவனை வதை செய்தல், சுக்ரீவன் பட்டாபிஷேகம் ஆகியன நிகழும்.

ஏழாம் நாள் நிகழ்ச்சி, சுந்தர காண்டம். எட்டாம் நாள் நிகழ்ச்சி, முதல்நாள் போர். இதில் சேதுபந்தனம் விபீஷணன் அடைக்கலம், இராவணனுடன் அனுமன் போர் செய்தல், அங்கதன் தூது ஆகியன நிகழும்.

ஒன்பதாம் நாள் நிகழ்ச்சி, கும்பகர்ணன் போர். இதில் அதிகாயன் வதை, கும்பகர்ணன் வதை, இந்திரஜித்து போர் ஆகியன நிகழும். பத்தாம் நாளில் இராவணன் வதையும் பட்டாபிஷேகமும் நிகழும்.

பெரும்பாலும் ஒன்பதாம் நாள் நிகழ்ச்சி முடிந்த அடுத்த நாளில் மயில் இராவணன் கதையும் அடுத்த நாள் மச்சவல்லபன் போர் கதையும் நடக்கும். இந்த இரண்டு கதைகளையும் மூன்று அல்லது நான்கு நாட்கள்வரை நடத்துவர். பின்னர் பட்டாபிஷேகக் காட்சி நிகழும். அதை அடுத்து அசுவமேத யாகக் கதையை ஊரின் வேண்டுகோளின்படி நடத்துகின்றனர். இராமாயணத் தோல்பாவைக் கூத்து நிகழ்ச்சிகள் பார்வையாளர்களின் வருகையின் அளவைப் பொறுத்து நீளுவதும் சுருங்குவதும் அமைகிறது.

இராமாயணத் தோல்பாவைக் கூத்துக் கதைப்போக்கில் உள்ள அம்சங்களாக,

1. கம்பனின் செல்வாக்கால் உள்ள சில பாடல்களும் நிகழ்ச்சிகளும் வருவது.

2. புதிய அல்லது மாற்றமுள்ள கிளைக் கதைகளை குறிப்பிட்ட கதாபாத்திரம் வழிக் கூறவைப்பது அல்லது அக்கதையை நடத்திக் காட்டுவது.

3. நாட்டார் வழக்காற்றுக் கூறுகள் தெறித்தால் போலக் கதையமைப்பில் வந்துகொண்டே இருப்பது.

4. கதாபாத்திரங்கள் எல்லாமே பெரும்பாலும் மனித மனத்தின் குறைபாடுகளுடன் காட்டப்படுதல் ஆகியவற்றைக் குறிப்பிடலாம்.

தோல்பாவைக் கூத்து இராமாயணத்தில் கிளைக்கதைகள் சில மாற்றங்களுடன் வருகின்றன. இந்த மாற்றங்கள் பெரும்பாலும் வாய்மொழி மரபின் பாதிப்பில் ஏற்பட்டவை. தமிழ் மரபுக்கு மாறுபட்ட கிளைக்கதைகளும் உள்ளன. மாறுபட்ட நிலையில் உள்ளவையான தோல்பாவைக் கூத்து இராமாயணக் கிளைக்கதைகள்

> குருபத்திரன் கதை, அகலிகை கதை, பரசுராமன் கதை, விராடன் கதை, ஜடாயு கதை, சூர்ப்பனகையின் வரலாறு, இராவணன் சனீஸ்வரன் கதை, கவந்தன் கதை, சபரி கதை, அனுமன் கதை, வாலி சுக்ரீவன் தோற்றக்கதை, வாலி சுக்ரீவன் பூர்வ ஜன்மக் கதை, அனுமனின் ஆணவம் தீர்த்த கதை, இலட்சுமணன் மீது சந்தேகப்பட்ட கதை

ஆகியவற்றைக் கூறலாம்.

தோல்பாவைக் கூத்தின் பார்வையாளர்கள் எல்லோருமே குக்கிராமத்து மக்கள்தாம். இவர்கள் இதிகாசத்தைக் கேட்கும் ஆர்வத்தைக் கொண்டவர்கள் என்றோ பரம்பொருளின் பிரம்ம ரகசியத்தை அறியத் துடிக்கும் ஆசை கொண்டவர்கள் என்றோ முழுமையாகச் சொல்ல முடியாது. இந்தப் பார்வையாளர்களின் நம்பிக்கையையும் வழக்காறுகளின் போக்குகளையும் அடிப்படையாகக் கொண்டு இக்கலை நிகழ்த்தப்படுகிறது என்றும் கூறலாம்; அல்லது தோல்பாவைக் கூத்துக் கலைஞனின் பார்வையில் இராமாயணம் அமையும் விதத்தை வெளிப்படுத்துவதாகவும் கொள்ளலாம்.

நாட்டார் வாய்மொழி மரபுக் கதைகளும் புராணச் சார்புக் கதைப்பாடல்களும் ஒரு வீரன் அல்லது அதிதீவிர சக்தியுடையவனின் உயிர், அவன் உடலில் குறிப்பிட்ட ஒரு பகுதியில் இருக்கும் அல்லது வேறு எங்கோ ஓரிடத்தில் இருக்கும் என்ற நம்பிக்கையைக் குறிப்பிடும். இந்த இடத்தைக் கண்டுபிடித்து அழித்துவிட்டால் அவனும் அழிந்துவிடுவான். இதே நிகழ்ச்சி தோல்பாவைக் கூத்து இராமாயணத்திலும் உள்ளது.

ஜடாயுவின் உயிர் அதன் சிறகில் இருப்பதாகவும் (இதை ஜடாயுவே கூறுகிறார்) அட்சய குமாரனின் உயிர் இலங்கைக் கோட்டை வடக்கு வாசல் கல்லில் இருப்பதாகவும் (இதை

அட்சய குமாரனே கூறுகிறான்.) இராவணனின் உயிர் அவன் உடலில் உள்ள அமிர்த கலசத்தில் இருப்பதாகவும் (இதை விபீஷணன் கூறுகிறான்) கூறப்படும் நிகழ்ச்சிகள் இந்த இராமாயணத்தில் வருகின்றன.

கர்மம், பூர்வஜன்மம் போன்றவற்றில் உள்ள மரபு வழியான நம்பிக்கையை நாட்டார் தன்மையுடன் இந்த இராமாயணம் காட்டுகிறது. இராமன் தாடகையைத் தாடகை வள்ளியாகவும் திரிசடையை அர்ஜுனன் மனைவி அல்லியாகவும் பிறக்கு மாறு வரம் அளிக்கும் நிகழ்ச்சி நாட்டார் தன்மையுடன்தான் காணப்படுகின்றது.

தோல்பாவைக் கூத்து இராமாயணத்தில் நாட்டார் நம்பிக்கைகள் பரவலாகவே வருகின்றன. வட்டார நம்பிக்கை யின் செல்வாக்கு இது. பாவைக்கூத்துக் கலைஞர்கள், தங்கள் நிகழ்ச்சி நடத்தும் வட்டார இராமாயண வழக்காற்றையும் கூத்தின் இடையே கதாபாத்திரங்களின் வழி கூறுவது இயல்பாக உள்ளது. இதோடு வட்டார நடப்பு நம்பிக்கைகளையும் தங்கள் கதையுடன் இணைத்துப் பேசுகின்றனர்.

சகுனம் பற்றிய நம்பிக்கை பரவலானது. விதவைகளின் சகுனம், அபசகுனமாகக் கருதப்படுவது பொதுவானது. தோல்பாவைக் கூத்து இராமாயணமும் இதற்கு விதிவிலக்கல்ல. விதவையான கூனி மந்தரையை அபசகுனம் பிடித்தவள் என இராமன் கருதுகிறான். குழந்தைப் பிராயத்திலேயே பதிந்துபோன அவனது இந்த உணர்வு கூனியை மிகவும் பாதித்திருக்கிறது. அதனால் அவனைப் பழிவாங்க வேண்டுமென அவள் வைராக்கியமே கொண்டிருக்கிறாள். கைகேயியை அவள் தூண்டுவதற்கு இதுவே காரணமாகக் கூறப்படுகிறது.

காகம் தலையை ஒரு பக்கமாகச் சாய்த்துப் பார்ப்பதற்கு இராமாயணக் கதையின் ஒரு நிகழ்ச்சியைக் காரணமாகக் கூறுவது நாட்டார் மரபு. இராமன் சயனித்துக்கொண்டிருந்த போது காகாசுரன் பறந்து சென்றான். அசுரனின் நிழல் இராமன் மீது பட்டது. உடனே, இராமன் கோபத்துடன் எழுந்தான். ஒரு அரக்கனின் நிழல் என் மீது விழுவதா எனக் கேட்டான். இந்தக் காகத்தின் ஒரு கண்ணின் பார்வை போகட்டும் என்று சாபமிடுகிறான். இதே நிகழ்ச்சி தோல்பாவைக் கூத்து இராமாயணத்திலும் வருகிறது.

விருச்சி கேட்டல் மரபுவழி நம்பிக்கைகளில் ஒன்று. குறிப்பிட்ட ஒரு சொல், ஒரு செயலுக்கு ஆதாரமாக விளங்கும் என்பதும் நாட்டார் நம்பிக்கை. தோல்பாவைக் கூத்தில் இதற்கு இரண்டு உதாரணங்கள் காட்ட முடியும். இராவண சந்யாசி

சீதையிடம் பிச்சை பெறுவதற்கு முன்பு சில கேள்விகள் கேட்கிறான். அவள் எல்லாவற்றிற்கும் பதில் சொல்கிறாள். அவன் அவளிடம் இறுதியாக என் திருவோட்டில் என்ன இருக்கிறது என்று கேட்க அவள், "இசங் என்ற பச்சிலை உள்ளது" என்று கூறுகிறாள். உடனே இராவணனின் தேர் ஆகாயத்தில் பறக்கிறதாம். இலங்கை அரக்கர்கள் அனுமனின் வாலில் நெருப்பை வைக்கின்றனர். அனுமனைச் சுற்றிலும் ஊர் ஜனங்கள். ஒருகிழவி சுடு குரங்கை என்கிறாள். அனுமனோ அதை வேதவாக்காகக் கொண்டு இலங்கைக்குத் தீவைத்து விடுகிறான்.

சிவனிடம் வரம் வாங்கிய அரக்கர்களைத் திருமால் அவதாரம் எடுத்து அழிப்பது என்ற செய்தி நாட்டார் மரபில் ஒருவித நையாண்டித் தன்மையுடன் கூறப்படுகிறது. திருமாலின் அவதாரமான கண்ணன், சிவனிடம் வரம் வாங்கிய அரக்கர்களின் வலிமையை அழிக்கும் நிகழ்ச்சிகள் தென்பகுதிக் கதைப் பாடல்களில் உள்ளன. 'முப்புடாதி' சிவனிடம் வரம் வாங்கி வந்தபின் கண்ணன், திறமையாக அவன் வரத்தை அழிக்கும் நிகழ்ச்சியை முத்தாரம்மன் கதை கூறுகிறது. இதைப் போன்றே இராவணன் சிவனிடம் பெற்ற வரங்களின் தன்மைகளைக் கண்ணன் கோனார் வேடம் தாங்கி வந்து மாற்றுகிறார். இந்த நிகழ்ச்சி, கண்ணனை வேடிக்கை குணம் கொண்டவனாகக் காட்டுகிறது.

குரங்கு உணவை வாயில் ஒதுக்கிச் சாப்பிடுவது இயற்கை யான செயல். இதற்கு ஒரு இராமாயண நிகழ்ச்சியைக் காரணம் காட்டுகிறது தோல்பாவைக் கூத்து இராமாயணம். அனுமன் இலங்கையில் நெருப்பு வைத்தபோது, இலங்கை மாளிகைகளை விசுவகர்மா செப்பனிட்டானாம். இதைப் பார்த்த அனுமன் விசுவகர்மாவிடம் "நான் இலங்கையிலிருந்து போவதுவரை மாளிகைகளைச் செப்பனிடாதே. கல்லும் காவிரியும் இருக்கும் வரை உட்கார்ந்து சாப்பிடப் பணம் தருகிறேன்" என்றானாம். விசுவகர்மா அதற்கு உடனே இணங்கினார். அனுமானோ கடைசியில் விசுவகர்மாவை ஏமாற்றிவிட்டான். இதனால் வெகுண்ட விசுவகர்மா அனுமனைப் பார்த்து "நீயும் உன் இனமும் உணவை வாயில் ஒதுக்கியபடி சாப்பிடுங்கள்" எனச் சாபம் கொடுத்தானாம்.

தோல்பாவைக் கூத்தில் இராமன் தன்னைப் பரம்பொருள் என்றே கூறிக்கொள்ளுகிறான். பரம்பொருளாகவே பிற கதா பாத்திரங்களும் கருதுகின்றன. ஆனால் அவனது பேச்சும் செயலும் மனிதன் என்று நினைக்கும்படியே காட்டப்படுகின்றன.

மனிதர்களுக்குரிய சாதாரண பலவீனங்களுடனேயே இராமன் வருகிறான்.

வாலி மோட்ச நிகழ்ச்சியில் ஒரு காட்சி, அனுமன் இராமனிடம், “பரம்பொருளே வாலியும் சுக்ரீவனும் சண்டைபோடும் போது வாலியின் மீது பாணம் அடிக்காமல் இருந்தீர்களே. வாலியின் கையால் சுக்ரீவன் சாக இருந்தானே. உங்களைப் பற்றி சுக்ரீவன் குறைபட்டுக்கொண்டான்” என்றான். அதற்கு இராமன் “இந்த சுக்ரீவன் என்னையா சந்தேகித்தான் . . . என்னையா சோதனை செய்தான். அதனால் அவன் கொஞ்சம் அடிபடட்டும் என்று இருந்துவிட்டேன். இப்படி நான் சொன்னதை அவனிடம் சொல்லிவிடாதே” என்றான்.

தோல்பாவைக் கூத்து இராமாயணம் ஒருவகையில் சூர்ப்பனகையின் பார்வையில் பார்க்கப்படுவதாகவும் கொள்ளலாம். சூர்ப்பனகையின் கணவன் வித்துவசிங்கன் இராவணனைவிட மிகப் பெரிய வீரன். அவள் மகன் செம்பகாசுரனும் பெரிய வீரன். இதனால், இராவணன் சூர்ப்பனகைக்கு ஆசை வார்த்தைகள் சொல்லிச் சூழ்ச்சியாக வித்துவசிங்கனைக் கொன்றுவிடுகிறான். சூர்ப்பனகையின் மகன் செண்பகாசுரன் இராவணனைக் கொல்லத் தவம் செய்கிறான். அப்போது இலட்சுமணன் அவனைத் தவறுதலாகக் கொன்றுவிடுகிறான். கணவனையும் மகனையும் ஒரே நேரத்தில் இழந்தவளாகிய சூர்ப்பனகை எல்லோரையும் பழிவாங்க நினைக்கிறாள். ஆனால் சூர்ப்பனகை இராமனின் அழகால் கவரப்பட்டுத் தடுமாறுகிறாள். இறுதியில் எல்லோரையும் ஒருவிதத்தில் பழியும் வாங்கிவிடுகிறாள்.

தோல்பாவைக் கூத்து இராமாயணத்தில் உள்ள மாற்றங்களும் முக்கிய நிகழ்ச்சிகளும் பின்வருமாறு.

I. பாலகாண்டம்

1. தசரதன் 6400 ஆண்டுகள் புத்திர பாக்கியம் இல்லாமல் இருந்தான். விசுவாமித்திரனிடம் வேண்டினான். அவர் 1000 யானைகளைக் கொன்று கர்மம் சம்பாதிக்கச் சொல்கிறார். தசரதன் 999 யானைகளைக் கொன்றுவிட்டு இறுதி யானையைக் கொல்லுவதற்குச் சென்றான். அப்போது சப்தகோரி என்ற அஸ்திரத்தைக் குருபத்திரன் மேல் தவறாகச் செலுத்துகிறான். குருபத்திரன் இறக்கும் போது எழுதிவைத்துவிட்டுச் சாகிறான்.
2. விசுவாமித்திரர் “விண்ணுலகமளந்த அனந்த காண்டீப ராஜகுமாரனாகிய ராஜரிக முடி” என்ற அடைமொழியுட

னேயே அழைக்கப்படுகிறார். அவர் யாகம் செய்த காட்டின் பெயர் "விஜயாபதி".

3. இராமன் தாடகையின் மேல் சக்கராயுதத்தைச் செலுத்து கிறான். அவளுக்குப் பூர்வ ஜன்ம நினைவு வருகிறது. அவள் அடுத்த பிறவியில் தாடகை வள்ளி எனப் பெயர் பெறட்டும் என இராமன் வரம் அளிக்கிறான்.

4. அகலிகை அமிர்தத்தில் பிறந்தவள். அவளை அடைய கௌதமரும் இந்திரனும் ஆசைப்பட்டனர். தேவர்கள், அவர்கள் இருவருக்கும் ஒரு போட்டி வைத்தனர். கங்கை யில் அதிக நேரம் யார் மூழ்கி இருக்கிறாரோ அவரே வெற்றிபெற்றவர். அவரே அகலிகையை அடைவார் என்றனர். போட்டியில் கௌதமர் வெற்றிபெற்றார்.

5. கௌதமரும் இந்திரனும் கரும்பூனையாகவும் சேவலாக வும் மாறிச் சண்டை செய்தனர்.

II. மிதிலையில் வில்லொடித்தல் பரசுராமரை வெல்லுதல்

1. ஜனகனின் வீட்டில் இருக்கும் வில்லின் பெயர் நன்னெரிகை. இது ஒவ்வொரு நாளும் வளர்ந்து கொண்டே வருவது.

2. இராமன் வில் வளைக்க இலட்சுமணனே வில்லை எடுத்துவருகிறான்.

3. இராமன் பரசுராமனை வென்ற பின்பு பரசுராமனின் பொருட்களை விசுவாமித்திரரிடம் தானமாகக் கொடுத்து விடுகிறான். பரசுராமரைத் திருப்பரங்குன்றத் திற்குத் தவம் செய்ய அனுப்புகிறான். பரசுராமன் இராமனிடம் கொடுத்த வில்லை இராமன் வர்ணனிடம் ஒப்படைக்கிறான். அப்போது நான் கேட்கும்போது இதை இடது கை வழியாகத் தர வேண்டும் என்கிறான் இராமன்.

III. பரதன் பாதுகா பட்டாபிஷேகம்

1. கூனி மந்தரையின் சகுனத்தை இராமன் கிண்டல் செய்த காரணத்தால் அவள் இராமனைப் பழி வாங்குகிறாள்.

2. சுமிந்திரன் கங்கைக் கரையில் இராமனைப் போக வேண்டாம் என்று கூறும்போது, இராமன் தன் மாயத் தோற்றத்தை அங்கே நிறுத்திவிட்டுக் காட்டுக்குள் செல்லுகிறான்.

3. இராமனைப் பரதன் சந்திக்கும்போது "ஈரம் இருக்க மரம் இருக்க இலை உதிர்வதேன் என்று கேட்கிறான்". அதற்கு இராமன் "ஓரம் பேசி பார்மீது வழக்குரைப்போ ருடைய குடும்பம் இந்த இலை உதிர்வதுபோல் உதிரும்" என்கிறான்.

IV. சூர்ப்பனகை கௌரவ பங்கம்

கரன் தூஷனாதிப்போர்

1. விராடன் முற்பிறவியில் கானகப்பட்சிகளைக் கொன்று தின்றவன். அதனால் அரக்கனாகிறான்.

2. இலட்சுமணன் கட்டிய ஆசிரமத்தின் தலைவாசல் ஈசான திசையை நோக்கி இருக்கிறது; அதனால் இராமனுக்குப் பெரும் பாதகம் வந்தது.

3. சூர்ப்பனகையின் கணவன் வித்துவசிங்கன் பெரும் பலவான். இராவணன் வேட்டைக்குச் சென்று கொடுத்த மாமிசத்தை வாங்குவது வெட்கமில்லையா என்று சூர்ப்பனகையிடம் கேட்கிறாள் மண்டோதரி.

   வித்துவசிங்கன் ஒருமுறை இராவணாதிகளையே வாயில் போட்டு விழுங்கிவிடுகிறான். அதனால் அவனைச் சூழ்ச்சியாகக் கொல்ல, சூர்ப்பனகையிடம் ஆசை காட்டுகிறான் இராவணன். சூர்ப்பனகையின் மகன் செம்பகசூரனை இலங்கை அரசனாக ஆக்குவதாக வாக்களிக்கிறான். சூர்ப்பனகையும் அவன் வார்த்தைக்கு மயங்கி, கணவனின் உயிர் இருக்குமிடத்தை அறிந்து கொன்றுவிடுகிறாள்.

   செம்பகசூரன் தாய்மாமன் இராவணனைக் கொல்லத் தவம் இருக்கிறான். அப்போது இலட்சுமணன் அவனைத் தவறுதலாகக் கொல்லுகிறான். சூர்ப்பனகை இலட்சுமண னைப் பழிவாங்கப் போகிறாள். ஆனால் அவன் மீது ஆசை கொள்ளுகிறாள்.

4. இராமன் சூர்ப்பனகையின் முதுகில் "இவளை நம்பாதே, இவள் காதையும் மூக்கையும் அறுத்து விடு" என எழுதி அனுப்புகிறான். சூர்ப்பனகையின் அழகில் இலட்சுமணன் ஆசைப்பட்டானோ என்ற சந்தேகம் இராமனுக்கே வருகிறது.

V. சீதையைச் சிறை எடுத்தல்

1. சூர்ப்பனகை சீதையின் அழகைக் குறித்து இராவணனிடம் கூறியபோது இராவணன் அவளைப் பழிக்கிறான். மகோதர மந்திரி சூர்ப்பனகை மூக்கறுபட்டதற்கு அவள் மேல்தான் தவறு என்று முடிவுசெய்கிறான்.

2. இராவணன் தன் சிம்மாசனத்தின் ஒன்பது படிகளிலும் நவக்கிரகங்களை நிமிர்த்திக் கிடத்தியிருக்கிறான். அவற்றில் சனி, இராவணன் மீது பார்வையைப் பதித்தான். உடனே இராவணனின் மனம் மாறியது. சூர்ப்பனகையை மீண்டும் அழைத்தான். சீதையைப் பற்றிச் சொல் எனக் கேட்டான்.

3. சீதையும் இராமனும் சொக்கட்டான் விளையாடும்போது மாயமான் வருகிறது. சீதை இராமனிடம் மானைப் பிடித்துவா என்கிறாள். இராமன் தயங்குகிறான். உடனே சீதை உன் கோதண்டத்தை என்னிடம் தா, நான் மானைப் பிடித்துவருகிறேன் என்கிறாள்.

4. இலட்சுமணன் இராமனைக் காப்பாற்றப் போகும்போது ஆசிரமத்தின் முன் 7 கோடுகள் இடுகிறான். இவற்றைத் தாண்டினால் சீதை 10 மாதங்கள் சிறையிலிருப்பாள் என்கிறான்.

5. இராவண சந்யாசி சீதையிடம் "நான் காசியிலிருந்து தப்பிவந்த பண்டாரம்; பிச்சை போடு" என்கிறான். அவள் இலட்சுமணன் போட்ட வரைகளைத் தாண்டும் போது 7 பாம்புகள் வருகின்றன.

6. இராவணன் ஜடாயுவுடன் போரிடும்போது, தன் உயிர் நிலை இடதுகால் பெருவிரலில் இருப்பதாகப் பொய்கூறி ஜடாயுவைக் கொல்லுகிறான்.

7. இராமன் சீதையைக் காணவில்லை என்ற கோபத்தில் உலகை அழிக்கப் போகிறேன் என்று கூறி வில்லை வளைக்கிறான். அப்போது ஜடாயு, வேண்டாம் உலகை அழிக்காதே. வளைத்த பாணத்தை மதுராந்தகம் என்ற அசுர நாட்டுக்கு அனுப்பிவிடு என்கிறான்.

8. ஜடாயு, தன்னைச் சுடுகாடு இல்லாத இடத்தில் தகனம் செய்யச் சொல்கிறான். இராமன் தன் உள்ளங்கையில் ஜடாயுவைத் தகனம் செய்கிறான்.

9. சீதையை இராவணன் கவர்ந்து சென்றபின் இராம இலட்சுமணர்கள் காட்டில் அலைகின்றனர். இலட்சுமணன்

அ.கா. பெருமாள்

ஒரு கிணற்றின் அருகே செல்கிறான். அப்போது முகிராட்சசி என்பவள் இலட்சுமணனின் முதுகின் பின்னே வந்து கட்டிக் கொள்ளுகிறாள். இலட்சுமணன் அவள் மூக்கை அறுக்கிறான்.

10. கவந்தன் என்பவன் பூக்கட்டிப் பண்டாரச் சாதியைச் சார்ந்தவன். அவன் சிவனுக்காக மாலை கட்டிக்கொண்டிருந்தபோது பூவை முகர்ந்து விட்டான். அதனால் சிவன் வஜ்ராயுதத்தால் கவந்தனை அடித்துக் காட்டுக்கு அனுப்புகிறான்.

11. சபரி, இலட்சுமணனுக்குக் கொடுத்த கனியை அவன் சாப்பிடவில்லை. தன் தொடையில் வைத்துத் தைத்துக் கொள்ளுகிறான்.

VI. கிஷ்கிந்தா காண்டம்

1. இராவணனால் காட்டிலிருந்து கவர்ந்துகொண்டு செல்லப் பட்டவள் சீதை அல்லள். சீதை உருவம் கொண்டிருந்த மூதேவியே அவள். இதை அனுமன் சுக்ரீவனிடம் சொல்லுகிறான்.

2. சுக்ரீவன் இராமனைச் சோதிக்க சப்த மரங்கள் மீது கணை எய்யக் கேட்கிறான். இந்த சப்த மரங்கள் மாறி மாறிக் கோணல்களாக உள்ளன. இவை ஒரு பெரிய சாரைப் பாம்பின்மேல் முளைத்திருக்கின்றன. ஒரு காலத்தில் நகுஷன் என்ற அறிவு மிகுந்த அரசன் இருந்தான். அவன் முனிவர்களின் சாபத்தால் கிட்கிந்தையில் பாம்பாகக் கிடக்கிறான்.

3. இராமன் வாலியின் பூர்வ ஜன்மத்தை நினைவுபடுத்துகிறான். அப்போது, என்னால் சாப விமோசனம் அடைய வேண்டும் என்று நீயே கேட்டாய்; அது இப்போது நடந்துவிட்டது என்கிறான்.

4. இராவணன் சிவனிடம் வாங்கிய வரத்தை, திருமால், கோனாராக உருவம் மாறி அழித்து விடுகிறார்.

5. இராமன் வாலியிடம் "உன் புண்ணை ஆற்றி உயிர் கொடுக்கிறேன். இராவண சம்ஹாரத்திற்கு வருவாயா" எனக் கேட்கிறான். வாலி, "பரந்தாமனே வேண்டாம். என்னை இறக்க விடுங்கள்" என்கிறான்.

VII. சுந்தர காண்டம்

1. வாலியின் இறப்புக்குப் பின் சுக்ரீவன் மது மயக்கத்தில் கிடக்கிறான். அப்போது இலட்சுமணன் மது ஒழிப்புப் பிரச்சாரம் செய்கிறான். "சுயராஜ்யம் கிடைத்த பின் மதுவில் மயங்கிக் கிடக்கிறாயே, ராஜ்யம் பறிபோய்விடும்" என்கிறான்.

2. அனுமன் அசோக வனத்தில் துவசம் செய்கின்றபோது இந்திரஜித்து வருகிறான். அனுமன் அவனிடம் "நான் 3 நாழிகை நேரம் உனக்குக் கட்டுப்பட வேண்டும் என்று தேவர்கள் சாபம் கொடுத்திருக்கிறார்கள். நான் மரத்துக்கு மரம் தாவுவேன். அப்போது என் உடம்பு ரோமங்களின் எண்ணிக்கை அளவு மயிலாறு என்ற பாணத்தைத் தொடுக்க வேண்டும்" என்கிறான்.

3. அனுமனின் வாலில் நெருப்பு வைக்கத் துணியைச் சுற்றுகின்றனர். இலங்கையில் உள்ள துணிகளை எல்லாம் சுற்றுகின்றனர். வால் நீண்டுகொண்டே போகிறது. துணி காணாமல் போகிறது. இராவணன் சீதையின் முந்தானையை உருவி வாருங்கள், இவன் வாலில் சுற்றுவோம் என்கிறான். உடனே வால் சுருங்கிவிடுகிறது.

VIII. இராவணன் முதல் நாள் போர்

1. சேது பந்தனத்தின்போது அனுமன் கொடுத்த கல்லை நளன் இடது கையால் வாங்குகிறான். இதனால் அனுமன் சினமடைகிறான். இவனை நான் ஒழித்துவிடுகிறேன் என மனதில் திட்டமிடுகிறான். அனுமனின் இந்த எண்ணத்தை அறிந்த இராமன் நளனை வலது கையால் வாங்கும்படி செய்கிறான்.

2. விபீஷணனுக்குத் தஞ்சம் கொடுக்க வேண்டுமா என இராமன் கேட்டபோது சுக்ரீவன் அவன் துஷ்டன் என்கிறான். அனுமானோ "சுக்ரீவனோ நீயும் யோக்கியனா?" எனப் பழிக்கிறான்.

IX. கும்பகர்ணன் போர்

1. அனுமன் எறிந்த மருந்துவாழ் மலையின் ஒரு பகுதி கன்னியாகுமரி பக்கம் விழுந்தது.

X. இராவண வதையும் பட்டாபிஷேகமும்

1. இந்திரஜித்துவின் மனைவி சுலோசனா நாகதேவனின் மகள். இந்திரஜித்து அவளைக் கவர்ந்து வருகிறான். அப்போது நாகதேவன் நான் அடுத்த பிறவியில் 14 வருஷங்கள் தவம் இருந்து உன்னைக் கொல்ல வருவேன் என்கிறான். அவனே இலட்சுமணனாக வருகிறான்.

2. இந்திரஜித்து இறந்த செய்தி சுலோசனாவிற்குத் தெரிகிறது. அவள் இராவணனிடம் என் கணவன் இறந்தால் அவன் வலதுகை வீட்டிற்கு வரும் என்கிறாள்.

3. சுலோசனா தன் கணவனின் உடலைத் தேடி இராமனிடம் வருகிறாள். இராமன் இலட்சுமணனுக்குத் தன் உள்ளங் கையைக் காட்டுகிறான். இலட்சுமணனுக்கு முந்தைய ஜன்ம நினைவு வருகிறது. சுலோசனா தன் மகள் எனத் தெரிந்தது. என் மருகனைக் கொன்றவனைப் பழிவாங்கு கிறேன் என எழுகிறான். இராமன் அவன் நினைவை மாற்றுகிறான்.

4. இராவணன் தன் மூலப்படைகளை வன்னிய சேர்வன் என்பவன் தலைமையில் பாதாளத்திலிருந்து அனுப்பு கிறான். நெற்றியில் நாமம் உள்ளவர்களை (இராமனின் படை) கொல்லும்படி இந்தப் படைக்குக் கட்டளை இடப்பட்டுள்ளது. இராமன் ஒரு கணையை எய்து மூலப் படை வீரர்களின் நெற்றியில் நாமம் விழும்படி செய்கிறான்.

5. இராமன், இராவணனிடம் அடுத்த பிறவியில் துரியோதன னாகப் பிறப்பாய் என்கிறான். இராவணனின் மார்பில் அமிர்தகலசம் இருக்கிறது. அதை உடைத்தால் இராவணன் சாவான் என விபீஷணன் கூறுகிறான்.

6. இராவணனின் கோட்டை வாசலில் உள்ள மரகதக் கல்லைப் பார்க்கிறான் இராமன். அதைத் தன் வீட்டிற்குக் கொண்டு செல்ல ஆசைப்படுகிறான். இந்த எண்ணம் சாம்பகருக்குத் தெரிகிறது. அவர், "கொடுத்ததை (விபீஷணனுக்கு) வாங்கக் கூடாது" என்கிறார். இராமன் உடனே மனம் மாறுகிறான்.

7. திரிசடை அடுத்த பிறவியில் அல்லியாகவும் இலட்சுமணன் அர்ஜுனனாகவும் பிறக்கும்படி இராமன் வரம் கொடுக் கிறான்.

8. இராமன் இலங்கையினைத் தாண்டி வரும்போது மயக்கமடைகிறான். அவனது மயக்கம் தீர காசிலிங்கத்தைக் கொண்டுவரச் சொல்லுகிறார் ஜாம்பகர். அனுமன் கொண்டு வருகிறான். அதற்குள் இராமனே ஒரு லிங்கத்தைப் பிரதிஷ்டை செய்கிறார். அந்த லிங்கத்தை அசைக்க முயற்சி செய்கிறான் அனுமன். அப்போது அவன் ஆணவம் அழிகிறது.

9. இராமனும் அனுமனும் ஒரே இலையில் சாப்பிடுகின்றனர். அப்போது இராமன் கையால் இலையில் வரைகிறான். அது வாழையிலையின் நடுத்தண்டாகிறது.

10. இராமன், இலட்சுமணன், சுக்ரீவன் எல்லோரும் சேர்ந்து சாப்பிடும்போது இலட்சுமணன் சிரிக்கிறான். அவன் சிரிப்பதற்கு ஒவ்வொருவரும் வேறுவேறு காரணத்தைக் கற்பித்துக் கொள்ளுகின்றனர். இலட்சுமணன் "நான் 14 வருஷங்கள் ஊணுறக்கம் இன்றி இருந்தேன். இப்போது சாப்பிடுகிறேன். இதை நித்திராதேவி பரிகாசம் செய்கிறாள். அதனால் சிரித்தேன்" என்கிறான். இராமன் "அப்படியானால் சபரி கொடுத்த கனியை என்ன செய்தாய்" எனக் கேட்கிறான். இலட்சுமணன் என் தொடையில் வைத்திருந்தேன் எனக் கூறி அதை எடுத்துக் கொடுக்கிறான். இராமன் அந்தப் பழத்தைப் பிழிகிறான். அது மதுரமரம் ஆகியது. இந்த மரத்தின் பழத்தைப் பட்சிகள் உண்ணக் கூடாது எனச் சாபமிடுகிறான்.

❋

அ.கா. பெருமாள்

5

இராமாயணத் தோல்பாவைக் கூத்து

அயோத்தி அரசன் தசரதன் 64,000 வருடங்களாகப் புத்திர பாக்கியம் இல்லாமல் இருக்கிறான். வசிட்டர் தெய்வேந்திரனின் வனத்தில் யானை வேட்டையாடி கர்மம் சம்பாதித்துக்கொள் என்கிறார். தசரதன் 999 யானைகளைக் கொன்றுவிடுகிறான். கடைசி யானையை வேட்டையாடப் போனபோது தவறுதலாக அந்தக முனிவன் என்பவரின் மகன் குருபத்திரனைக் கொன்று விடுகிறான். குருபத்திரன் இறக்கும் தருவாயில் தசரத னிடம், "அய்யா, இந்தக் காட்டில் என் தந்தையையும் தாயையும் காசிக்காவடியில் தவம் செய்வதற்காக எடுத்து வந்தேன். அவர்களை ஒரு மரத்தின் மீது கட்டி வைத்து விட்டு, இங்கே தண்ணீர் கோர வந்தேன். எனக்கு இப்படி ஆகிவிட்டதே, கண் தெரியாத அவர்களைக் காப்பாற்று" என்று சொல்லிவிட்டு இறந்துவிடுகிறான்.

குருபத்திரன் சொன்ன அடையாளப்படி அந்தக முனிவனை அடைந்தான். தசரதன் முனிவனின் வாய் அருகே கமண்டலத்தைக் கொண்டுசென்றான். அதன் ஸ்பரிசம் பட்டதும் முனிவன் "என் மகன் குருபத்திரனாக இருக்குமானால் எங்களை மூன்று முறை சுற்றி வணங்கிய பின் அல்லவா தண்ணீர் தருவான், நீ யாரப்பா பேசாமல் இருக்கிறாய், பேசு" என்றார். உடனே, தசரதன் குருபத்திரன் இறந்த செய்தியையும் தன்னைப் பற்றியும் சொன்னான். அதைக் கேட்ட அந்தகமுனி "அடே உனக்கு நான்கு புத்திரர்கள் பிறப்பார்கள். அவர்கள் இராமன், இலட்சுமணன், பரதன், சத்துருக்கனன் என்று பெயர் பெறுவார்கள். உன் அந்திம காலத்தில் இந்த நாலுபேரும் இருக்கமாட்டார்கள்" எனச் சாபமிட்டான்.

விநாயகர்

சிறிது நாட்கள் கழித்துத் தசரதன் ஒரு யாகம் செய்தான். அதில் நீலவர்ணப் பிரசாதம், சூரியவர்ணப் பிரசாதம் ஆகிய வற்றுடன் கலைக்கோட்டு முனிவர் உற்பத்தியானார். அவர் அந்தப் பிரசாதத்தை மூன்று பேருக்குக் கொடுத்தார். அதனால் நான்கு புத்திரர்கள் பிறந்தனர். தசரதன் அந்த மகிழ்ச்சியில் ஏழை மக்களுக்குத் தானம் செய்தான்.

அடர்ந்த கானகத்தில் விசுவாமித்திரர் வேள்வி செய்து கொண்டிருக்கிறார். தாடகையும் பிற அரக்கர்களும் அவரது வேள்விக்கு இடையூறு செய்கின்றனர். அவர்களைக் கொன்றால் தான் வேள்வி நிறைவேறும் என உணர்ந்தார் முனிவர். அதனால் அயோத்தி மன்னனிடம் உதவி கேட்டு வருகிறார். தசரதனின் சேவகனிடம் "அடேய் விண்ணுலகமளந்த அனந்தகாண்டீப ராஜகுமாரனாகிய ராஜரிக முடி விசுவாமித்திர மாமுனிவர் வந்ததாகச் சொல்" என்கிறார்.

தசரதன் முனிவரைத் தேரில் வந்து வரவேற்கிறான். அவர் ஆசனத்தில் அமர்ந்தார். தசரதனைப் பார்த்து "அரசனே விஜயாபதிக் காட்டில் நான் வேள்வி செய்துகொண்டிருக்கிறேன். அதற்கு இடையூறாக இருக்கிறாள் தாடகை என்ற அரக்கி, அவளைக் கொல்ல வேண்டும். அதற்கு இராமனை அனுப்பி உதவ வேண்டும்" என்றார்.

தசரதன் முனிவன் பேச்சைக் கேட்டுச் சோர்வடைகிறான். இராமனை அனுப்ப மறுக்கிறான். "நானே தாடகையை வதை புரிய வருகிறேன்" என்கிறான். விசுவாமித்திரருக்கு அதில் விருப்பம் இல்லை. அவர் "அரசனே சிந்தாமணி பஞ்சாங்கத்தில் ஸ்ரீஇராமர் பிறக்க வேண்டும். சித்திரக்கணை தொடுத்துத் தாடகையை வதைக்க வேண்டும் என்பது விதி. அதனால்தான் கேட்கிறேன்" என்கிறார். தசரதன் கட்டாயமாக மறுத்துவிடு கிறான்.

விசுவாமித்திரருக்குக் கோபம் வருகிறது. தசரதனிடம் பேசாமல் வசிட்டரிடம் வருகிறார். வசிட்டர், விசுவாமித்திரரைச் சமாதானம் செய்கிறார். "முனிவரே ஒரு இராமனைக் கேட்டீர்; தசரதன் தரவில்லை. அதற்காக இலட்சுமணனையும் அனுப்பச் சொல்லுகிறேன்" என்கிறார். சொன்னது போலவே செய்கிறார் வசிட்டர். தசரதன் தான் பேசியதற்கு விசுவாமித்திரரிடம் மன்னிப்புக் கேட்கிறான். விசுவாமித்திரர் "தசரதனே, உன் மகனுக்குச் சகல சாஸ்திரங்களையும் கற்பிக்கவே அழைத்துச் செல்லுகிறேன். அதற்காக நீ கவலைப்பட வேண்டாம்" என்கிறார்.

விசுவாமித்திரர் இராம இலட்சுமணர்களை விஜயாபதிக் காட்டிற்கு அழைத்துச் செல்கிறார். இராமனிடம் தாடகையைப்

பற்றி விளக்கமாகச் சொல்லுகிறார். இராமன், தாடகை பெண்ணாயிற்றே வதை செய்யலாமா என்று கேட்கிறான். இந்த நேரத்தில் தாடகை வருகிறாள். அவளுடன் நாய் மூஞ்சி அரக்கனும் வருகிறான். அவனிடம் தாடகை "டேய், இராவணனிடம் சென்று கொஞ்சம் வீரர்களை அழைத்து வா" என்கிறாள்.

விசுவாமித்திரர் "இராமா தாமதிக்காதே, பாணத்தை விடு" என்கிறார். இராமன் அவள்மீது பாணம் எய்கிறான். இராமனின் அம்பு அவள்மீது பட்டதும் அவள் முக்தி அடைகிறாள். இராமனைப் பணிந்து "லோக நாயகனே எனக்கு நல்ல மோட்சம் கொடுப்பாய்" என்கிறாள். இராமன் அவளிடம் "உனக்கு எப்படிப்பட்ட மோட்சம் வேண்டும்" எனக் கேட்கிறான். தாடகை "தேவனே, இப்பிறவியை மாற்றி அடுத்த பிறவியில் தங்களுடைய பெயரைப் போல என் பெயரும் நிலைக்க அருள் வழங்க வேண்டும்" என்கிறாள். இராமன் "அடுத்த பிறவியில் நீ தாடகை வள்ளி என்று பெயர் பெறுவாய்" என்கிறான்.

இராமன், தாடகையுடன் வந்த பிற அரக்கர்களைக் கொல்லுகிறான். விசுவாமித்திரர் பாசுபத அஸ்திரத்தை யாகத்திலிருந்து எடுத்து இராமனிடம் கொடுக்கிறார். இராமன், இலட்சுமணனிடம் அதைக் கொடுக்கிறான். இலட்சுமணன் அந்த அஸ்திரத்தை நிறுத்திவைத்து விட்டு விரதம் காக்க ஆரம்பிக்கிறான்.

பின்னர் விசுவாமித்திரர் இராமனிடம், "குழந்தாய் இராமா, மிதிலையில் ஒரு வில் வேடிக்கை நடைபெறுகிறதாம், அங்கே போவோம்" என்கிறார். அவர்கள் மிதிலைக்குப் போகும் வழியில் இராமனின் கால்பட்டுக் கருங்கல் ஒன்று அகலிகை என்ற பெண்ணாக மாறுகிறது. இராமன் அப்பெண்ணைப் பார்த்துத் திகைத்தான். விசுவாமித்திரர் அந்தப் பெண்ணின் வரலாற்றைக் கூறுகிறார்.

"அப்பா, இராமச்சந்திரா இவள்தான் அகலிகை என்பவள். இவள் அமிர்தத்தில் பிறந்தவள். உலகிலேயே அழகி இவள்தான். இவளது அழகைக் கண்டு இந்திரனும் கௌதமரும் ஆசைப்பட்டார்கள். இரண்டு பேர் எப்படி ஒருத்தியைத் திருமணம் செய்து கொள்ள முடியும்? தேவர்கள் யோசித்தார்கள். இருவருக்கும் ஒரு பந்தயம் வைத்து அதில் வெற்றி பெறுபவர் அகலிகையைத் திருமணம் செய்யலாம் என்று முடிவுசெய்தார்கள்."

கௌதமரும் இந்திரனும் கங்கையில் 14 ஆண்டுகள் மூழ்கியிருக்க வேண்டும்; யார் முதலில் வெளிவந்து விடுகிறார்களோ அவர்கள் தோற்றவராகக் கருதப்படுவார். வென்றவர் அகலிகையை மணம் செய்யலாம். இது பந்தய முறை. இதன்படி இந்திரனும்

கௌதமரும் கங்கையில் மூழ்கினர். இந்திரன் பாதியில் வெளியே வந்துவிட்டான். அதனால் தேவர்கள் அகலிகையைக் கௌதமருக்கு மணம் முடித்து வைத்தனர்.

கௌதமரும் அகலிகையும் கண்ணமாபுரி என்ற நாட்டில் உள்ள காட்டில் வாழ்ந்து வந்தார்கள். இந்திரனுக்கு அகலிகை மீது உள்ள ஆசை தணியவில்லை. அவளை எப்படியாவது ஒருமுறை பெண்டாள வேண்டும் என ஆசைப்பட்டான். கண்ணமாபுரிக் காட்டிற்குச் சென்றான். நல்ல நடுநிசியில் கௌதமரின் ஆசிரமத்திற்குப் போனான் இந்திரன். சேவலாக மாறிக் கூவினான். கௌதமர் பொழுது விடிந்துவிட்டது என்று பூசைப்பெட்டியை எடுத்துக்கொண்டு கங்கைக்குச் சென்றார். கங்கை நிசப்தமாக இருந்தது. மலர்கள் மலரவில்லை. வண்டுகள் சுற்றவில்லை. கௌதமர், ஏதோ தவறு நடந்துவிட்டது என உணர்ந்தார்.

இந்த நேரத்தில் இந்திரன் கௌதமரின் ஆசிரமத்தின் கதவைத் தட்டினான். அகலிகை கௌதமர் திரும்பிவிட்டார் என எண்ணிக் கதவைத் திறந்தாள். இந்திரனைக் கண்டாள். இந்திரன் "உன் மீது ஆசையுடன் வந்தேன். மோகத்தைத் தீர்ப்பாய்" என்றான். அகலிகையோ "பாவி, ரிஷிபத்தினியின் மேல் ஆசைப்படலாமா? அழிந்துவிடுவாய்" என்றாள்.

இந்தச் சமயத்தில் கௌதமர் வந்துவிட்டார். முனிவரைப் பார்த்த இந்திரன் சேவலாக மாறிவிட்டான். முனிவர் கரும் பூனையாக மாறினார். இருவரும் மாறி மாறிச் சண்டையிட்டனர். இந்திரன் தோற்றான். கௌதமர் "அடே நீ ஒரு யோனிக்காக ஆசைப்பட்டு இந்தக் கபடம் செய்தாய், அதனால் உன் உடம்பெல்லாம் யோனிகளாகட்டும்" எனச் சாபம் கொடுத்தார்.

இந்திரன் முனிவரைப் பணிந்தான், "தெரியாமல் செய்துவிட்டேன். பிழை பொறுக்க வேண்டும்" என்றான். முனிவர் "சாபத்தை மாற்ற முடியாது. உன் கண்களுக்கு மட்டும் யோனிகள் தெரியும், பிறர் கண்களுக்கு மேனியாகத் தெரியும்" எனச் சாபவிமோசனம் கொடுத்தார். இந்திரன் தலைகுனிந்து சென்றான். கௌதமர் அகலிகையைக் கல்லாகுமாறு சபித்தார். ஒரு கணவனின் பரிட்சாத்தங்கள் மனைவிக்குத் தெரியும். அப்படி இருக்கும்போது இந்திரன் வந்து கதவைத் தட்டியதும் அகலிகை தன் கணவன் அல்லன் என்று எப்படிக் கண்டுபிடிக்காமல் போனாள். அதனால் கல்லாகுமாறு சாபங் கொடுத்தார். "இராமா, அகலிகை உள்ளத்தால் தூய்மை ஆனவள். அதனால் அவள்மீது களங்கம் கற்பிக்க வேண்டாம்" என்று விசுவாமித்திரர் கூறினார்.

விசுவாமித்திரர் இந்தக் கதையைக் கூறியதும் கௌதமர் இராம இலட்சுமணர்களை ஆசிர்வதித்தார். சகோதரர்கள் இருவரும் மிதிலை நோக்கி நடந்தனர்.

மிதிலையில் ஜனகனும் நீலாவி மந்திரியும் உரையாடிக் கொண்டிருக்கின்றனர். ஜனகன் நீலாவி மந்திரியிடம் "நீலாவியே, என் மகள் புஷ்பவதியாகிவிட்டாள். அவளைத் திருமணம் செய்ய வேண்டுமானால் நாம் வைத்திருக்கும் நன்னரிகை வில்லை வளைக்க வேண்டும் என அறிவித்தோம். 56 தேச மன்னர்களும் வந்து விருந்து சாப்பிட்டு விட்டு வில் வேடிக்கை பார்க்கிறார்களே தவிர யாரும் வில் வளைக்கவில்லை. அவர்களால் முடியாதென்றால் அவரவர்கள் நாட்டுக்குப் போகச் சொல்" என்கிறான். நீலாவி மந்திரியும் அப்படியே செய்தி அறிவிக்கிறார்.

இந்த நேரத்தில் விசுவாமித்திரர் வருகிறார். ஜனகன், முனிவரை வரவேற்று உபசரித்து ஆசனத்தில் அமரவைக்கிறான். "முனிவரே நன்னரிகை வில்லை வளைக்கத் தகுதியானவன் வரவில்லையே, என் மகளின் திருமணம் எப்படி நடக்கும்?" எனக் கவலைப்படுகிறான் ஜனகன்.

விசுவாமித்திரர் "நீ இதுவரை பட்ட கவலை இன்றோடு தீர்ந்துவிட்டது பார்" என்றார். இராமனைப் பார்த்து "குழந்தாய் உன் பொன்கரத்தால் நன்னரிகை வில்லை வளை" என்று கூறுகிறார்.

இராமன் தயங்குகிறான். "பரசுராமன் இருக்கும்போது நான் வில் வளைப்பதா" என்கிறான். விசுவாமித்திரர் "நான் இருக்கிறேன் கவலைப்படாதே" என்கிறார். ஜனகன் வில்லை எடுத்துவரப் பணிக்கிறான். கிங்கலியர் வில்லை எடுத்துவர முடியாமல் திணறுகிறார்கள். உடனே, இராமன் இலட்சுமணனிடம் "தம்பி நீ போய் வில்லை எடுத்து வா" என்கிறான். இலட்சுமணன் அந்த வில்லை லாவகமாகத் தூக்கி வருகிறான்.

இராமன் நன்னரிகை வில்லை வாங்கி வளைத்து ஒடித்து விடுகிறான். ஜனகன் மிகுந்த சந்தோஷம் அடைகிறான். தேவர்கள் பூமாரி பொழிகின்றனர். விசுவாமித்திரர் காவலர்களை அனுப்பி தசரதனையும் படை பரிவாரங்களையும் அழைத்து வருமாறு உத்தரவிடுகிறார்.

தசரதன் மிதிலை வருகிறான். இராமன் வில் ஒடித்த செய்திகேட்டு மகிழ்ச்சியடைகிறான். அவனுக்குத் தயக்கம், உடன்பிறந்தவர்கள் மூன்று பேர் இருக்க ஒருவனுக்கு மட்டும் எப்படி விவாகம் செய்வது. அப்போது வசிட்டர் சொல்லு கிறார். "இலட்சுமணனுக்கு நித்திராதேவி இருக்கிறாள். பரதனுக்கும்

சத்துருக்கனுக்கும் கேகய நாட்டு முறைப்பெண்களான ஊர்மிளா வும் குசத்வாளும் உள்ளனர்” என்று.

இராமனுக்கும் மற்ற சகோதரர்களுக்கும் ஒரே சமயத்தில் திருமணம் நடைபெறுகிறது. தசரதனும் ஜனகனும் மணமக்களை வாழ்த்துகின்றனர். மறுநாள் இராமன் தன் மாமாவிடம் விடை கேட்கிறான். ஜனகன் “மருமகனே, சீதையைக் கவனித்துக் கொள்ளுங்கள்” என்கிறான்.

இராமன் சீதையுடன் மிதிலை நகரைக் கடந்து காட்டுவழி வரும்போது பரசுராமர் வருகிறார். அவரைக் கண்ட தசரதன் தேரைவிட்டு இறங்கினான். கவலையோடு இராமனைப் பார்த் தான். இராமன், “அப்பா திடீரென தங்களுக்கு என்ன வந்துவிட் டது?” எனக் கேட்டான். தசரதன் இராமனைப் பார்த்துச் சொன்னார்.

“மகனே! அதோ நிற்கிறானே அவன்தான் பரசுராமன். ஜமதக்கினியின் மகன். இவன் தாய் ரேணுகாதேவி. இவள் கணவனுக்குப் பூசை செய்யத் தண்ணீர் எடுக்கக் கங்கையாற் றிற்குச் செல்லும்போது குடம் கொண்டு செல்லமாட்டாள். கங்கை நீரைச் சுழற்றி உருட்டி எடுத்து வந்துவிடுவாள்.

ஒருமுறை, கங்கையாற்றில் நிழலாகத் தெரிந்த அழகிய கந்தர்வனைப் பார்த்து நின்றுவிட்டாள் ரேணுகாதேவி. இதனால் அவள் சக்தி குறைந்தது. இதை ஞானதிருட்டியில் அறிந்தார் ஜமதக்கினி. மகன் பரசுராமனை அழைத்தார் “உன் தாயைக் கடலோரத்திற்கு அழைத்துச் சென்று வெட்டிவிடு” என்றார். பரசுராமரும் அப்படியே செய்தார்.

பரசுராமன் தாயை வெட்டிய பிறகு “அப்பா என் தாயை எழுப்பித்தாருங்கள். இது என் விருப்பம்” என்றான். ஜமதக்கினி அவரிடம் “இந்த ஜெம்பு ஜலத்தைத் தெளித்துப் பிரம்பால் அடி, அவள் உடலுக்கு உயிர் வரும்” என்றார். மகனும் அது போல் செய்தார். ரேணுகாதேவி உயிர் பெற்றாள். ஆனால் அவள் தலை வேறு தலையாய் இருந்தது. பரசுராமர் திகைத்தார். தந்தையிடம் “இப்போது என்ன செய்வது” என்று கேட்டார். ஜமதக்கினி, “உன் தாயின் தலை கிடைக்க வேண்டுமானால் 21 சூரிய குலராஜாக்களின் தலையை அறுக்க வேண்டும்” என்றார். “பரசுராமன் முதலில் கார்த்தவீர்ய அர்ஜுனனைக் கொன்றார். அந்த வழியில் 21ஆம் மன்னன் நான். என்னை அவர் வெட்ட வரக்கூடிய சமயம் 60க்கு 60 என்ற மங்கள கோலத்தில் இருப்பேன். அதனால் அவர் என்னைத் தொட மாட்டார். இப்போது என்னைக் கொன்றுவிடுவாரே என்று அஞ்சுகிறேன்” என்றான் தசரதன்.

இராமன் புன்சிரிப்புடன் பரசுராமன் முன் சென்றான். பரசுராமன் இராமனைப் பழித்தான். "ஜனகனின் வில்லை ஒடித்தாயே என் வில்லை ஒடி பார்க்கலாம்" என்றார். இராமன் பரசுராமனைத் தொட்ட அளவில் அவர் மயங்கி விழுந்தார். அவரது கை வழியே அவரது சக்தியை வாங்கிவிட்டான் இராமன். அப்போதுதான் இராமன் யார் என்பதை உணர்ந்தான் பரசுராமன்.

"லோகநாயகனே பிழை பொறுக்க வேண்டும். என் வில்லை நீயே எடுத்துக்கொள்" என்றார். இராமன் அந்த வில்லை வர்ண பகவானிடம் கொடுத்தான். "வர்ணனே நான் கேட்கும் போது நீ இந்த வில்லை இடது கையால் தர வேண்டும்" என்றான். வர்ணன் இராமனை வணங்கிச் சென்றான். பரசுராம னின் கமண்டலம், ருத்திராட்சம், கபாலபண்டி போன்ற எல்லாவற்றையும் விசுவாமித்திரரிடம் கொடுத்தான் இராமன்.

❍ ❍ ❍

தசரதன் இராமனுக்குப் பட்டாபிஷேகம் செய்ய வேண்டும் என்று விரும்பினான். வசிட்டரிடம் தன் கருத்தைச் சொல்லு கிறான். அவர் மிகவும் மகிழ்ச்சியடைகிறார். சுமந்திரன் அந்தச் செய்தியை நகர மக்களுக்கு முரசறைந்து அறிவிக்க ஆணை யிடுகிறான்.

ஒரு சேவகன் நகர மக்கள் கூடும் இடத்தில் முரசறைகிறான். இராமனுக்குப் பட்டாபிஷேகம் நடக்கப்போகிற செய்தியை உரக்கக் கூவிச் சொல்லுகிறான். அப்போது கூனி மந்தாரை வருகிறாள். இராமனுக்குப் பட்டாபிஷேகம் என்று கேட்டதும் அவள் புலம்புகிறாள். "நயவஞ்சக இராமனின் ஏழுவயதில் ஒருமுறை நான் மண்குடத்தில் நீர் கொண்டு சென்றேன். என்னைக் கண்ட இராமன் இவள் அபசகுனம் பிடித்தவள் என்று கூறிப் பரிகாசம் செய்தான். என் குடத்தையும் உடைத்தான். அப்போதே நான் சபதம் செய்தேன். இந்த இராமனைக் காட்டுக்கு அனுப்ப வேண்டும்" என்று மனதில் நினைக்கிறாள்.

கூனி நேராகக் கைகேயியிடம் சென்றாள். இராமனின் பட்டாபிஷேகச் செய்தியை அறிவிக்கிறாள். கைகேயி மிகவும் மகிழ்ச்சியடைந்து மந்தாரைக்குப் பரிசு கொடுக்கிறாள். மந்தாரையோ கைகேயியின் மனதைக் கொஞ்சம் கொஞ்சமாக மாற்றி விடுகிறாள். இராமனைக் காட்டுக்கு அனுப்பி, பரதன் நாட்டைப் பெற வழி சொல்லுகிறாள். தசரதன் அசுரர்களிடம் போர் செய்த சமயத்தில் அவரது ரதத்தின் அச்சு ஒடிந்துவிட்டது. அப்போது பெருவிரலை அச்சாக விட்டு அவனைக் காப்பாற்றிய நிகழ்ச்சியை மந்தாரை கைகேயிக்கு நினைவுபடுத்துகிறாள்.

ராமர்

அயோத்தி சீதை

லஷ்மணன்

பரதன்

இராமன் எத்தனை இராமனடி!

அந்த நேரத்தில் தசரதன் கொடுப்பதாக வாக்களித்த வரத்தை இப்போது கேட்பாய் என்கிறாள்.

கைகேயி மந்தாரையின் சூழ்ச்சிப்படி தசரதனிடம் தான் விரும்பிய வரத்தைக் கேட்கிறாள். அவனிடம் சாமர்த்தியமாகத் தன் விவாதங்களை முன் வைக்கிறாள்.

இராமன் விசுவாமித்திரருடன் தாடகையை வதை செய்யக் காட்டிற்குப் போகிறானே, அப்போது நீ பிரிந்திருந்தாயே. இப்போது தவம் செய்யத்தானே நான் அவனைக் காட்டிற்கு அனுப்புகிறேன். இராமன் மூத்தவன் மூத்தவன் என்கிறாயே, நான்குபேரும் ஒரே நாளில் பிறந்தவர்கள்தானே. இராமன் மட்டுமா சாஸ்திரம் படித்தான், பரதனும் வசிட்டரிடம் படித்தவன்தானே.

இந்த விவாதங்களை முன்வைத்துத் தசரதனிடம் பேசுகிறாள் கைகேயி. தசரதன் மயங்கி விழுகிறான். கைகேயி இராமனை அழைத்துத் தன் கட்டளையைக் கூறுகிறாள். இராமனுக்கு நாடு கிடையாது என்ற செய்தியைக் கேட்டுக் கோசலை புலம்புகிறாள். இராமனிடம் காட்டுக்குப் போகாதே என்கிறாள்.

இந்த நேரத்தில் இலட்சுமணன் கோபாவேஷத்துடன் வருகிறான். எல்லோரையும் வெட்டிச் சாய்த்துவிட்டு இராமனுக்குப் பட்டாபிஷேகம் செய்வதாகச் சூளுரைக்கிறான். இராமன் அவனைச் சமாதானப்படுத்துகிறான். இலட்சுமணன், தானும் இராமனுடன் கானகம் வருவதாகச் சொல்லுகிறான். சீதையும் வருவேன் என்கிறாள்.

அயோத்தி குடிமக்கள், இராமனிடம் காட்டிற்குச் செல்லக் கூடாது எனக் கூக்குரலிட்டுக் கூறுகின்றனர். சுமந்திரனும் இராமனைப் போகாதே என்கிறான். இராமன் அவர்களைச் சமாதானப்படுத்துகிறான். இராமன், இலட்சுமணன், சீதை ஆகிய மூவரும் குகனின் உதவியுடன் கங்கையைக் கடக்கின்றனர்.

இராமனைப் பிரிந்த தசரதன் இறக்கிறான். வசிட்டர் கேகய நாட்டிலிருந்த பரதனையும் சத்துருக்கனையும் அழைக்கிறார். சத்துருக்கன் தசரதனுக்கு அந்திமக்கிரியைகள் செய்கிறான். பரதன் அயோத்தியில் நடந்த நிகழ்ச்சிகளுக்குத் தான் காரணம் இல்லை என்பதைக் கோசலையிடம் சொல்லுகிறான். கோசல நாட்டின் பொறுப்பைத் தாய்மார்களே தாங்கிக்கொள்ளட்டும். தான் இராமனுடன் செல்லப் போவதாய் அறிவிக்கிறான்.

பரதன் படை பரிவாரங்களுடன் வருவதைக் கண்ட இலட்சுமணன் முதலில் சந்தேகப்படுகிறான். இராமன் அதற்கு "தம்பி, அவன் நம்மை அழைக்க வந்திருப்பான். அப்படி

வந்திருந்தால் முகாந்திரம் சொல்லி அனுப்பிவிடலாம். இல்லை என்றால் நானே அவனைக் கொன்றுவிடுகிறேன்" என்கிறான்.

பரதனின் கோலத்தைப் பார்த்த இராமன் திகைக்கிறான். அவன் குற்றமற்றவன் என்பதை அவன் வாய்வழியே அறிகிறான். பரதன் இராமனை அயோத்திக்கு அழைக்கிறான். இராமன் மறுத்து விடுகிறான். பரதனோ இராமனிடம் ஏதாவது ஒரு அடையாளமாவது தா எனக் கேட்கிறான். இராமன் "தம்பி என் எல்லா ஆபரணங்களையும் கைகேயித்தாய் கழற்றிக் கொண்டாளப்பா. இப்போது என்னிடம் இருப்பது பாதுகை ஒன்றுதான்" என்கிறான். பரதன் இராமனின் பாதுகையைப் பெற்று அயோத்தி செல்லுகிறான்.

○ ○ ○

இராம, இலட்சுமணர்களும் சீதையும் காட்டு வழி சென்று கொண்டிருக்கின்றனர். அப்போது ஒரு அரக்கன் வருகிறான். சீதை அவனைக் கண்டு அஞ்சி நிற்கிறாள். அரக்கன் சீதையைப் பிடிக்கச் செல்லுகிறான். இராமன் அவன் மீது ஒரு பாணத்தை அடிக்கிறான். பாணம் அவன் மீது பட்டதும் அவன் உருவம் மாறுகிறது.

அந்த அரக்கன் இராமனைப் பணிந்து "சுவாமி என் பெயர் விராடன். நான் முந்தைய பிறவியில் வேடனாக இருந்தேன். கானகத்தில் புறா, அடைக்கலப்பட்சி போன்ற பட்சிகளை வேட்டையாடினேன். இது தேவர்களுக்குப் பொறுக்க வில்லை. என்னை அரக்கனாகும்படி சபித்தார்கள். இராமன் கானகம் வரும்போது நீ விமோசனமடைவாய் என்றார்கள்" என்று கூறினான். இராமன் அவனிடம் "நீ இனிமேல் அடைக்கலப் பட்சிகளைப் புசிக்காதே" என அறிவுரை கூறி அனுப்புகிறான்.

விராடன் போன பிறகு இராமன் ஒரு பாரிஜாத மரத்தின் அடியில் சயனிக்கிறான். அப்போது தேவேந்திரனின் மகன் காகாசுரன் இராமன் சயனித்த இடத்திற்கு மேலே பறந்து சென்றான். காகாசுரனின் நிழல் இராமனின் மேல் பட்டுவிட்டது. இராமன் ஆகா நம்முடைய நிலை இந்த அசுரனுக்குக்கூட இளக்காரமாகப் போய்விட்டதே என்று நினைத்து அறுகம் புல்லைப் பறித்துக் காகாசுரன் மேல் எறிந்தான்.

இராமன் எறிந்த புல் கணையாக மாறி அசுரனைத் துரத்தியது. அந்த அசுரன் இந்திரனிடம் போய் சரணடைந்தான். இந்திரன் "இராமனின் பாணத்தை யாரும் எதிர்க்க முடியாது. இராமனிடமே போய் சரணடை" என்றான். காகாசுரன் இராமனிடம் போய் சரணடைந்தான். இராமன் "உன் இரண்டு கண்களை இழப்பாய். இதுதான் உனக்குத் தண்டனை" என்றான்.

அசுரனோ “பகவானே கண்ணில்லாமல் எப்படி வாழ்வேன். கருணை புரிய வேண்டும்” என்றான். இராமன் “காகாசுரனே உனக்கு ஒரு கண் பார்வை தருகிறேன். இருந்தாலும் நீ எந்த உணவையும் சாய்ந்து நின்றே சாப்பிட வேண்டும். அதோடு உன்னுடைய ஒரு கண்ணின் சக்தி அறுகம்புல்லுக்குப் போய் விடும்” என்றான்.

இராமன், சீதை, இலட்சுமணன் மூவரும் அந்த வனத்தை விட்டு அடுத்த வனத்திற்குச் செல்கின்றனர். அங்கு முனிவர் களைக் காணுகின்றனர். அந்த முனிவர்கள் “இராமா, இந்தக் காட்டில் சூர்ப்பனகை என்ற அரக்கியும் அவளுக்குத் துணை யாக அரக்கர்களும் இருக்கின்றனர். அவர்களைக் கொன்று எங்களை நீ காப்பாற்ற வேண்டும்” என்றனர். இராமன் முனிவர் களுக்கு அபயம் அளிக்கின்றான்.

மூவரும் அந்தக் காட்டைக் கடந்து போகும்போது ஜடாயு குறுக்கிடுகிறான். அவர்கள் தசரத குமாரர்கள் என்று அறிந்ததும் மகிழ்ச்சியடைகிறான். “அப்பா இராமா, நான் தசரதனின் வம்ச வழியில் வந்தவன். என் பெயர் ஜடாயு. என் அண்ணன் சம்பாதிராசன். இந்தக் கானகம் அரக்கர்கள் நிறைந்தது. இங்கு அரக்கர்கள் மிருகங்கள் போலவும் பட்சிகள் போலவும் உருமாறி வருவார்கள். கவனமாக இரு இராமச்சந்திரா; இந்தப் பஞ்சவடிக் காடு எனக்கு உரியது. நீ இங்கே வசிக்கலாம்” என்றான். இராமனும் ஜடாயுவுக்கு வணக்கம் செய்கிறான். “உங்கள் வரலாறு என்ன” என்று கேட்கிறான்.

ஜடாயு சொல்கிறான். “நானும் அண்ணா சம்பாதியும் ஒருமுறை ஆகாயத்தில் பறந்து கொண்டிருந்தபோது சம்பாதி அகம்பாவத்துடன் சூரியனின் அருகே சென்றுவிட்டான். அதனால் அவன் இறக்கைகள் எரிந்து மகேந்திரகிரி மலையில் விழுந்துவிட்டான். அவன் நலம்பெற நான் சிவனிடம் தவம் இருக்கிறேன்.”

மூவரும் ஜடாயுவை வணங்கிவிட்டுக் காட்டின் உள்பகுதிக் குச் சென்றனர். இலட்சுமணன் பஞ்சவடியில் ஒரு பர்ணசாலை கட்டுகிறான். இராமனிடம் “அண்ணா வசிட்டர் கூறிய மந்திரப் படி உற்று வா, பூர்ணவா என்ற பர்ணசாலை கட்டிவிட்டேன். பார்க்க வாருங்கள்” என்கிறான். இராமன் பர்ணசாலையைச் சுற்றிப் பார்க்கிறான். ஆகா தலைவாசல் ஈசான திசையில் இருக்கிறதே. இது பாதகம் அல்லவா? என நொந்து கொள்ளு கிறான்.

பஞ்சவடிக் காட்டில் இராவணனின் தங்கை சூர்ப்பனகை யின் மகன் செம்பகசூரன் என்ற கொலைவாழ் அரக்கன்

12 வருடங்களாகத் தலைகீழாக நின்று தவம் செய்துகொண்டிருக்கிறான். இவனது தந்தை வித்துவசிங்கன் என்பவன் சிறந்த வீரன்.

இராவணனுக்கு வேட்டையாடும் வழக்கம் உண்டு. அப்படி வேட்டைக்குச் செல்லும்போது கிடைக்கும் வேட்டை மாமிசத்தில் சூர்ப்பனகைக்கும் பங்கு கொடுப்பான். இப்படி இருக்கும் போது ஒரு நாள், இராவணனின் மனைவி மண்டோதரி சூர்ப்பனகையிடம் "என் கணவன்தான் வேட்டையாடி மாமிசத்தை உனக்குக் கொடுக்க வேண்டுமா? உன் கணவனுக்கு வேட்டையாடத் தெரியாதோ?" என்று கேட்டுப் பரிகாசம் செய்கிறாள். இதைக் கேட்ட சூர்ப்பனகை தன் கணவனிடம் "நீயும் வேட்டையாடப் போ எனக்குக் கேவலமாக இருக்கிறது" என்கிறாள்.

வித்துவசிங்கன் "நானும் வேட்டையாடப் போகிறேன் பார்" என்கிறான். அவன் சொன்னது மாதிரியே வேட்டைக்குச் சென்றுவிட்டான். வேட்டையாடிய இடத்தில் ஆகாயத்திற்கும் பூமிக்குமாக வாயைப் பிளந்தபடி உட்கார்ந்து கொண்டான். அப்போது வேட்டையாடிக் களைத்து வந்த இராவணாதிகள் வழி தெரியாமல் வித்துவசிங்கனின் வாயில் புகுந்துவிட்டார்கள். வித்துவசிங்கன் வாயை மூடிக்கொண்டான்.

வேட்டைக்குப் போன இராவணாதிகளை, இலங்கையில் தேடிக்கொண்டிருக்கும்போது வித்துவசிங்கன் வந்தான். வாயைத் திறந்தான். இராவணாதிகள் அவன் வாயிலிருந்து பொத்பொத்தெனக் கீழே விழுந்தார்கள். இராவணனுக்கு அவமானமாக இருந்தது. பயமும் வந்தது. "இந்த வித்துவசிங்கன் நம்மைவிட வலிமையுடையவன், இவனைப் பகைத்தால் ஒரேயடியாக விழுங்கிவிடுவானே, இவனைச் சூழ்ச்சியாகத்தான் கொல்ல வேண்டும்" என்று நினைக்கிறான்.

இராவணன், தங்கை சூர்ப்பனகையின் வீட்டிற்குச் சென்றான். ஆசை வார்த்தைகள் பேசுகிறான். "தங்கையே உன் மகன் செம்பகசூரனுக்கு இலங்கையைக் கொடுக்கிறேன். என் மகன் இந்திரஜித்தை அவனுக்கு மந்திரியாக்குகிறேன். நான் சொல்வது மாதிரி நீ கேட்க வேண்டும்" என்றான்.

சூர்ப்பனகை அண்ணனின் ஆசை வார்த்தைகளுக்கு மயங்கி "நீ எது சொன்னாலும் கேட்கிறேன் அண்ணா" என்றாள். இராவணன் "சின்ன உதவிதான் தங்காய், நீ உன் கணவனின் உயிர்நிலையை மட்டும் கேட்டு வா போதும்" என்கிறான். சூர்ப்பனகை "இதுதானா இப்போதே கேட்டு வருகிறேன்" என்று கூறிவிட்டுக் கணவனிடம் சென்றாள்

சூர்ப்பனகை கணவனிடம் அவன் உயிர்நிலை எங்கே இருக்கிறது எனக் கேட்டாள். கணவன் அதைச் சொல்ல மறுத்துவிட்டான். அவள் நீ அதைச் சொல்லவில்லை என்றால் உன்னுடன் சேர்ந்து வாழமாட்டேன் என்று கூறினாள். ஒரு நந்தவனத்தில் உள்ள குளக்கரையில் அமர்ந்து தியானம் செய்தாள். அப்படியிருக்கும்போது ஒரு நாள் வித்துவசிங்கன் அந்தத் தோட்டத்தில் தன் மனைவியைக் கண்டான்.

அவளை அரண்மனைக்குத் தூக்கிச் சென்றான். அவளைத் தன்னுடன் சம்போகம் செய்ய அழைத்தான். அவளோ "உன் உயிர்நிலையைச் சொல் உனக்கு இணங்குகிறேன்" என்றாள். வித்துவசிங்கனும் காம மயக்கத்தில் அவன் உயிர்நிலையைச் சொன்னான். "நான் குளித்து உணவு உண்டு உறங்கும் சமயம், வரகு வைக்கோலைக் கொண்டுவந்து விளக்கெண்ணெயில் துவட்டி என் கழுத்துக்கு நேராக வைத்துவிட்டால் கழுத்து தெறித்துவிடும்" என்றான்.

சூர்ப்பனகைக்குக் கணவன் சொன்னது உண்மையாய் இருக்குமோ என்று சந்தேகம் வந்தது. அதைப் பரிசோதித்துப் பார்க்க எண்ணினாள். அவன் சொன்னபடியே செய்தாள். அவன் கழுத்து துண்டாகத் தெறித்துவிட்டது. அவள் கணவனின் தலையை எடுத்துக்கொண்டு இராவணனிடம் வந்தாள். "அண்ணா என் கணவனின் உயிர் நிலையைத்தானே கேட்டாய்; தலையையே கொண்டு வந்திருக்கிறேன் பார்" என்றாள்.

இராவணன், தலையுடன் வந்த சூர்ப்பனகையைப் பார்த்தான். "மாபாவி, சண்டாளி, புருஷனைக் கொன்றுவிட்டாயே, பாவி என் முன் நிற்காதே, போ" என்றான். சூர்ப்பனகை திகைத்தாள். "அரசனை (இராவணனை) நம்பி புருஷனைக் கைவிட்டேனே, இந்த இராவணனையும் இவன் பிள்ளைகளையும் பழிவாங்குவேன்" என்று தனக்குள் சொல்லிக்கொண்டாள்.

இந்தச் சமயத்தில் செம்பகசூரன் குருகுலத்தில் பயின்று கொண்டிருந்தான். அங்கே அவனது நண்பர்கள் தகப்பனில்லாதவன் என்று அவனைப் பரிகசித்தனர். அவன் அழுதுகொண்டே அம்மாவிடம் வந்தான். என் அப்பா எங்கே? எனக் கேட்டான். சூர்ப்பனகை "உன் தந்தையை உன் தாய்மாமன் இராவணன் கொன்றுவிட்டான்" என்றாள். மகன் செம்பகசூரன் "என் தாய்மாமனா கொன்றான்? நான் 12 வருஷம் பரமசிவனிடம் தவம் இருந்து ஒரு மந்திரவாளைப் பெற்று இராவணனைக் கொன்று இலங்கையைக் கைப்பற்றுவேன். இது உறுதி" என்றான்.

செம்பகசூரன் சொன்னபடி தவம் இருந்தான். அவனது தவம் முடிந்து பலன் கிடைக்கின்ற நேரத்தில்தான் இராம

இலட்சுமணர்கள் அந்தக் காட்டுக்கு வந்தனர். அப்போது, இராமன் இலட்சுமணனிடம் “தம்பி பசியாய் இருக்கிறது. காய்கனிகளைப் பறித்து வா” என அனுப்புகிறான். இலட்சுமணன் கனிகளை வைக்கத் தொன்னை செய்ய வேண்டி இலை பறிக்க ஒரு பெரிய மரத்தின் மீது ஏறினான். மரத்தின் உச்சியில் ஒரு மந்திரவாள் தொங்கிக்கொண்டிருந்தது. வாளைப் பெற செம்பகசூரன் கையை நீட்டுகிறான். அவன் இருக்கும் இடம் அடையாளம் தெரியாதபடி இலைகள் மூடியிருக்கின்றன. அதனால் அந்த வாளைக் கண்டதும் இலட்சுமணன் இது என்ன இந்த வாள் என்னை நோக்கியிருக்கிறது. கையை நீட்டிப் பார்ப்போம் என்று நினைத்துக் கையை நீட்டினான்.

வாள் இருவர் கைகளிலும் அகப்படாமல் சிவனிடம் சென்றது. “மரத்தில் இரண்டு கைகள் தெரிகின்றன. எந்தக் கையில் நான் அகப்படுவது. தெரியவில்லையே” என்றது. சிவன் “செம்பகசூரனுக்கு இரண்டு கைகள்தாமே உண்டு. எதில் அகப்பட்டால் என்ன?” என்கிறான். வாள் மறுபடியும் அந்த மரத்தின் உச்சிக்குச் சென்றது. அங்கே தெரிந்த கைகளில் முதலில் நின்ற இலட்சுமணனின் கையில் அகப்பட்டது. இலட்சுமணன் வாளைக் கூர்ந்து பார்த்தான். ‘எதிர்த்தவனை வெட்டு’ என வாளில் எழுதப்பட்டிருந்தது. அவன் யோசித்துப் பார்த்தான். யாரை வெட்டுவது, அண்ணன் எதிரியல்லன். யாரும் எதிரி யாகவும் தென்படவில்லை.

இலட்சுமணன் அருகில் நின்ற மரத்தின் மீது வாளை வீசுகிறான். அந்த மரத்தின் உள்ளே இருந்த செம்பகசூரனின் தலை அற்று விழுகிறது. குருதி பெருக்கெடுக்கிறது. இலட்சுமணன் திகைக்கிறான். யாரையோ தவறுதலாக வெட்டிவிட்டதாக எண்ணி வருந்துகிறான். அங்கிருந்து இராமனிடம் சென்று தனக்கு ஏற்பட்ட அனுபவத்தைக் கூறினான்.

இராமன் அமைதியாக இலட்சுமணனைப் பார்த்தான். “தம்பி இனிமேல் வரப்போகிற பெரிய போருக்குக் கால்கோள் இது. நீ வெட்டியது மரத்தை அல்ல. இராவணனின் மருமகன் செம்பகசூரன் என்ற கொலைவாளரக்கனை. அவன் தவம் செய்து பெறக் காத்திருந்த வாளை நீ பெற்றுவிட்டாய். இந்த வாள் அவன் கையில் கிடைத்திருந்தால் நம்மை அவன் கொன்றிருப்பான். சரி போகட்டும். நீ கண்ணுக்குத் தென்படாமல் மறைந்து இரு” என்றான்.

இந்த நேரத்தில் சூர்ப்பனகை மகனுக்கு வண்டி நிறையச் சோறுகொண்டு வருகிறாள். மகனைப் பல இடங்களிலும் தேடுகிறாள். கானகத்தில் தவம் செய்து கொண்டிருந்த முனிவர் களிடம் கேட்கிறாள். முனிவர்களோ அவளைக் கண்டு அஞ்சி

பரதன்

இந்திரஜித்

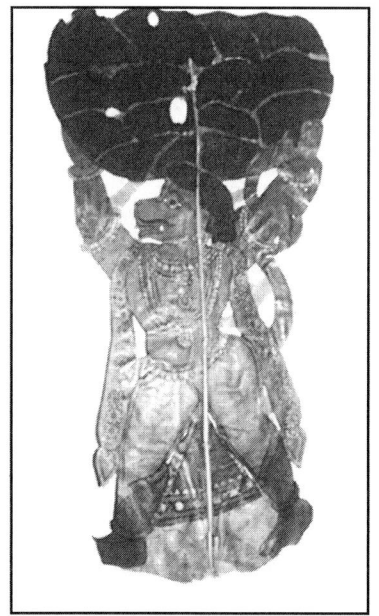
நளன்

சுக்ரீவன்

ஓடுகின்றனர். அவள் அலைந்து அலைந்து கடைசியில் செம்பகசூர னின் தலையைக் கண்டுபிடிக்கிறாள். இதற்கு யார் காரணம் எனக் கூக்குரல் இடுகிறாள். அது காடெல்லாம் எதிரொலிக் கிறது. கையில் அகப்பட்ட ஒரு முனிவரிடம் தன் மகனைக் கொன்றது யாரெனக் கேட்கிறாள். அந்த முனிவர் இராமனின் பர்ணசாலையைச் சுட்டிக்காட்டுகிறார்.

சூர்ப்பனகை பர்ணசாலையின் அருகே வந்தாள். இராம னைப் பார்த்தாள். அவன் அழகில் மயங்கினாள். “என் மகனின் பழியைப் பிறகு வாங்குவேன். இப்போது இந்த அழகனுடன் சரசமாட வேண்டும்” என எண்ணுகிறாள். தன்னை அழகான மோகினியாக மாற்றிக்கொள்ளுகிறாள். இராமனிடம் அசைந்து அசைந்து சென்றாள். தன்னைப் பெண்டாள வேண்டும் எனக் கேட்கிறாள். இராமனோ “பெண்ணே நான் விவாக மானவன், என் தம்பி இருக்கிறான் அவனிடம் போய்க் கேள்” என்கிறான். சூர்ப்பனகை “உங்களைவிட அழகானவரா அவர்” என்று கேட்கிறாள். இராமன் “ஆம்” என்று கூறுகிறான்.

சூர்ப்பனகை இலட்சுமணனிடம் வருகிறாள். தன்னை ஏற்றுக்கொள்ளுமாறு கேட்கிறாள். அவன் “பெண்ணே நான் பிரம்மச்சரிய விரதம் காப்பவன், போய்விடு” என்கிறான். சூர்ப்பனகை “உன் அண்ணன் தான் உன்னிடம் என்னை அனுப்பிவைத்தான்” என்கிறாள். இலட்சுமணன் “அப்படியா, சரி. அவனிடம் ஒரு நிரூபணம் வாங்கி வந்தால் நம்புவேன்” என்றான். சூர்ப்பனகை இராமனிடம் ஓடிச்சென்றாள். “உங்கள் தம்பிக்கு ஒரு நிரூபணம் எழுதித் தாருங்கள்” என்று கேட்டாள். இராமன் ‘ஒருவேளை தம்பி இவளைப் புணருவதற்கு விரும்பு கிறானோ? அதற்கு விடக்கூடாது. இவளிடம் நிரூபணம் கொடுப் போம். இவள் படித்தவளாக இருக்கலாம். இவள் அறியாதபடி நிரூபணத்தைக் கொடுக்க வேண்டும்’ என நினைத்தான். சூர்ப்பனகையை அருகிலே அழைத்தான். அவள் முதுகைக் காட்டச் சொன்னான்.

இராமன் சூர்ப்பனகையின் முதுகில் “தம்பி இவள் அழகி தான். மயங்கிவிடாதே. மகனை வெட்டிய பழியைத் தீர்க்கவே இவள் வந்திருக்கிறாள். இவளது காதையும் மூக்கையும் அறுத்து இலங்காபுரிக்கு அனுப்பிவிடு” என்று எழுதினான். “மோகினியே இலட்சுமணனிடம் சென்று முதுகைக் காட்டு. என் நிரூபணம் முதுகில் இருக்கிறது. இதன்படிச் செய்வான்” என்றான்.

சூர்ப்பனகைக்கு இராமன் முதுகில் எழுதியிருப்பதை அறிய வேண்டும் என்று ஆசை வந்தது. தரையில் ஆற்று மணலைப் பரப்பி முதுகுபட படுத்தாள். மணலில் பதிந்த எழுத்துகளைப் படிக்க முயற்சி செய்தாள். ஒன்றும் தெரிய

வில்லை. 'சரி இலட்சுமணனிடம் சென்றால் எழுதியிருப்பது தெரிந்து விடும்' என்று நினைத்து இலட்சுமணனிடம் ஆசையோடு ஓடிச் சென்றாள். அவனிடம் முதுகைக்காட்டி "உன் அண்ண னின் நிருபணத்தைப் படித்துப் பார்" என்றாள். இலட்சுமணன் இராமன் எழுதியதைப் படித்தான். 'இவளை எப்படிக் கொல்வது. இவள் பெண் அல்லவா, இவளை இங்கிருந்து விரட்டிவிட வேண்டும். அதுதான் நல்லது' என்று நினைத்தான். சூர்ப்பனகை யிடம் "பெண்ணே இப்போது நாம் விவாகம் செய்ய வேண்டாம். ஆறு மாதம் கழித்து வா" என்றான்.

சூர்ப்பனகைக்கு என்ன செய்வது என்று தெரியவில்லை. தூரத்தில் நின்ற சீதையைப் பார்த்தாள். இவளை என் அண்ண னுக்கு வைப்பாட்டி ஆக்கி எல்லோரின் பழியையும் முடித்துக் கொள்வேன் என்று எண்ணிச் சீதையைத் தூக்கப் போனாள். இதைக் கவனித்த இலட்சுமணன் ஓடிச்சென்று சூர்ப்பனகை யின் காதுகளையும் மூக்கையும் வெட்டினான். "ஓடிப்போ" என்றான். அரக்கியோ ஓடவில்லை. கரதூஷணர்களை அழைத்து வந்தாள். மாரீசனும் வந்தான். எல்லோருமாகத் தசரத குமாரர் களை எதிர்த்தனர். இராமன், பரசுராமரிடம் இருந்து பெற்று வர்ணனிடம் அடைக்கலமாகக் கொடுத்திருந்த வில்லை நினைத் தான். வர்ணன் வந்து வில்லை இடதுகையால் இராமனிடம் கொடுத்தான். அந்த வில்லைக்கொண்டு இராமன் போர் புரிந்தான். சூர்ப்பனகையும் பிறரும் தோற்று இலங்கை நோக்கி ஓடினார்கள்.

○ ○ ○

இராவணன் கொலுமண்டபத்தில் அமர்ந்திருக்கிறான். மகோதரன் என்ற மந்திரி இராவணனைக் கண்டு மூவுலகும் நடுங்குவதாகச் சொல்லி மகிழ வைக்கிறான். அப்போது, இராவண னின் தங்கை சூர்ப்பனகை வருகிறாள். மூக்கும் காதும் இழந்து மூளியாய் நிற்கும் தங்கையைப் பார்க்கிறான் இராவணன். சூர்ப்பனகை அழுதுகொண்டே அண்ணனிடம் சொல்கிறாள் "அண்ணா காட்டில் வாழும் இரண்டு மானிடவர்கள் என்னை அவமானப்படுத்திவிட்டார்கள்" என்று.

இராவணன் கோபத்தோடு எழுந்தான். வாளை உருவினான். இப்போதே அவர்களை அழித்து வருகிறேன் என்றான். மகோதர மந்திரி இராவணனைத் தடுத்தான். "அரசே இவளைத் தனியே விசாரித்த பிறகு போர் செய்யச் செல்லுவோம்" என்கிறான். உண்மையை அறிகிறான். இராவணனுக்கு வைப்பாட்டி தேடிய செயலைச் செய்தவள் என்ற குற்றத்தை அவள்மீது சுமத்து கிறான். சூர்ப்பனகை இலங்கை அவையிலும் அவமானப்பட்டு வெளியே போகிறாள்.

இராவணன் தன் சிம்மாசனத்திற்கு நவக்கிரகங்களைப் படிகளாகப் போட்டிருந்தான். அந்தப் படிகளில் சனீஸ்வரனும் ஒருவன். இராவணன் எப்போதும் சனீஸ்வரனைக் கவிழ்த்திப் போட்டு அவன் மீது மிதித்து ஏறி அமருவது வழக்கம். அன்று மல்லாக்கப் போட்டு மிதித்து ஏறினான். சனீஸ்வரன் இராவண னைக் கடைக்கண்ணால் பார்த்தான். உடனேயே அவன் தலைமீது ஏறிவிட்டான். அப்படி சனி ஏறியதும் இராவண னின் எண்ணம் சீதைமேல் சென்றது.

சீதையின் நினைவு அவனைத் தாக்கியது. அவளைப் பற்றி மேலும் அறிய சூர்ப்பனகையை அழைத்தான். அவள் அண்ண னின் காமத்தீயை வளர்த்தாள். சீதையின் அழகை வருணித்தாள். சீதையை அடைந்தே தீர வேண்டும் என்ற வெறி அவனுக்கு வந்தது. அவளிடமே சீதையை அடைய வழி கேட்கிறான். சூர்ப்பனகை "மாரீச மாமனை மான் வேடம் போடச் சொல். நீ சந்யாசியாகப் போ" என வழிவகுத்துக் கொடுக்கிறாள்.

இராவணன் மாரீசனை அழைத்து "சீதையை அடைய எனக்கு உதவுவாய்" என்று சொல்லுகிறான். மாரீசனோ "இராவணா, இந்த எண்ணத்தை இப்போதே மாற்றிவிடு. அவர் பரம்பொருள்" என்கிறான். இராவணன் மாரீசனைப் பழிக்கிறான். "நான் சொன்னதைச் செய்யவில்லை என்றால் உன்னைக் கொன்றுவிடுவேன்" என்கிறான். மாரீசன் இராமன் கையால் சாவது நல்லது என நினைத்து இராவணன் பேச்சுக்கு இசைகிறான்.

இந்த நேரத்தில் இராமனும் சீதையும் சொக்கட்டான் விளையாடிக்கொண்டிருக்கிறார்கள். சீதை உமிழ்நீர் துப்ப வெளியே எழுந்து சென்றாள். அந்த இடத்தில் ஒரு மாயமானைக் காணுகிறாள். அதன் மீது ஆசைப்படுகிறாள். அந்த மான் வேண்டும் என இராமனிடம் அடம்பிடிக்கிறாள். இராமன் "அது மாயமான் வேண்டாம்" என்கிறான். சீதை "உங்களால் மானைப் பிடிக்க முடியவில்லை என்றால் சொல்லுங்கள் கோதண்டத்தை என்னிடம் தாருங்கள். நான் போகிறேன்" என்கிறாள். இராமனுக்குக் கோபம் வருகிறது. சொக்கட்டானைக் காலால் எத்தி எறிந்துவிட்டு மானைப் பிடிக்கப் போகிறான்.

இராமன் மானைத் துரத்திச் சென்றான். அந்த மான் மாரீசன் என்பதை ஞானதிருஷ்டியால் அறிகிறான். அவனை முன்பு தப்பவிட்டோம். இப்போது விடக்கூடாது என்று எண்ணி பாணத்தைச் செலுத்துகிறான். மாரீசன் "இலட்சுமணா சீதா அபயம்" எனக் கூறி இறக்கிறான்.

மாரீசனின் கூக்குரல் சீதைக்கும் இலட்சுமணனுக்கும் கேட்கிறது. சீதை இலட்சுமணனிடம் "நீ போ, அண்ணனைக்

காப்பாற்றப் போ" என்கிறாள். இலட்சுமணன் "இராமனை யாரும் வெல்ல முடியாது. நான் போகமாட்டேன்" என்கிறான். சீதையோ "என்னைத் தாயாக நினைப்பேன் என்றாயே, இப்போது எண்ணத்தை மாற்றிவிட்டாயா?" என்கிறாள். இலட்சுமணன் "சண்டாளி இப்படிப் பேசிவிட்டாயே, நான் இராமனிடம் போகிறேன். பர்ணசாலையின் முன் ஏழு வரைகள் இடுகிறேன். நீ இந்த வரைகளைத் தாண்டினால் பத்து மாதம் சிறையிலிருப்பாய்" என்று சொல்லிவிட்டுப் போகிறான்.

இலட்சுமணன் சென்றதும் இராவண சந்யாசி பஞ்சவடிக்கு வருகிறான். சீதையைப் பார்த்து 'அம்மா' என்கிறான். "காசிப் பண்டாரங்கள் இருவர் வந்தோம். நான் வழி தப்பிவிட்டேன். பசியம்மா, பிச்சைபோடு" என்று இரந்து கேட்கிறான். சீதை "சரி, பிச்சை போடுகிறேன். நீ உடனே சென்றுவிட வேண்டும்" என்கிறாள். அவனோ "என் கையிலுள்ள ஆயுதங்களின் பெயர் களைச் சொல்" என்கிறான். சீதை அவன் வைத்திருக்கும் ஆயுதங்களின் பெயர்களைக் கூறுகிறாள். இராவணன் "அம்மா என் திருவோட்டின் கீழே ஒரு பச்சிலை இருக்கிறது. அதன் பெயரைச் சொல்" என்கிறான். சீதை "திருவோட்டின் கீழ் இசங்கென்ற பச்சிலை" என்று கூறுகிறாள்.

தேவியின் வாயிலிருந்து 'திரு ஓடு' 'இசங்' என்ற வார்த்தைகள் வந்ததும், பூமியின் கீழ் இராவணன் மறைத்துவைத்திருந்த ரதம் இயங்க ஆரம்பிக்கிறது. அப்போது சீதை அக்கினி ரூபமானாள். ஆனால் இராவணன் பர்ணசாலையைப் பெயர்த்து எடுத்துச் சென்றுவிட்டான்.

இந்த நேரத்தில் தவம் செய்துகொண்டிருந்த ஜடாயு, இராவணன் சீதையை எடுத்துச் செல்வதைப் பார்க்கிறான். ஆவேசத்தோடு தடுக்கிறான். இராவணனுக்கும் ஜடாயுவுக்கும் பெரும் சண்டை நடக்கிறது. இராவணன் ஜடாயுவிடம் "உன் உயிர் நிலையை நீ சொல். என் உயிர் இருக்குமிடத்தை நான் சொல்லுகிறேன்" என்கிறான். ஜடாயு "நான் சூரிய வம்சத்தைச் சார்ந்தவன் நாங்கள் சத்தியமே பேசுவோம். என் இரண்டு ரக்கைகளில் என் உயிர் இருக்கிறது" என்றான். இராவணன் "என் இடது கால் பெருவிரலில் என் உயிர் இருக்கிறது" என்று பொய் சொல்கிறான்.

இராவணனுக்கும் ஜடாயுவுக்கும் பெரும்போர் நடக்கிறது. ஜடாயு இராவணனின் கால் பெருவிரலைக் கொத்துகிறான். ஆனால் அவன் சாகவில்லை. இராவணன் ஜடாயுவின் இறக்கை களை வெட்டுகிறான். ஜடாயு தடுமாறுகிறான். அவன் இறந்து விடுவான் என்பதை உணர்ந்த சீதை "என் நாதன் வருமளவு மாமா ஜடாயுவின் உயிர் இருக்க வேண்டும்" என்று ஆணையிடு கிறாள்.

அ.கா. பெருமாள்

இந்த நேரத்தில் இராம இலட்சுமணர்கள் சீதையைத் தேடிப் பஞ்சவடிக்கு வருகிறார்கள். அரைகுறை உயிருடன் இருந்த ஜடாயுவைப் பார்த்தார்கள். இலட்சுமணன் இராமனிடம் “உங்கள் கையில் உள்ள அமிர்தத்தை இவர்மீது தெளியுங்கள்” என்கிறான். இராமனும் அப்படியே செய்தான். உடனே ஜடாயு எழுந்தான்.

“குழந்தாய் இராமா, உன் தேவி சீதையை தென்னிலங்கை இராவணன் சிறை கொண்டுவிட்டான். நான் அவனுடன் போராடியபோதுதான் இந்த நிலை எனக்கு ஆனது” என்கிறான். இராமன் உடனே கோதண்டத்தை வளைக்கிறான். “இப்போதே 14 உலகங்களையும் அழித்துவிடுகிறேன்” என்கிறான். ஜடாயு “இராமா நீ பரம்பொருள் அல்லவா, ஒருவன் செய்த தவறுக்கு உலகைப் பழிவாங்கலாமா?” என்கிறான். இராமன் “என் கோதண்டத்தை வளைத்துவிட்டேனே. என்ன செய்வது என்று தெரியவில்லை” என்கிறான். ஜடாயு “மதுராந்தகம் என்ற அசுரநாடு உள்ளது. அதன் மீது இந்த அஸ்திரத்தை ஏவிவிடு” என்கிறான். இராமனும் அப்படியே செய்கிறான்.

ஜடாயு இராமனிடம் “இராமா நீ இந்த வனத்தைத் தாண்டிச் சென்றால் முகிராட்சசி வனத்தை அடையலாம். அதைத் தாண்டினால் வருவது கவுந்தவனம். அடுத்து சவரி ஆசிரமம். அதை அடுத்து மூங்கப்பிதா ஆறு உள்ளது. அதை அடுத்து ரிஷ்ய முக மலை இருக்கிறது. அதை அடுத்துச் சென்றால் மதங்கமாமுனி குகையை அடையலாம். அதையடுத்து இருப்பது கிட்கிந்தா மலை. அங்கு வாழும் சுக்ரீவனை உன் வசப்படுத்தினால் இலங்கை உன் வசப்படும்” என்று கூறினான். பின் இராமனைப் பார்த்து “இராமா, என்னைச் சுடுகாடு இல்லாத இடத்தில் தகனம் செய்துவிடு” என்கிறான். ஜடாயு இறந்துவிடுகிறான்.

இராமன் இலட்சுமணனிடம் “தம்பி, சித்தப்பா இறந்துவிட்டார்கள். அவர்களைச் சுடுகாடு இல்லாத இடத்தில் தகனம் செய்ய வேண்டும். அந்த இடம் உலகில் எங்கே இருக்கிறது. தெரியவில்லையே” என்று கேட்கிறான். இலட்சுமணன் “உங்கள் உள்ளங்கையில் வைத்துத் தகனம் செய்யுங்கள்” என்கிறான். இராமன் ஜடாயுவைத் தன் உள்ளங்கையில் வைத்துத் தகனம் செய்கிறான். பின் ஜடாயு தீர்த்தக் கட்டத்தை அமைக்கிறான்.

இருவரும் அங்கிருந்து நடக்கிறார்கள். இராமன் “தம்பி தாகமாக இருக்கிறது. தண்ணீர் கொண்டுவா” என்கிறான். இலட்சுமணன் கமண்டலத்தை எடுத்துக் கொண்டு தண்ணீர் கோரச் செல்லுகிறான். பூணூலைக் கமண்டலத்தில் கட்டிக் கிணற்றில் விடுகிறான். அப்போது முகிராட்சசி, இலட்சுமணனின்

பின்னே வந்து கழுத்தைப் பிடிக்கிறாள். உடனே, இலட்சுமணன் வாளை வீசி அவள் மூக்கை வெட்டுகிறான். இலட்சுமணனின் கூக்குரலைக் கேட்ட இராமன் அக்கினி அஸ்திரத்தை விடுகிறான். எங்கும் ஒளிமயமாகிறது. இலட்சுமணன் நடந்த நிகழ்ச்சியைச் சொல்லுகிறான். பின் இருவரும் அடுத்த காட்டுக்குச் செல்கின்றனர்.

இருவரும் காட்டு வழியில் வந்த ராட்சதனைக் கண்டார்கள். அவன் இருவரையும் வழிமறித்தான். இலட்சுமணன் வாளால் அவனை வெட்டினான். இந்தக் கவந்தன் முன்பிறவியில் ஒரு பூக்கட்டுப் பண்டாரமாக இருந்தான். ஒருமுறை இந்தப் பண்டாரம் சிவனின் வழிபாட்டுக்குரிய பூவை முகர்ந்துவிட்டான். இதை அறிந்த சிவன் வஜ்ராயுதத்தால் பண்டாரத்தின் தலையில் அடித்தார். அவன் கவந்த அரக்கனாக மாறினான். அப்போது சாப விமோசனம் பெற்றான்.

இராம இலட்சுமணர்கள் அங்கிருந்து சபரி வாழ்ந்த மலைக்குச் சென்றனர். அவள், அவர்களை உபசரித்து இனிய கனிகளைப் படைத்தாள். இராமன் ஒரு கனியை எடுத்துப் பாதியைத் தின்றுவிட்டுப் பாதியை இலட்சுமணனிடம் கொடுத்தான். இலட்சுமணன் அதை உண்ணாமல் தன் தொடையைக் கீறி உள்ளே வைத்துத் தைத்துவிட்டான். சீதை விமானத்திலிருந்து வீசி எறிந்த ஆபரணங்களை இராமன் கையில் கொடுத்தாள் சபரி. "இராமா எனக்கு நல்மோட்சம் கொடு" எனக் கேட்டாள். இராமன் அவளை விழித்துப் பார்த்தான். அவள் உடலோடு சொர்க்கம் சென்றாள்.

பின்னர் சகோதரர் இருவரும் காட்டு வழியே நடக்கின்றனர். இராமன் களைப்படைந்து இலட்சுமணனின் தொடையில் தலைவைத்துப் படுக்கிறான். இராமன் படுத்திருந்த இடத்திலிருந்த மேலே உள்ள மரத்தில் இருந்த ஒரு குரங்கு அவன் முகத்தில் சூரிய ஒளி விழுமாறு இலைகளை நீக்குகிறது. இதைப் பார்த்த இலட்சுமணன் மணலைக் குவித்து இராமனின் தலையை வைத்துவிட்டுக் குரங்கை விரட்ட அஸ்திரத்தை எடுத்தான். இதைக் கண்ட இராமன் தடுத்தான் "தம்பி இது சம்பளம் இல்லாமல் வேலை பார்க்கின்ற குரங்கு. அதை இங்கே அழைத்து வா" என்றான்.

இந்தக் குரங்கு சாதாரணக் குரங்கு அல்ல. இதன் பெயர் அனுமன். இவள் தாய் அஞ்சனாதேவி. தந்தை வாயு பகவான். அஞ்சனாவுக்குக் கண் தெரியாது. அவள் ஒருமுறை அனுமனிடம் "அப்பா உன் தந்தைக்குச் சமமானவன் உன்னைச் சந்திப்பார். அவர் எப்படி இருப்பார் என்று சொல்கிறேன் கேள். அவர் நெற்றியில் நாமம், கழுத்தில் துளசி மாலை, நீல

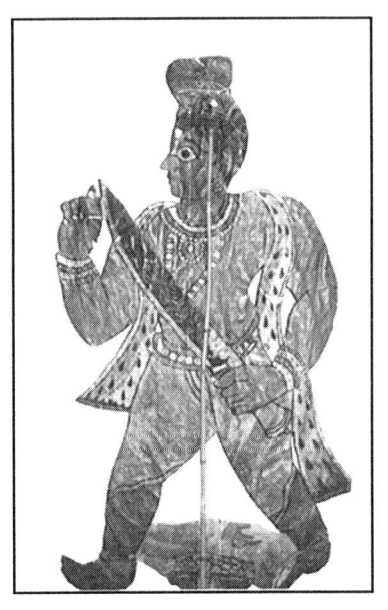

ராமன்

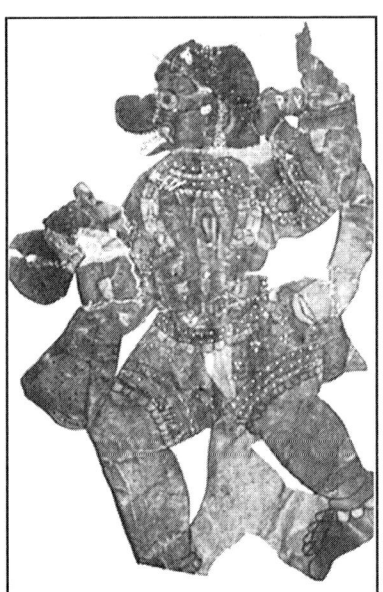

ஜாம்பவான்

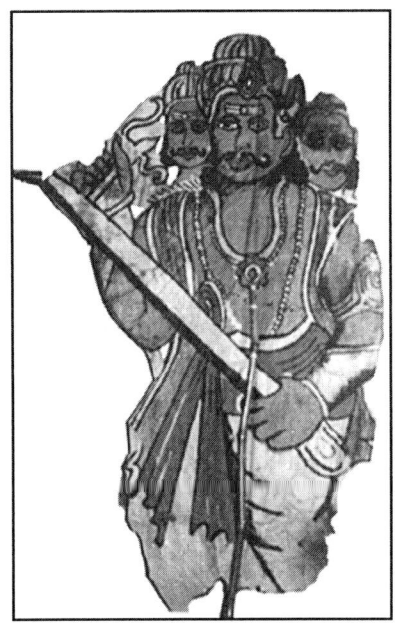

ராவணன்

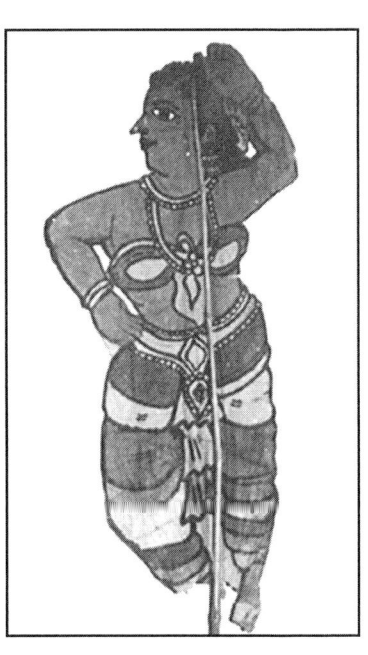

மோகினி சூர்ப்பனகை

நிற மேனி, கையில் கோதண்டம், இந்த அடையாளங்களைக் கண்டு நீ அவரைப் பின்தொடர்ந்து செல்” என்றாள்.

தாயின் வார்த்தை அனுமனுக்கு நினைவுக்கு வந்தது. தாய் சொன்ன தந்தைக்குச் சமமானவர் இராமனே எனக் கண்டான். அவன் அருகில் சென்றான். இராமனுக்கும் அனுமனைப் பார்த்ததும் பரிவு வந்தது. அனுமனைப் பார்த்த தும் “எனக்கு உதவ வந்தவனே, உன்னைப் பார்த்தால் நம்பிக்கை வரவில்லையே உன் உருவம் சிறிதாக இருக்கின்றதே” என்றான். அனுமன் தன் விஸ்வரூபத்தைக் காட்டுகிறான். இராமனுக்குப் பிரமிப்பு வந்தது. அனுமன், வாலி சுக்ரீவனைப் பற்றி விவர மாகக் கூறினான்.

“வாலி எதிர்த்தவரின் பாதிபலம் பெறக்கூடியவன். வாலியின் தம்பி சுக்ரீவன். ஒருமுறை தேவர்கள் இந்த இரண்டு பேருக்கும் பெண் சம்பாதிக்க வேண்டும் என எண்ணிப் பாற்கடலைக் கடைந்தார்கள். பாற்கடலிலிருந்து வரும் முதல் பெண்ணை வாலிக்கும் இரண்டாவது பெண்ணைச் சுக்ரீவனுக்கும் திருமணம் முடித்துவைக்க வேண்டும் என்று தீர்மானம் ஆயிற்று.

தேவர்கள் கடலைக் கடைந்தபோது முதலில் ஒரு கழுதை வந்தது. அதை வாலியிடம் கொடுத்தனர் தேவர்கள். வாலி அதைக் கடலில் வீசி எறிந்து விட்டான். தேவர்கள் மீண்டும் கடலைக் கடைந்தனர். தாரை பிறந்தாள். அவளைச் சுக்ரீவ னுக்குக் கொடுத்தனர். வாலியோ அவளைச் சுக்ரீவனிடம் இருந்து பறித்துக்கொண்டு ஓடிவிட்டான். பின் தேவர்கள் எல்லோரும் கூடி நியாயம் பேசினர்.

அந்த நியாயம் என்ன தெரியுமா? வாலி ஆறு மாதமும் சுக்ரீவன் ஆறு மாதமும் தாரையை வைத்துக் கொள்ளலாம். ஆனால் அந்த நியாயத்தை வாலி மதிக்காமல் இருக்கிறான். அதனால் வாலிக்கும் சுக்ரீவனுக்கும் பொருந்தி வராமலே இருந்தது. ஆகவேதான், உங்களிடம் உதவிக்கு வந்தேன். வாலிக் கும் சுக்ரீவனுக்கும் வேறு காரணத்தாலும் மாறுபாடு இருக்கிறது. நீங்கள் வாலியைக் கொன்று சுக்ரீவனுக்குப் பட்டம் கட்ட வேண்டும். சுக்ரீவன் சீதையைத் தேடுவதற்கு உங்களுக்கு உதவு வான்” என்றான் அனுமன்.

❍ ❍ ❍

அனுமன் இராமனைச் சுக்ரீவனிடம் அழைத்துச் செல்லு கிறான். சுக்ரீவனுடன் ஜாம்பகரும் பிற வீரர்களும் இருக்கின்ற னர். சுக்ரீவன் தனக்கும் வாலிக்கும் இடையே உள்ள மாறுபாட் டின் முக்கியக் காரணத்தைச் சொல்கின்றான்.

“ஒரு காலத்தில் துந்துபி, மாயாவதி என்ற அரக்கர்கள் பிரம்மாவிடம் வரம் வாங்கிக்கொண்டு தேவர்களை எதிர்த்தார்கள். தேவர்கள் “உங்களுக்குச் சமமான எதிரி வாலி என்பவன் தான். அவனிடம் போ” என்றார்கள். இருவரும் வாலியிடம் சென்று அவனைப் போருக்கு அழைத்தனர். வாலி துந்துபியின் வாலைப் பிடித்துச் சுழற்றி வீசி எறிந்து கொன்றான். பின் மாயாவதியைத் துரத்தினான். மாயாவதி ஒரு பிலத்தில் புகுந்தான். தொடர்ந்து வாலியும் சென்றான்.

வாலி பிலத்தினுள் சென்ற இருபத்தெட்டாம் நாள் பிலத் துவாரம் வழி ரத்தம் பெருக்கெடுத்து வந்தது. நானும் ஜாம்பகரும் மற்றவர்களும் வாலி இறந்துவிட்டான் என்று எண்ணினோம். மாயாவதி திரும்பி வந்துவிடக் கூடாதே என்று எண்ணிப் பிலத்தை அடைத்தோம். என்னைப் பட்டமேற்கும்படி வற்புறுத்தினார் ஜாம்பகர். நான் எவ்வளவோ மறுத்துப் பார்த்தேன். எல்லோருமே வற்புறுத்தினார்கள். அதனால் இசைந்து கிட்கிந்தையின் அரசனானேன். வாலி என் செய்கையைத் தவறாக எண்ணி அடித்தான். நான் உண்மையைச் சொல்லிப் பார்த்தேன். அவன் கேட்கவில்லை. அதனால் அவனுக்கு அஞ்சி மதங்க மாமுனி குகையில் பதுங்கினேன். “பகவானே என்னைக் காப்பாற்ற வேண்டும்” என்றான்.

சுக்ரீவனுக்கு இராமன் வலிமையில் சந்தேகம் வந்தது. அனுமனிடம் “இராமனைச் சோதனை செய்ய வேண்டும்” என்கிறான். இராமன் அதற்கு இசைகிறான். முதல் சோதனை துந்துபியின் எலும்பைத் தூக்கி வீச வேண்டும் என்பது. அதில் இராமன் வெற்றிபெறுகிறான். இரண்டாவது சோதனை திக்கொன்று திசைக்கொன்றாய் இருக்கும் சப்த மரங்களை ஒரே அஸ்திரத்தில் துளைக்க வேண்டும் என்பது.

இந்தச் சப்த மரங்கள் ஒரு சாரைப் பாம்பின் மேல் முளைத்துள்ளன. இதற்குக் காரணம் உண்டு. முன்னொரு காலத்தில் கல்வி கேள்விகளில் வல்ல நகுசன் என்ற அரசன் இருந்தான். அவனைச் சப்த ரிஷிகள் தெய்வ லோகத்திற்குச் சுமந்து சென்றனர். அப்போது அவன் அகம்பாவத்துடன் ‘சர்ப்பா சர்ப்பா வேகமாகப் போ’ என்றான். இதனால் முனிவர்கள் அவனைச் சர்ப்பமாகும்படி சபித்துவிட்டார்கள். அந்தப் பாம்பின் மேல்தான் மராமரங்கள் முளைத்துள்ளன.

இராமன் அந்தப் பாம்பின் வாலைப் பிடித்து இழுத்தான். மரங்கள் நேர் கோட்டில் வந்தன. அவற்றின் மீது பாணத்தை விட்டான். இரண்டாம் சோதனையிலும் வெற்றிபெற்றான். சுக்ரீவனுக்குப் பின்னும் சந்தேகம் தீரவில்லை. அனுமனோ “இராமன் பகவானின் அம்சம் அவனை நம்பு” என்கிறான்.

இராமனின் சொல்படி வாலியுடன் சண்டை செய்தான் சுக்ரீவன். ஆனால் அவனால் வாலியின் வலிமைக்கு முன் நிற்க முடியவில்லை. அஞ்சி ஓடி அனுமனிடம் வந்தான். இராமனைப் பற்றி நொந்து கொண்டான். அனுமன் இராம னிடம் சுக்ரீவனின் நிலையைக் கூறினான். இராமன் அனுமனிடம் "அனுமனே இந்த சுக்ரீவன் இன்னார் இனியார் என அறியாமல் என்னைச் சோதித்தான். அதனால் நான் சோதித்தேன். இதை நீ அவனிடம் அறிவிக்க வேண்டாம். அவனது உடம்பில் 18 நாமங்களைக் குழைத்துப் பூசிவிடு. துளசிமணி மாலையை அவன் கழுத்தில்போடு. அப்போது அவனை நான் அடையாளம் காண்பேன். மறுபடியும் போரிடச் சொல்" என்றான்.

சுக்ரீவன் மறுபடியும் வாலியுடன் போரிட்டான். அப்போது இராமன் ஒரு மரத்தின் பின் மறைந்து நின்று வாலியின் மேல் அம்பு எய்தான். அம்பு பட்டதும் வாலி துடித்தான். பொங்கி எழுந்தான். இராமா இப்படிச் செய்துவிட்டாயே எனப் பரிகசித் தான். இராமனே அதற்குப் பதில் சொல்கிறான். "வாலியே உனக்கு உன் பூர்வ ஜென்மம் தெரியுமா? சொல்கிறேன் கேள்" என்கிறான். வாலியும் "சொல் கேட்கிறேன்" என்றான். அதற்கு இராமன் சொல்கிறான். "ஒருமுறை இராவணன் சிவனிடம் தவம் இருந்து மூன்றரைக் கோடி வரங்களும் கல் பிள்ளையாரை யும் பார்வதி அம்மனையும் வாங்கி வந்தான். இவை, அவனிடம் இருக்குமானால் பூவுலகிற்குப் பெரும் துன்பம் வரும் என்று தேவர்கள் எண்ணினார்கள். எனவே, அந்தக் கல் பிள்ளையாரை யும் பார்வதி அம்மனையும் திருப்பிப் பெற்றுவிட என்னை அனுப்பிவைத்தனர். நான் ஒரு சம்சாரியைப் போல் அவன் வரும் வழியில் நின்றேன். ஒரு கத்திரிச்செடியைத் தலைகீழாக நட்டு ஓட்டைப் பானையில் தண்ணீர் விட்டுக் கொண்டிருந்தேன்."

இராவணன் என்னிடம் வந்தான். "ஏய் சம்சாரி என்ன மடத்தனமான காரியம் செய்கிறாய்? இது என்றைக்குப் பூத்து என்றைக்குக் காய்த்துப் பலன் கொடுக்கும்" என்று கேட்டான். நான், "நீ வைத்திருக்கிறாயே கல்பிள்ளையாரும் பார்வதி அம்மனும் அவை பொய். இவற்றை ஈசனிடம் திருப்பிக் கொடுத்து விடு. நான் சொல்வது மாதிரி கேள். அதன் பிறகு வந்து இந்தக் கத்தரிச்செடிகளைப் பார்" என்றேன். இராவணன் "என்ன கேட்க வேண்டும்" என்று கேட்டான். நான் "மண்டோதரி அம்மனைக் கேள். வெள்ளைப் பிள்ளையாரைக் கேள். அவற்றை வாங்கிய பின் இந்தக் கத்தரிச்செடிகளைப் பார்" என்றேன்.

இராவணன் சொன்னபடி இரண்டையும் வாங்கிக்கொண்டு வந்தான். நான் அவன் வருவதற்கு முன்பாகக் கத்திரிச்செடி களில் பூவும் பிஞ்சும் காயும் வரச் செய்தேன். அதைப் பார்த்த

பின்பு நாம் வாங்கிய வரம் சரிதான் என்ற முடிவுக்கு வந்த இராவணன் அடுத்த வனம் சென்றான்.

அந்த வனத்தில் ஒரு கோனாராகப் போய் நான் நின்றேன். இராவணன் என்னிடம் வந்தான். "இந்த வெள்ளைப் பிள்ளையாரை வைத்துக்கொள். தாக சாந்தி செய்து வருகிறேன், இதைக் கீழே வைத்து விடாதே. வேரூன்றிக்கொள்ளும்" என்றான். நானும் "சரி வைத்துக்கொள்ளுகிறேன். ஆனால் மூன்று எண்ணுவதற்குள் நீ வந்துவிட வேண்டும்" என்றேன். அவனும் "சரி" என்றான்.

அவன் போனதும் நான் "வா" என்று சப்தமிட்டேன். அவன் கீழே உட்கார்ந்தான். நான் மீண்டும் சப்தமிட்டேன். அவன் வருவதற்குள் மூன்றாம் முறையாகச் சப்தமிட்டேன். அவன் என் அருகே வருவதற்குள் வெள்ளைப் பிள்ளையாரைப் பூமியில் வைத்துவிட்டு மறைந்துவிட்டேன். அவன் பிள்ளையாரை எடுத்தான். அது அசையவில்லை. கடைசியில் அவனிடமிருந்தவை மண்டோதரி அம்மனும் அரைக்கோடி வரங்களும்தான்.

இராவணன் தான் பெற்ற வரங்களால் தேவர்களைத் துன்புறுத்தினான். அவன் நிறைய வரங்கள் வாங்கியிருந்தாலும் மானிடனையும் குரங்கையும் பொருட்படுத்தாமல் இருந்தான். இந்த இராவணனை எப்படியாவது அழித்துவிட வேண்டும் என சிவன் கூறினார்.

முனிவர்களை வானரங்களாகும்படி வரம் கொடுத்து கிஷ்கிந்தைக்கு அனுப்பினேன் நான். இந்திரனை வாலியாகவும் சூரியனைச் சுக்ரீவனாகவும் சந்திரனை அங்கதனாகவும் பிரம்மனை ஜாம்பகராகவும் ஈசனை அனுமனாகவும் அவதாரம் எடுக்கச் சொன்னேன். வாலியே நீ மட்டும் கேட்டாய். எனக்குப் பூதபலம் பாதிபலம் இருந்தால் துஷ்டனாகி விடுவேன்" என்று. "நான் இராமனாகப் பிறந்து உனக்கு இந்திரப் பதவி கொடுப்பேன் என்றேன். இப்போது என்னைத் தூஷிக்கிறாயே வாலி" என்றான்.

இராமன் பேசியதைக் கேட்ட வாலி "பகவானே என்னை மன்னியுங்கள்" எனப் பணிந்தான். இராமன் "சரி உனக்கு மறுபடியும் உயிர் கொடுக்கிறேன். இராவண சம்காரத்திற்கு என்னுடன் வருவாயா" என்று கேட்டான். வாலியோ "இதுவரை துஷ்ட வாலி எனப் பெயர் பெற்றிருந்தேன். இனி வடுவாலி எனப் பெயர் பெறுவதா வேண்டாம்" என்றான்.

வாலி சுக்ரீவனை அழைத்தான். "தம்பி இராமனிடம் கவனமாக நடந்துகொள்" என அறிவுரை கூறினான். தன் மார்பில் பாய்ந்த அம்பைப் பிடுங்கினான். உடனேயே உயிரை விட்டான்.

❍ ❍ ❍

சுக்ரீவன் குறிப்பிட்ட நாளில் படைகளுடன் வராததை இராமன் இலட்சுமணனிடம் சுட்டிக்காட்டி அவனை எச்சரித்து வா என அனுப்பி வைக்கிறான். இலட்சுமணன் சுக்ரீவனின் காவலனிடம் "சப்த மரங்களைத் துளைத்த பாணங்கள் இன்னும் உள்ளன என்று இராமன் அறிவித்ததாகச் சுக்ரீவனிடம் சொல்" என்கிறான். அதைக் கேட்ட சுக்ரீவன் இராமனைச் சரணடை கிறான்.

இராமனும் "சமாதானம் அடைந்து உன் படைகளை நான்கு திசைகளுக்கும் அனுப்புவாய்" என்கிறான். சுக்ரீவனும் அப்படியே தன் படைத் தலைவர்களிடம் தேவியைத் தேடுமாறு உத்தரவு இடுகிறான். இராமன் அனுமனிடம் கணையாழியைக் கொடுத்து "நீ தேவியைக் கண்டுபிடிப்பாய், தேவியிடமிருந்து சூடாமணியை வாங்கி வா" என்கிறான்.

தென்திசை சென்ற வானரங்கள் வழி தெரியாமல் திகைக் கின்றன. ஜாம்பகர் "இராம நாமத்தைச் செபியுங்கள் வழி தெரியும்" என்கிறார். எல்லா வானரங்களும் 'ராமா ராமா' என்று செபிக்கின்றன. அந்த நேரத்தில் மகேந்திர மலையில் இருந்த ஜம்பாதியின் ரெக்கைகள் முளைத்தன. அவர் வானரங் களின் நடுவே வந்து நின்றார். வானரங்கள் அங்கே வந்த காரணத்தையும் அறிகின்றார். தென்னிலங்கை வழியைக் காட்டி, அனுமனால் மட்டுமே அங்கே செல்ல முடியும் என்கிறார். ஜடாயு இறந்த செய்தியை வானரங்களின் வழி அறிந்த ஜம்பாதி சோகத்துடன் அங்கிருந்து புறப்படுகிறார்.

அனுமன் வானர வீரர்களிடம் "நீங்கள் ததிமுகன் என்பவ னின் வனத்தில் கனிகளைப் பறித்துத் தின்னுங்கள். நான் வருகிறேன்" என்று கூறிவிட்டுக் கடல்வழியே பாய்கின்றான். வழியில் மைந்நாகப் பர்வதம் குறுக்கிட்டது. "மகனே உன் அப்பாவின் நண்பன் நான். ஒருகாலத்தில் பர்வதங்களுக்கு ரெக்கைகள் இருந்தன. நாங்கள் பறந்து செல்வதால் ரிஷிகளுக்கு இடையூறு வருகிறது என்று நினைத்த இந்திரன் எங்களை வெட்ட வந்தான். உன் அப்பாவின் உதவியால் நான் தப்பித் தேன்; என்னிடம் இப்போது இளைப்பாறிச் செல்லலாம்" என்றான். ஆனால் அனுமன் அதற்கு இணங்கவில்லை. மைந்நாகத் திற்கு நன்றி சொல்லிவிட்டு வேகமாகப் பறந்து சென்றான்.

ஆங்காரத் தாரகை என்பவள் கடலில் இரும்பு வலைகளைப் போட்டு அண்டரண்டப் பட்சிகளைத் தின்று வாழ்ந்துகொண் டிருந்தாள். அவள் இப்போது அனுமனைப் பிடிக்க வந்தாள். அனுமன் அவளை எட்டி உதைத்தான். அப்போது அனுமனிடம் பெருகிய வியர்வையை ஒரு மச்சகந்தி மீன் விழுங்கிவிட்டது.

அனுமன் இலங்கை வடக்கு வாசலை அடைகிறான். சிவனிடம் வரம் வாங்கிய இலங்கை மாகாளி அந்த வாசலைக் காவல் காக்கிறாள். அனுமன் அவளைக் கொன்று அவளுக்குச் சாப விமோசனம் கொடுத்துவிட்டு அங்கிருந்து இலங்கை நகருக்குள் நுழைகிறான். எல்லா இடங்களிலும் தேவியைத் தேடுகிறான். பலனில்லை. அவனுக்கு ஒரு யோசனை தோன்று கிறது. உறங்கிக்கொண்டிருந்த பொதுமக்களை இடம் மாற்று கிறான். அவர்களுக்கு உறக்கம் தடைபடுகிறது. அவர்கள் தங்களுக் குள் உரையாடுகின்றனர். பேச்சின் இடையே சீதை அசோக வனத்தில் இருக்கும் தகவலை ஒருவன் சொல்கிறான். அனுமன் அதைக் கேட்கிறான்.

அனுமன் அசோகவனத்திற்குச் செல்கிறான். சீதை இருந்த மரத்தில் ஏறிக் கவனிக்கிறான். அப்போது இராவணன் சீதையைப் பார்க்க வருகிறான். அவளிடம் ஆசை வார்த்தைகள் பேசுகிறான். இராவணன் கொடூர முகத்தை உடைய அரக்கிகளிடம் “இவளைப் பயமுறுத்தி வழிக்குக் கொண்டு வாருங்கள்” என்று சொல்லிப் போகிறான்.

இராவணன் சென்றதும் அனுமன் சீதையைச் சந்திக்கிறான். தேவியைப் பணிந்து இராமர் கொடுத்த கணையாழியைக் கொடுக்கிறான். சீதை அனுமனை நம்புகிறாள். அனுமனிடம் சூடாமணியைக் கொடுக்கிறாள். அவனிடம் “நீ இந்தத் தோட் டத்தில் கைதொட்டுக் கால்தொட்டு மரம் ஏறாதே” என்கிறாள். அனுமனோ வாலால் கொம்பை இழுத்து வாயால் பழத்தைத் தின்றுவிட்டு அசோகவனத்தைத் துவம்சம் செய்கிறான்.

அனுமனின் அட்டகாசத்தை அடக்கக் கும்பன், நிகும்பன், ரணசூரன் ஆகிய மூன்று வீரர்கள் வருகின்றனர். அவர்களைக் கொன்று ஒழிக்கிறான் அனுமன். இராவணனின் மகன் அட்சய குமாரன் வந்தான். அவன் “டேய் நான் சாகாத வரம் பெற்றவன். வடக்கு வாசல் கோட்டையில் என் பெயருள்ள கல் உள்ளது. அது அழிந்து போனால் மட்டுமே நான் இறப்பேன்” என்றான். அனுமன் அந்தக் கல்லைப் பிடுங்கி உடைத்தான். பின் அட்சய குமாரனிடம் போர் செய்தான். அந்த அரக்கன் மாண்டான்.

இதன் பின்னர் இந்திரஜித்து வந்தான். அவனும் அனும னிடம் போரிட்டான். அனுமன் “டேய் உன்னிடம் 3 நாழிகை கட்டுப்பட வேண்டும் என்ற சாபம் எனக்கு உள்ளது. நான் சின்ன வயதில் சூரியனைப் பழம் என நினைத்து விழுங்கி விட்டேன். அதனால் வஜ்ராயுதத்தால் அடிபட்டேன். உடனே என் தந்தை கோபம் கொண்டு தன் பிரபவாத்தை நிறுத்தி விட்டார். அதனால் பயந்த தேவர்கள் எனக்கு நிறைய வரங்கள்

ராமன் அசோகவன அரக்கி

தூர்ப்பனகை அரக்க வீரன்

தந்தனர். எனக்கு ஆணவம் வந்தது. தேவர்கள் என்னைக் கண்டு அஞ்சினர். நீ 3 நாழிகை நேரம் இந்திரஜித்துவிடம் கட்டுப்பட வேண்டும் எனச் சாபம் கொடுத்தனர். என்னை எப்படிப் பிடிக்க வேண்டும் என்பதையும் சொல்கிறேன் கேள். நான் மரத்திற்கு ஒரு மரம் தாவுவேன். அப்போது என்மீது அம்பு செலுத்தினால் என்னைப் பிடிக்க முடியும். என் உடலில் எத்தனை ரோமங்கள் உள்ளனவோ அவ்வளவு அம்புகள் என் மீது செலுத்த வேண்டும். அப்படியானால் நான் அகப்படுவேன்" என்றான்.

இந்திரஜித்து அனுமன் சொல்லியபடி செய்தான். அனுமன் அகப்பட்டான். அவனைப் பிடித்து இராவணனிடம் கொண்டு சென்றான். இராவணன் சிம்மாசனத்தில் அமர்ந்திருந்தான். அனுமன் இராவணனுக்குச் சமமாக வால் சிம்மாசனத்தில் அமர்ந்தான். இராவணனைப் பரிகசித்தான். அவனது பலவீனங் களை அவனுக்கே உணர்த்தினான். இராவணன் அனுமனைத் தன் வசம் இழுக்க முயற்சி செய்தான். முடியவில்லை. அதனால் கோபமுற்ற இராவணன் அனுமனைக் கொல்லும்படி ஆணை யிடுகிறான். விபீஷணன் அதைத் தடுத்து அவன் வாலை மட்டும் எரிக்கும்படிச் சொல்கிறான்.

அனுமனின் வாலில் துணியைச் சுற்றினர் அரக்கர்கள். இலங்கையில் வீடுகளில் உள்ள எல்லாத் துணிகளைச் சுற்றிய பிறகும் வால் நீண்டுகொண்டே இருந்தது. இராவணன் சொன் னான். 'சீதையின் முந்தானை உரிந்து வா' என்று. உடனே வால் சுருங்கிக்கொண்டது. ஒரு அரக்கன் அனுமனின் வாலில் நெருப்பை வைத்தான். அவனைத் தெருவழியே இழுத்துச் சென்றனர். அப்போது ஒரு அரக்கக் கிழவி "சுடு குரங்கை" என்றாள். அனுமனோ "சுடு குரங்கே" என்று கூறியதாக நினைத்து இலங்கையை எரித்தான்.

இலங்கை எரிந்துகொண்டிருக்கும் சமயத்தில் விசுவகர்மா மந்திரங்களைப் போட்டு இலங்கையைப் புதுப்பித்துக்கொண்டே வந்தான். அனுமன் அவனிடம் "நான் இலங்கையை எரித்து முடிப்பதுவரை நீர் சும்மா இருக்க வேண்டும். நான் கடைசி யில் கல்லும் காவேரியும் புல்லும் பூமியில் இருக்கும்வரை உட்கார்ந்து சாப்பிடும்படி பரிசு கொடுக்கிறேன்" என்றான்.

விசுவகர்மா, அனுமன் இலங்கையை எரிப்பது வரை அமைதியாக இருந்தான். எரித்து முடித்ததும் அனுமனிடம் சென்றான். அனுமன் முப்புரி நூலும் ஒரு வஸ்திரமும் தட்சிணை யும் கொடுத்தான். விசுவகர்மாவிற்குக் கோபம் வந்தது. "குரங்கே என்னை ஏமாற்றிவிட்டாய். அதனால் நீ எதைத் தின்னாலும்

அதை நீ வாயில் ஒதுக்கியபடியே சாப்பிட வேண்டும்" எனச் சாபம் கொடுத்தான்.

அனுமன் இலங்கையிலிருந்து சூடாமணியுடன் இராமனை அடைந்து தேவியைக் கண்ட செய்தியை விரிவாகக் கூறினான்.

❍ ❍ ❍

இராமன் "இலங்கைக்குச் செல்ல கடலைக் கடக்க வேண்டும். அதனால் கடலில் அணை கட்ட வேண்டும். நீ சமுத்திர ராசனை அழைத்து வா" என இலட்சுமணனைப் பணிக்கிறான். இலட்சுமணன் சமுத்திரராசனை அழைக்கிறான். அவன் வரவில்லை. கொஞ்சநேரம் காத்திருந்த இராமன் சமுத்திரத்தில் பாணங்களைச் செலுத்தினான். சமுத்திரராசன் உடனே வந்து இராமனைப் பணிந்தான். தன்மீது அணை கட்டிக்கொள்ள இசைவு தெரிவித்தான்.

உடனே சேது பந்தனம் நடந்தது. நளராசன் வானரங்கள் கொடுத்த கற்களை வாங்கி அடுக்கினான். அனுமனும் கற்களைப் பெயர்த்து நளராசனிடம் கொடுத்தான். அவன் அதை இடது கையால் வாங்கினான். அனுமனுக்கு எரிச்சல். "ஓகோ இவனுக்கு ஆணவமா? இனி நான் கொடுக்கும் கல்லை ஒரு கையால் வாங்கட்டும் பார்த்துக்கொள்ளுகிறேன். இவனை இந்த அணையில் காவு கொடுத்து விடுகிறேன்" என்று நினைத்தான். அனுமனின் இந்த எண்ணம் இராமனுக்குத் தெரிந்தது. அவன் நளராசனிடம் "நளனே நீ அனுமன் கொடுக்கும் கல்லை இரண்டு கைகளாலும் மரியாதையாக வாங்கு" என்று எச்சரித்தான். நளராசனும் இராமன் சொன்னபடி நடந்தான்.

இராமன் வானரங்களுடன் போருக்கு வந்திருக்கிறான் என்று கேள்விப்பட்ட இராவணன் தானே போருக்குப் புறப்பட்டான். அப்போது விபீஷணன் அண்ணனுக்கு அறிவுரை கூறினான். இராவணனின் தவறுகளைச் சுட்டிக்காட்டினான். உடனே, இராவணன் காவலனை அழைத்து "விபீஷணனைப் பிடித்து வெளியே தள்ளுங்கள்" என்றான். விபீஷணன் இராமனிடம் சரணடைந்தான். சுக்ரீவனும் இலட்சுமணனும் விபீஷணனைச் சேர்க்கக் கூடாது என்றனர். இராமனோ அவர்களுக்குச் சமாதானம் சொல்லி அவனுக்கு அடைக்கலம் கொடுத்தான்.

இராமனின் படை ரகசியங்களை அறிய சுகன், சுககாரன் என்னும் இரு வீரர்கள் வந்தனர். அவர்களை இனம்கண்டு கைதுசெய்தான் அனுமன். இராமன் அவர்களை எச்சரித்து இராவணனிடம் அனுப்பிவைக்கிறார்.

முதல் நாள் போரில் இராவணனும் அனுமனும் மல் யுத்தம் செய்கின்றார்கள். இருவரும் சமமான வீரர்கள். ஒருவரை ஒருவர் மோதிக்கொண்டாலும் முடிவு வராது என்று தெரிந்த பின் இருவரும் விலகிக் கொள்ளுகிறார்கள். இராவணன் போர்க்களத்தில் விபீஷணனைக் காணுகிறான். கோபத்துடன் அவன் மீது அம்பு செலுத்துகிறான். இதைப் பார்த்த இலட்சுமணன் அந்த அம்பைத் தானே தாங்கிக் கொள்ளுகிறான். அதனால் மயங்கி விழுகிறான். இராவணன் ஓடிச்சென்று அவனைத் தூக்குகிறான். அசைக்க முடியவில்லை. கைலை மலையைப் பெயர்த்த இராவணன் திகைத்து நிற்கும்போது அனுமன் ஓடி வருகிறான். பூமாலையை எடுப்பதுபோல் இலட்சுமணனை எடுத்துச் செல்கிறான்.

இராமன் அங்கதனை இராவணனிடம் தூதனுப்புகிறான். அவனுக்கு ஒரு வாய்ப்புக் கொடுக்கிறான். ஆனால் இராவண னின் ஆணவம் குறையவில்லை. அங்கதனைப் பழித்துப் பேசு கிறான். இராமனைப் போருக்கு வரச்சொல் என்கிறான்.

❍ ❍ ❍

இராவணன் இராமனைப் போரில் வெல்ல முடியாதோ என மனம் தளர்ந்து இருக்கும்போது மகோதர மந்திரி “அரசே அதிகாயனை அனுப்புவோம்” என்கிறான். அதிகாயனை இலட்சுமணன் கொன்று விடுகிறான். மந்திரி “இனிக் கும்பகர்ணனை அனுப்பலாம்” என்கிறான்.

கும்பகர்ணன் உறங்கிக்கொண்டிருக்கிறான். அரக்கர்கள் அவன்மீது ஆடுகளை மேயவிட்டு எழுப்புகிறார்கள். கும்பகர்ணன் எழுந்ததும் பெரும் தீனி தின்னுகிறான். இராவணன் சீதையைச் சிறைகொண்டது, இராமன் போருக்கு வந்தது போன்ற செய்திகளை அறிகிறான். இராவணனுக்கு அறிவுரை கூறு கிறான். “சீதையை இராமனிடம் அனுப்பிவிடு” என்கிறான். இராவணனோ கும்பகர்ணனைப் பழித்து, “நீயும் விபீஷணனிடம் போய்விடு” என்கிறான்.

கும்பகர்ணன் போர்க்களத்துக்குச் செல்லுகிறான். வானர வீரர்கள் அஞ்சி ஓடுகின்றனர். பெரும் போர் நடக்கிறது. கும்பகர்ணன் வசந்தராசன் என்ற வானரத் தலைவனைக் கொல்லுகிறான். சுக்ரீவனைப் பிடித்துச் செல்லுகிறான். ஆனால் சுக்ரீவன் கும்பகர்ணனின் மூக்கைக் கடித்துவிட்டுத் தப்பி வருகிறான். பின்னர் கும்பகர்ணனின் தலையைக் கொய்து எறிகிறான் இலட்சுமணன்.

கும்பகர்ணன் இறந்ததும் இந்திரஜித்து போருக்கு வருகிறான். வானரங்கள் திகைத்து அஞ்சுமாறு மாயாவியாக நின்று போர் செய்கிறான். அவன் வானரங்களின் மேல் பஞ்சசரம் தொடுக்கிறான். நாகாஸ்திரம் தொடுத்து எல்லோரையும் கட்டிவிடுகிறான். இராமன், ஜாம்பகர், அனுமன் ஆகியோரைத் தவிர்த்த பிற எல்லோருமே மயங்கி விழுகின்றனர். இராமன் கருடனை நினைக்கிறான். உடனே கருடன் வருகிறான். கருடனைக் கண்ட நாகம் மறைகிறது.

மறுபடியும் இலட்சுமணன் இந்திரஜித்துடன் போர் செய்கிறான்.

இந்திரஜித்து இலட்சுமணனின் நெற்றியில் பிரம்மாஸ்திரத்தை விடுகிறான். எல்லோரும் உறங்கி விடுகின்றனர். ஜாம்பகர் மட்டும் விழித்திருக்கிறார். அனுமனை பிரம்மாஸ்திரம் ஒன்றும் செய்யவில்லை. ஜாம்பகர் அனுமனிடம் "சஞ்சீவி, மலையில் விரானிகரணி, விஷகரணி, சஞ்சீவிகரணி ஆகிய மருந்துகள் உள்ளன பறித்து வா" என்கிறார்.

அனுமன் ஒரு கல்லில் துப்புகிறான். "ஜாம்பகரே இந்த உமிழ் நீர் காயும் முன்பு நான் வந்துவிடுவேன்" என்று கூறிச் செல்லுகிறான். அனுமன் செல்லும் வழியில் மோகினி ஒருத்தி முதலை உருவில் நின்று தடுக்கிறாள். அவளைக் கொன்றுவிட்டுச் செல்லுகிறான் அனுமன்.

சஞ்சீவி மலையைச் சுற்றி அரக்கர்கள் காவல் காத்துக் கொண்டிருந்தனர். அனுமன் அவர்களிடம் போரிட்டான். அந்த அரக்கர்களைக் கொன்றால் மறுபடியும் உயிர் பெற்று வருவதைக் கண்ட அனுமன் அவர்களை வாலால் கட்டிக் கடலில் எறிந்தான். பின் சஞ்சீவி மலையை அப்படியே எடுத்து வந்தான். இலட்சுமணனும் வானர வீரர்களும் மயக்கம் நீங்கி எழுந்தனர்.

இராமன் அனுமனை 'சீரஞ்சீவி ஏழு பேரில் நீயும் ஒருவனாவாய்' என வாழ்த்தினான். ஜாம்பகர் அனுமானிடம் "சஞ்சீவி மலையை எடுத்த இடத்தில் போட்டுவிடு" என்றார். அனுமனுக்கு வருத்தம் வந்தது. போன களைப்புத் தீர இளைப்பாறச் சொல்லாமல் மறுபடியும் போகச் சொல்கிறாரே என்ற கோபத்தில் மலையைத் தூக்கி எறிந்தான். அதில் ஒரு துண்டு உடைந்து விழுந்தது. அது மருந்துவாழ் மலை எனப் பெயர் பெற்றது.

இந்திரஜித்து நிகும்பலை யாகம் செய்தான். "அந்த யாகத்தில் ஒருசாண் அளவு ரதம் தோன்றும். அதில் நின்று அவன்

போர்செய்வான். அப்போது அவனை அழிக்க முடியாது. அதனால் யாகத்தை அழிப்பாய்" என விபீஷணன் இலட்சுமண னிடம் கூறுகிறான். இலட்சுமணனும் நிகும்பலை யாகத்தை அழித்து விடுகிறான். இதனால் சோர்ந்துபோன இந்திரஜித்து இராவணனிடம் "போரை விடு" எனக் கூறுகிறான். பலனில்லை. இந்திரஜித்து விபீஷணனிடம் வந்து பேசுகிறான். அவனோ "உன்னை அழிக்க இராமனை சிபாரிசு செய்கிறேன் நான்" என்கிறான். இந்திரஜித்து விபீஷணனைப் பழித்துப் பேசுகிறான். மாயசீதையைக் கொண்டுவந்து அரக்கர்களின் நடுவே வெட்ட வேண்டும். அப்போது வானரங்கள் சிதறும் என எண்ணு கிறான். போர்க்களத்தை விட்டு மாயமாய் மறைகிறான்.

❍ ❍ ❍

இந்திரஜித்து மாயசீதையை உருவாக்கிப் போர்க்களத்துக் குக் கொண்டுவருகிறான். வானரங்களின் நடுவே நிறுத்தி, சீதையை வெட்டுகிறான். இதைப் பார்த்த இராம, இலட்சுமணர் கள் திகைக்கின்றனர். இராமன் அழுகின்றான். விம்முகின்றான். விபீஷணன் அவனைச் சமாதானப்படுத்துகின்றான். "இது மாயசீதை. 3 நாழிகைக்குள் மறைந்துவிடும். இதில் உனக்கு நம்பிக்கை இல்லை என்றால் அசோக வனத்திற்குச் சென்று சீதையைப் பார்த்து வருகிறேன்" என்றான். அசோகவனத்திற்குச் சென்று சீதையைப் பார்த்து வந்தான். இராமனிடம் "பகவானே தேவி அசோகவனத்தில் நலமாக இருக்கிறாள். இந்திரஜித்து வின் மனைவி சுலோசனா துக்கத்துடன் இருக்கிறாள்" என்றான்.

இந்திரஜித்துவின் மாயசீதை மறைந்ததும் வானரங்கள் ஆரவாரம் செய்தார்கள். இந்திரஜித்து மறைந்து நின்று நாராயண அஸ்திரத்தை இலட்சுமணன் மீது விட்டான். இலட்சுமணன் நாராயணனைத் தியானித்து அந்த அஸ்திரத்தை இந்திரஜித்து வின் மீது திருப்பிவிட்டான். அது அவன் மேல் பாய்ந்தது.

அப்போது இந்திரஜித்து தனக்குள் சொல்லிக் கொண்டான். "என் தந்தை இராவணன் தேவர்களை அடக்கியவன் என்ற இறுமாப்புடன் இருந்தார். அதனால் எனக்கும் ஆணவம் வந்தது. ஒருமுறை நான் நாகலோகம் சென்றேன். நாகதேவனின் மகள் சுலோசனாவைச் சிறை எடுத்துவந்து மணம் செய்தேன். நாகதேவன் அடுத்த பிறவியில் நான் மானிடனாகப் பிறந்து 14 ஆண்டுகள் ஊணுறக்கம் இன்றி விரதம் காத்து உன்னை அழிப்பேன் என்று சபதம் செய்தானே. அப்படியானால் அந்த நாகதேவன்தான் இலட்சுமணனாக வந்திருக்க வேண்டும்" இந்த நினைவோடு இந்திரஜித்து இறந்தும் விடுகிறான்.

இந்த நேரத்தில் இந்திரஜித்துவின் மனைவி சுலோசனா இராவணனைச் சந்திக்கிறாள். "மாமா என் கணவர் இறந்துபோன தாகக் கனவு கண்டேன். அவர் 'நான் இறக்கும்போது என் வலது கை உன்னைத் தேடி வீட்டுக்கு வரும்; நான் இறந்துபோவ தற்கு அதுதான் அடையாளம்' என்று தன்னிடம் ஒருமுறை சொன்னார். இப்போது அவரது கை என்னைத் தேடி வந்து விட்டது. அவர் இறந்துவிட்டார் மாமா. நான் அவரது உடலைப் பார்க்க வேண்டும்" என்கிறாள்.

சுலோசனா இராமனின் படைகளின் நடுவே சென்றாள். இராமனைச் சந்தித்தாள். "நான் இந்திரஜித்துவின் மனைவி சுலோசனா. என் கணவர் இறந்துபோன அடையாளத்தைக் கண்டேன். அவரது உடலைத் தகனம் செய்துவிட்டு நான் உடன்கட்டை ஏறப் போகிறேன். அதற்கு நீ உதவி செய்ய வேண்டும்" என்றாள். இராமன் "இந்திரஜித்துவின் தலை உன்னிடம் பேசுமா?" என்று கேட்டான். சுலோசனா "பேசும்" என்றாள். உடனே இராமன் இந்திரஜித்துவின் உடலைக் கொண்டுவரச் செய்தான். அந்த உடல் உயிர் பெற்று சுலோசனா விடம் பேசியது.

இராமன், இலட்சுமணனை அழைத்தான். என் உள்ளங் கையைப் பார் என்றான். இலட்சுமணன் இராமனின் கையைப் பார்த்தான். அவனுக்கும் பூர்வஞானம் தெரிந்தது. அவன் முந்தைய பிறவியில் நாகதேவனாக இருந்தான். அப்போது அவன் மகள் சுலோசனா என்பது தெரிந்தது. உடனே இலட்சுமணன் சுலோசனாவைப் பார்த்து "மகளே" என்றான். அவளும் பூர்வஞான நினைவுடன் "அப்பா பாவிகள் என் கணவனை வெட்டிவிட்டனர்" என்றாள். உடனே இலட்சுமணன் "மகளே உன் கணவனைக் கொன்றவர் யார்? பழிவாங்கு கிறேன்" என்றான்.

இந்த நேரத்தில் இராமன் இலட்சுமணனைப் பார்த்து "தம்பி என் உள்ளங்கையைப் பார்" என்றான். இலட்சுமணன் பார்த்தான். அவனுக்கு இந்தப் பிறவி நினைவுக்கு வந்தது. சுலோசனாவைப் பார்க்கிறான். அடையாளம் தெரியவில்லை. சுலோசனா அந்த உடலை எடுத்துச் செல்லுகிறாள்.

இந்திரஜித்து இறந்துவிட்டான் என்று அறிந்ததும் இராவணன் துடித்தான். மந்திரியை அழைத்தான். "பாதாளத் தில் உள்ள நம் மூலப்படைகளை வரவழைத்துப் போருக்கு அனுப்பு. அவர்களிடம் நெற்றியில் நாமம் உள்ளவர்களைக் கொல்லுமாறு தூண்டிவிடு; ஆணை இடு" என்றான். மூலப் படைகள் வானரங்களுடன் கோரமாய்ப் போர் செய்தன.

அ.கா. பெருமாள்

கிராமிய கலைக்குழு

விபீஷணன் இராமனைப் பார்த்து “சுவாமி இவை மூலப் படைகள். இப்படைகளின் தலைவன் வன்னிய சேர்வன். நாமம் உள்ள வானர வீரர்களை அழிக்குமாறு இப்படைகளுக்கு உத்தரவு இட்டுள்ளான் இராவணன். அதனால் பகவானே நீங்கள் இப்படை வீரர்களின் நெற்றியில் நாமம் விழும்படி மோகினி அஸ்திரத்தைக் கொண்டு போரிட வேண்டும்” என்றான். இராமனும் அப்படியே செய்தான். மூலப்படைகளின் நெற்றியில் நாம அடையாளம் விழுந்தது. அதனால் அவற்றிற்கு வானரங்களை இனம் காண முடியவில்லை. மூலப்படைகள் தங்களுக்குள் போர் செய்தன. ஒன்றை ஒன்று தாக்கிக்கொண்டன. மூலப்படைகள் எல்லாம் அழிந்தன. இராமன் மகோதர மந்திரியின் மீது அம்பைவிட்டு அவனைக் கொன்றான்.

இராவணன் பிழையாவேல் என்ற அஸ்திரத்தை இராமன் மேல் எய்தான். அந்த அஸ்திரம் இராமனை வணங்கி அவனைச் சரணடைந்தது. இராவணன் “மானிடனே என் தம்பியின் உதவியால் நீ வெற்றி பெற்றாய். என் தம்பி இல்லாவிட்டால் நீ என்னை வெல்ல முடியுமா? எனக் கேட்டான். இராமன் “அரக்கனே! இரணிய சம்ஹாரத்திலும் நரனும் மிருகமுமாய வந்ததால் நான் வென்றுவிட்டதாய் என்னிடம் நீ கூறினாய். இப்போது இப்படிப் பேசுகிறாய். அடுத்த பிறவியில் உனக்கு 100 தம்பிகள் பிறப்பார்கள். அப்போது என் தம்பி இலட்சுமணன் அர்ஜுனன் என்ற பெயரில் எனக்குத் தம்பியாகப் பிறப்பான். அவன் மூலம் உன்னை நான் அழிப்பேன் பார்” என்றான்.

விபீஷணன் இராமனிடம் "சுவாமி என் அண்ணனின் மார்பில் ஒரு அமிர்தகலசம் இருக்கிறது. அதைப் பெயர்த்தெடுத்தால் அவன் உயிர் பிரியும்" எனக் கூறினான். இராமனும் ஒரு அஸ்திரத்தை எய்து இராவணனின் மார்பில் உள்ள அமிர்த கலசத்தை அகற்றினான். அதோடு இராவணன் இறந்தான்.

இராவணன் வதைக்குப் பின்னர் இராமன் இராவணனின் கோட்டைக்குள் நுழைந்தான். இராவணனின் கோட்டை வாசலில் கால்சுத்தம் செய்யப் பதிக்கப்பட்ட மரகதக்கல்லைக் கண்டு வியந்து நின்றான். அதன் மீது ஆசைப்பட்டான். அதை அயோத்திக்கு எடுத்துச் செல்லலாமா என நினைத்தான். இராமனின் எண்ணத்தை ஜாம்பகர் புரிந்துகொண்டார். "சுவாமி கொடுத்ததைத் திரும்பிப் பெறலாமா?" என்று கேட்டார். இராமனுக்குப் புரிந்தது. "ஆமாம். இலங்கையை விபீஷணனுக்குக் கொடுத்துவிட்டேன். அதன் பிறகு இலங்கைப் பொருட்கள்மீது ஆசைப்பட்டது தவறுதான். இனி இலங்கைக் கோட்டையைப் பார்க்கமாட்டேன்" என்று கூறினான். இலங்கை நகரத்திற்குள் நுழையாமல் திரும்பித் தன் இடத்திற்கு வந்தான்.

இராமன் இலட்சுமணனிடம் "தம்பி அசோகவனத்திலிருக்கும் சீதையை அழைத்து வா" என்றான். இலட்சுமணன் சீதையை அழைத்து வந்தான். அவளை அக்கினியில் மூழ்கி எழுமாறு கட்டளை இட்டான். அக்கினி தேவன் நேரிலே வந்து சீதை குற்றமற்றவள் என்றான். தசரதன் சுவர்க்க லோகத்தில் 3 நாழிகை அனுமதி கேட்டுக்கொண்டு இராமனிடம் வந்தான். சீதையைப் பாராட்டிப் பேசினான்.

இராமன் விபீஷணனுக்குப் பட்டம் கட்டி வாழ்த்தினான். விபீஷணனின் மகள் இராமனிடம் வந்து பணிந்து நின்றாள். "சுவாமி இந்தப் பிறவியில் நான் கன்னியாகவே இருந்து விட்டேன். அடுத்த பிறவியில் உங்கள் தம்பி என் பர்த்தா ஆகவும், நீங்கள் என் சகோதரராகவும் அவதாரம் செய்ய வரம் கொடுக்க வேண்டும்" எனக் கேட்டாள். இராமன் "திரிசடையே நீ அடுத்த பிறவியில் அல்லியாக பிறப்பாய். இலட்சுமணன் அர்ஜுனனாகப் பிறந்து உன்னை மணப்பான். நான் கண்ணனாக அவதாரம் செய்வேன்" என்றான்.

இராமன் தன் பரிவாரங்கள் புடைசூழ இலங்கையை விட்டு இராமேஸ்வரம் கடற்கரைக்கு வந்தான். அங்கு வந்ததும் இராவணனைக் கொன்ற பிரம்மதோஷம் இராமனைப் பிடித்துக் கொண்டதால் மயங்கி விழுந்தான். எல்லோரும் திகைத்து நின்றனர். ஜாம்பகர் அனுமனை அழைத்தார். "காசிக்குச் சென்று காசிலிங்கத்தை எடுத்துவா" என்றார். அனுமன் வேகமாகக் காசிக்குப் பறந்து சென்றான். இந்த நேரத்தில் இராமன்

மயக்கம் தெளிந்து எழுந்தான். கடல் மண்ணைப் பிசைந்து லிங்கமாக்கினான். அதற்கு மலர் தூவி வழிபட்டான். அப்போது அனுமன் காசிலிங்கத்துடன் வந்தான். இராமன் மண்லிங்கத்தை வழிபடுவதைப் பார்த்த அனுமனுக்குக் கோபம் வந்தது. ஆணவத் துடன் ஜாம்பகரிடம் "நான் கொண்டுவந்த காசிலிங்கத்துக்குச் சக்தி அதிகமா? இந்த மண் லிங்கத்துக்குச் சக்தி அதிகமா?" என்று கேட்டான். ஜாம்பகர் "மண்லிங்கத்துக்குத்தான் சக்தி அதிகம். நீ அதை அசைத்து இடம் மாற்றிவிடு பார்க்கலாம்" என்றார். அனுமன் மண்லிங்கத்தைக் கையால் அசைத்தான். அசைக்க முடியவில்லை. வாலால் கட்டி இழுத்தான். லிங்கம் அசையவில்லை. வால் அற்றுக் கடலில் போய் விழுந்தான் அனுமன்.

கடலில் விழுந்து தத்தளிக்கும் அனுமனைப் பார்த்தாள் சீதை "நாதனே என் கண்மணி அனுமனைக் காப்பாற்றுங்கள்; கடலில் தத்தளிக்கிறானே" என்றாள். இராமன் "அவனைச் சோதித்தேன். அவன் ஆணவத்தை அகற்றி அவனை ஆட்கொள்ள நினைத்தேன். என் பாணத்தை அனுப்புகிறேன். அதைப் பிடித்துக் கொண்டு சமுத்திரத்திலிருந்து கரையேறிவிடுவான்" என்றான்.

அனுமன் இராமன் விடுத்த பாணத்தைப் பிடித்துக்கொண்டு கரையேறினான். இராமனை வணங்கினான். "ஐயனே என் ஆணவத்திற்குத் தண்டனை கிடைத்தது. என் அகங்காரம் ஒழிந்தது" என்றான்.

இந்த நேரத்தில் பரத்வாசர் முனிவர் வந்தார். தன் ஆசிரமத் திற்கு வர வேண்டும் என்றார். பரிவாரங்களுடன் வந்து சாப்பிட வேண்டும் என்றார். இராமன் பணிவாக மறுத்தான். பரதன் காத்திருப்பான். விரைவாக அயோத்திக்குச் செல்ல வேண்டும் என்றான். முனிவரோ அனுமனை அனுப்பிப் பரதனுக்கு நீ வரும் செய்தியை அறிவிப்பாய் என்றார். இராமன் அவர் சொன்னபடி செய்தான். பரதன் இராமனைக் காண வில்லையே எனத் தவித்து அக்கினியில் விழப்போனபோது அனுமன் அவனைத் தடுத்து இராமன் வருவதைக் கூறினான்.

பரத்வாசர் ஆசிரமத்திற்கு வந்த அனுமன் இராமனிடம் பரதனைக் காப்பாற்றிய செய்தியைச் சொன்னான். இராமன் மிக மகிழ்ந்து "என்னருகே இருந்து விருந்துண்பாய் வா" என அழைத்தான். அனுமன் இராமனின் அருகில் சமமாக இருந்து விருந்துண்ணத் தயங்கினான். இராமன் கட்டாயப்படுத்தவே அனுமன் இராமனின் எதிரே அமர்ந்தான்.

ஒரு வாழை இலையில் இராமனும் அனுமனும் எதிர் எதிரே அமர்ந்தனர். இராமன் இலையின் நடுவே ஒரு கோடிட்டான். அந்தக் கோடு நடுத்தண்டாக மாறியது. ஒரே இலையில் இருவரும் சாப்பிட்டுக் கொண்டிருக்கும்போது இலட்சுமணன் சிரித்தான். இதைக்கண்ட எல்லோரும் திரும்பிப் பார்த்தனர். அவன் சிரிப்பதைப் பார்த்துச் சுக்ரீவனும் விபீஷணனும் "ஓகோ சகோதரர்களைக் கொன்று நமக்கு நாடு வாங்கித் தந்ததை எண்ணி இளக்காரமாகச் சிரிக்கிறானோ இவன்" என எண்ணினர். இராமனோ "அன்னியன் வீட்டில் இருந்த பெண்ணை மறுபடியும் அழைத்துத் தான் ஏற்றுக்கொண்ட நிகழ்ச்சியைக் கிண்டல் செய்கிறானோ இவன்" என நினைத்தான்.

இராமன் இலட்சுமணனிடம் "ஏன் சிரித்தாய்? காரணம் சொல்வாய்" எனக் கேட்டான். இலட்சுமணன் சொன்னான் "14 ஆண்டுகள் ஊண் உறக்கம் இன்றி இருந்தேனே இன்று நித்திராதேவி வந்தாள். இப்போது நிலை மாறிவிட்டதே என்றாள். அதனால் சிரித்தேன்" என்றான். இராமன் "ஓகோ, சபரி ஆசிரமத்தில் வைத்து சபரி கொடுத்த பழத்தை உனக்குக் கொடுத்தேனே, அதைச் சாப்பிட்டாயே. மறந்துவிட்டாயே" என்றான். இலட்சுமணன் "இல்லை அந்தக் கனியை நான் உண்ணவில்லை. தொடையில் வைத்திருக்கிறேன்" என்று கூறினான். தொடையைக் கீறிப் பழத்தை எடுத்துக் கொடுத்தான். இராமன் அந்தப் பழத்தைப் பிழிந்தான். பழச்சாற்றை மண்ணிலே விட்டு "இது மதுரமரம் ஆகட்டும்" எனச் சாபம் இட்டான்.

பின் எல்லோரும் அயோத்திக்குச் சென்றனர். பரதன் பட்டம் கட்டத் தயாராகக் காத்திருந்தான். வசிட்டர் வாழ்த்த இராமன் அரியணையில் ஏறினான்.

❋

6

இராம கீர்த்தனம்

தென் தமிழகத்தில் நாட்டார் தெய்வக் கோவில்களில் விழாக்களிலும் சடங்கு நிகழ்ச்சிகளிலும் நிகழ்கின்ற வில்லிசை என்னும் நிகழ்த்துகலைக்குரிய பாடுபொருள்களில் இராமாயணம் முக்கியமானது. வில்லிசைக்குரிய கதைப்பாடல்களாக அயோத்தி கதை, இராம கீர்த்தனம், இராமர் வனவாசம், சீதா கல்யாணம், சுக்ரீவன் பட்டாபிஷேகம், வாலிவதை ஆகியவற்றைக் கூறலாம். இவற்றில் அயோத்தி கதை, இராம கீர்த்தனம் இரண்டும் இராமாயணக் கதையின் முழு நிகழ்ச்சிகளைக் கூறுவன.

'இராம கீர்த்தனம்' என்ற கதைப்பாடல் வில்லிசை நிகழ்ச்சிக்கென்றே எழுதப்பட்டது. இந்நூலின் ஆசிரியர் திருவானந்தம். இதை நூல்

வாலை பரமேஸ்வரி மகாலட்சுமி
தாசனாம் வடிவேல் முருகனும்
சிவசங்கரனும் சொல்படி சீலமுடன் திருவானந்தம்
முற்கதை பாடினாள் திருவானந்தம்

என்று கூறுகிறது. இந்த நூலின் ஆசிரியரைப் பற்றிய வேறு குறிப்புகள் நூலில் இல்லை.

கவிமணி தேசிகவிநாயகம் பிள்ளையின் கையெழுத்துப் பிரதியில் "திருவானந்தத்தின் முழுப்பெயர் பண்டாரம் திருவானந்தம் என்பதாகும். இவர் தென்திருவிதாங்கூர் தோவாளைக்கு அருகில் உள்ள செண்பகராமன்புதூர் என்ற சிறிய தமிழ் கிராமத்தைச் சார்ந்தவர். இவர் கொல்லம் 1003 இல் (கி.பி. 1828) இறந்தார் என்று திருவனந்தபுரத்தில் வாழும் அவர் பேரன் சிவன் பிள்ளை கூறினார். திருவானந்தம் இறக்கும்போது அவருக்கு வயது எழுபது.

எனவே திருவானந்தம் கி.பி. 1758 – 1828 இல் வாழ்ந்திருக்க வேண்டும் என்று தெரிகிறது. இவர் சைவ வேளாளச் சாதியினர். திண்ணைப் பள்ளிக்கூடம் நடத்தி ஜீவனம் செய்து வந்தார்” என்கிறார்.

வில்லிசை நிகழ்ச்சியில் பாடுவதற்கென்றே இயற்றப்பட்ட கதைப்பாடல் இராம கீர்த்தனம். திருவானந்தம் வாழ்ந்த காலத்தில் இது மேடையில் பாடப்பட்டிருக்கிறது. இன்றும் சிலர் பாடுகின்றனர்.

இக்கதைப்பாடலின் ஆசிரியர் சைவ வேளாளச் சாதியின ராதலால், நூலும் சைவச்சார்பு உடையதாகவே காணப்படுகிறது. இந்நூல் சிவனை முழு முதல் கடவுளாகவும் சிவனின் ஆணைப் படியே திருமால் இராமனாகப் பிறந்ததாகவும் காட்டுகிறது. சிவ இராம கூட்டு வழிபாட்டைப் பல இடங்களில் வற்புறுத்து கிறார். சில சான்றுகள் வருமாறு.

1. அரக்கர்கள் கொடுமை பற்றிக் கூறும்போது

   அரக்கரெல்லாம் மிகத்திரண்டு வேளாளச் சைவர்களை
   தரக்கணிப்பார் சிவபூசை தவபூசை இடர் செய்வார்.

2. இருக்குமென்ற போதில் திருமால் மகிழ்ந்து ஈஸ்வரா ஓம் நமசிவாய என்றிருந்தார்.

   சிவனையும் திருமாலையும் ஒரே நிலையில் வாழ்த்தும் பகுதி பல இடங்களில் வருகிறது.

   கைலாசம் வெள்ளி மகாமேருவே தங்கம் நமசிவாயம்
   கலைக் கொடி தலை ஆயிரத்தெட்டு கொருமுடி
   இராமஇராமா ஓயிலானக் களகமாம் ஓலிக்க மண்டபம்
   நமச்சிவாயம் கற்பனம் கால்புட்பராக நவரத்தினம்
   இராமஇராமா

3. அனுமன் சிவனுக்கும் அஞ்சனைக்கும் பிறந்தவர். இப்படியாகப் பல செய்திகள் வருகின்றன.

இக்கதைப்பாடல் விநாயகர் வாழ்த்து, சக்தி வாழ்த்து, பொதுவாழ்த்து, அவையடக்கம், கதைச்சுருக்கம் என்னும் பகுதிகளுடனும் உள்ளன. இந்நூல் வதுவைக்காண்டம், வதைகள் காண்டம் என்னும் இரு பகுதிகளையும், 12000 வரிகளையும் கொண்டது. மூல இராமாயணத்திலிருந்து வேறுபடும் பகுதிகள் இந்நூலின் சிறப்பு; கிளைக்கதைகளும் வாய்மொழி மரபைப் பின்பற்றியவை. சில வேறுபாடுகள் பின்வருவன:

அயோத்தி அரசன் விசுவாமித்திரரிடம் குழந்தை வேண்டி வணங்குகிறான். முனிவன் “அரசனே நீ கௌரி பூசை செய்யாமல்

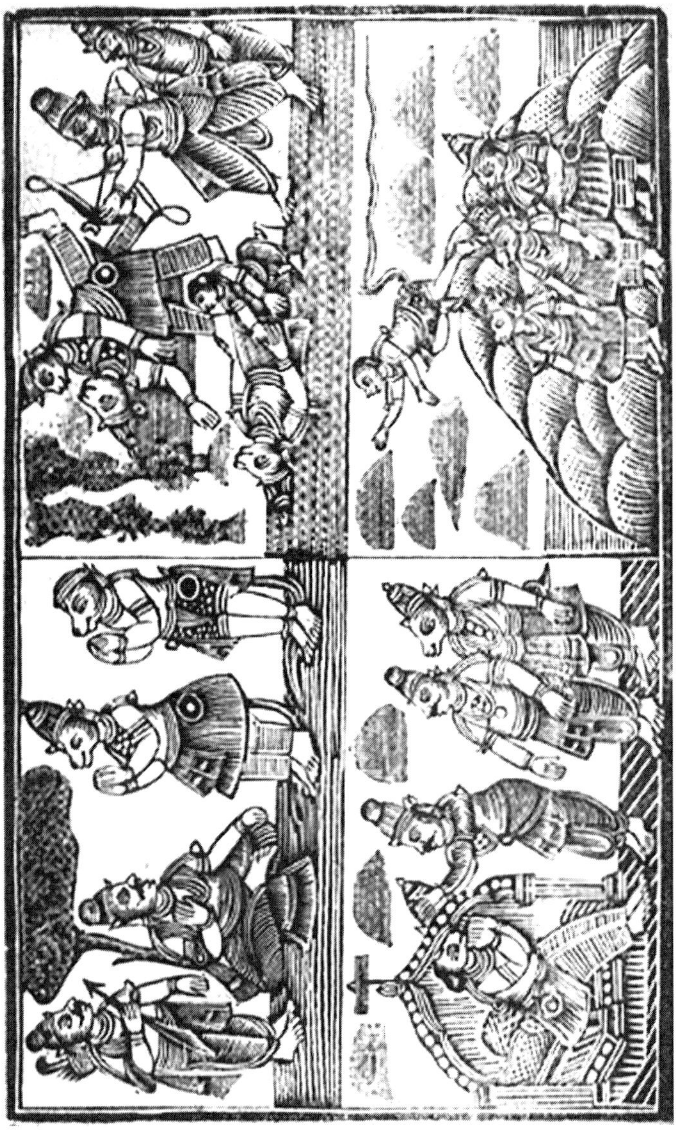

சுக்ரீவன் சரணமடைதல்   வாலி வதை

சுக்ரீவன் பட்டாபிஷேகம்   அனுமார் கடல் தாண்டுதல்

இருந்ததால் குழந்தை பாக்கியம் இல்லாமல் ஆனது; நீ காட்டில் புகுந்து மறைவாய் நின்று எழுபது யானைகளை அம்பெய்து கொல்ல வேண்டும். யானை வேட்டை முடிந்தவுடன் உனக்குக் குழந்தை பிறக்கும்" என்றான். தசரதனும் அப்படியே செய்தான். குழந்தைகள் பிறந்தன.

சிவனின் வில்லை வளைத்து தினகரனின் (ஜனகன்) மகளை இராமன் மணந்தான்.

அனுமன் தூது சென்றபோது அவனது வாலில் துணியைச் சுற்றி எண்ணெய் ஊற்றி நெருப்பு பத்த வைக்கச் சொன்னான் ஒரு அமைச்சன். வீரர்கள் அப்படியே செய்ய ஆரம்பித்தனர். அனுமன் வால் நீண்டுகொண்டே போனது. இலங்கையில் உள்ள எல்லாத் துணிகளையும் சுற்றிக் கட்டினர். துணிக்கும் எண்ணெய்க்கும் தட்டுப்பாடு வந்தது. ஒரு அரக்க வீரன் "சீதையின் சேலையை உருவி வா. இந்த வாலில் சுற்றுவோம்" என்றான். உடனே அனுமனின் வால் சுருங்கிக்கொண்டது.

இந்திரஜித்துவின் பாணத்தால் இலக்குவன் மயக்கமடைந் தான். அப்போது இராமன் நான் அகலிகைக்குச் சாப விமோசனம் அளித்தது உண்மை என்றால்; ஜானகி உண்மையான கற்புடைய வள் என்றால் இலக்குவன் மயக்கம் தெளியட்டும் என்றான், இப்படிச் சொன்னதும் இலக்குவன் மயக்கம் தெளிந்தான்.

இப்படியான சில நிகழ்ச்சி வேறுபாடுகள் இந்நூலில் உள்ளன. இக்கதைப்பாடலில் உள்ள கிளைக்கதைகளும் கம்ப னிடம் இல்லாதவை.

1. அஞ்சனை என்ற வானரப் பெண்ணின் நிர்வாணக் கோலத்தைத் தற்செயலாகப் பார்த்த சிவன் தன் விந்தை வெளிப்படுத்தினான். அதைத் தாமரை இலையில் ஏந்தி அவள் வாயில் ஊற்றினான் வாயுதேவன். அதனால் கர்ப்பமுற்ற அஞ்சனை ஆஞ்சநேயனைப் பெற்றாள்.

2. சூர்ப்பனகையின் கணவன் வித்துவசிங்கன். மகன் கொலைவாள் அரக்கன். இராவணன் ஒருமுறை அவைக் களத்தில் விவாதம் செய்து கொண்டிருந்தபோது, வித்துவசிங்கனைக் கொன்றுவிட்டான். அதற்காகச் சூர்ப்பனகையும் கொலைவாளரக்கனும் பழிவாங்கத் துடிக்கின்றனர். பின்னர் கொலைவாளரக்கன் இலட்சுமணனால் கொல்லப்படுகிறான். தொடர்ந்து சூர்ப்பனகை இலட்சுமணனைப் பழிவாங்கப் போகிறாள்.

3. இராம இராவணப் போரில் தம்பிகள் மாண்ட பின்னர் பாதாளத்திலிருந்த மயில் இராவணனை அழைத்தான்

இராவணன். அவன் இராமனைக் கவர்ந்து சென்றான். அனுமன் இராமனை மீட்டு வந்தான். (மயில் இராவணன் கதை இங்கு விரிவாக வருகிறது)

4. அனுமன் மயில் இராவணனைக் கொல்லச் சென்றபோது அநுமாவிந்தன் என்ற வானர வீரனைச் சந்திக்கிறான். அவன் தன் மகன் என்பதை அறிந்து அதிசயப்படுகிறான். அநுமாவிந்தன் அனுமனிடம், நீ அசந்து உறங்கிய வேளை என் அன்னை உன்னைக் கள்ளத்தனமாகப் புணர்ந்து என்னைப் பெற்றாள் என்ற உண்மையை வெளியிடுகிறான்.

5. அனுமன் அசோகவனத்தில் சீதையைத் தேடச் சென்ற போது இந்திரஜித்துவுடன் போர் செய்கிறான். இந்திரஜித்துவால் அனுமனைப் பிடிக்க முடியவில்லை. அப்போது அனுமன் "நான் இந்தத் தோட்டத்தைத் தாண்டும்போது இடைவெளியில் பாணம் விடு பிடிபடுவேன்" என்கிறான். இந்திரஜித்து அவன் சொன்ன படி பாணம்விட்டுப் பிடிக்கிறான்.

6. இராவணன் இறந்தவுடன் மண்டோதரி அழுது புலம்பு கிறாள். இராமன் அவளைச் சமாதானப்படுத்துகிறான். நீ அயோத்தி அந்தப்புரத்தில் வந்து சுதந்திரமாக இருக்க லாம் என்னுடன் வா என்கிறான். மண்டோதரி அதை விரும்பவில்லை; எனக்கு நெருப்பு மூட்டித்தா விழுந்து இறக்கிறேன் என்கிறாள். இலட்சுமணன் கையை நீட்டு கிறான். அவன் உள்ளங்கையில் நெருப்பு எரிகிறது. மண்டோதரி அதில் சாடி இறந்துபோகிறாள்.

7. சூர்ப்பனகையை இலட்சுமணன் திருமணம் செய்ய மறுப்பதற்குக் கூறும் காரணம், இரண்டு பேரும் வேறு வேறு சாதி என்பதுதான்.

8. இராமன், இராவணனுடன் போர் புரியாமல் சீதையை மீட்க உதவினால் அயோத்தியில் பாதி தருகிறேன் என்று விபீஷணனிடம் சொல்லுகிறான். விபீஷணன் இதில் எனக்கு விருப்பமில்லை என்கிறான்.

இப்படியாகச் சில வடிவங்கள் இராம கீர்த்தனத்தில் உள்ளன.

7

சூர்ப்பனகையின் பரிதாபம்

செவ்விலக்கிய இராமாயணக் கதைகளிலிருந்து நாட்டார் இராமாயணம் வேறுபடும் இடங்களில் கதா பாத்திரங்களைப் பற்றிய கணிப்பு முக்கியமானது. தென்னிந்திய இராமாயணக் கதைகளில் சூர்ப்பனகை பழி வாங்கும் பாத்திரமாகக் காட்டப்பட்டாலும் இவள் பேரில் உள்ள குற்றச்சாட்டுகளை மீறிய பரிதாபமும் இழையோடுவதைக் காணலாம். நாட்டார் இராமாயணக் கதைகளில் சூர்ப்பனகை காமவல்லியாக மட்டும் சித்தரிக்கப்படவில்லை.

மரபு சார்ந்த மனிதநேயத்தைக் கதைகளின் அடிப்படையாக்குவது என்னும் நாட்டார் பாடகனின் பார்வைக்குச் சூர்ப்பனகையும் விதிவிலக்காய் இருக்கவில்லை. இராவணனின் தங்கையான இவளைப் பற்றிய செவ்விலக்கியக் கணிப்புக்கு நேர் எதிரான விமர்சனம் நாட்டார் வழக்கில் உண்டு. இவளின் பழிவாங்கலை நியாயப்படுத்தும்படியான நிகழ்ச்சிகளை நிகழ்த்திக் காட்டும் நிகழ்த்துக்கலைகளும் உண்டு.

சூர்ப்பனகை, தன் கணவனைக் கொன்ற இராவணனையும் தன் ஒரே மகனைக் கொன்ற இலட்சுமணனையும் பழிவாங்குவதற்காகச் செய்த யுக்தியே சீதையைக் கவர்ந்து செல்லும் நிகழ்ச்சி என்னும் பார்வையும் நாட்டார் பாடகனிடம் உண்டு. இது போன்ற செய்திகள் இன்னும் முழுதுமாய்த் தொகுக்கப்படவில்லை.

தமிழ்ச் செவ்விலக்கியங்களிலும் நாட்டார் வழக்காறுகளிலும் சூர்ப்பனகை என்ற பெயர் சூர்ப்பனகை, சூர்ப்பணகை என்றும் எழுதப்படுகிறது. வால்மீகியும் கம்பனும் சூர்ப்பனகை பற்றிக்கூறும் செய்திகளுக்கு

மாறுபட்ட செய்திகள் நாட்டார் வழக்காற்றில் உள்ளன. முரண்பட்ட செய்திகள்கூட உண்டு என்றாலும் சூர்ப்பனகையை வெறுப்பிற்குரியவளாக, காமவல்லியாகக் காட்டும் முயற்சி செவ்விலக்கியங்களில்தான் அதிகமாய் உள்ளன.

அத்யாத்ய இராமாயணம் சூர்ப்பனகை பற்றிய விரிவான அறிமுகத்தைத் தருகிறது.

சூர்ப்பனகை பிறந்தபோது இடிஇடித்தது; மின்னல் தோன்றியது; உலகமே ஒடுங்கும்படியான அறிகுறிகள் தோன்றின. வானத்திலிருந்து எலும்புகள் வீழ்ந்தன. சூர்ப்பனகை பெரிய பருத்த ஸ்தனங்களை உடையவள். பருவமடைந்த உடனேயே பிராமணர்களைப் புணர்ச்சிக்காக அழைத்தாள். பயங்கர முகமும் ஏரியைப் போன்ற பருத்த வயிறும் நெருப்புக் கொழுந்து போல் சிவந்து விரிந்த குறுகிய தலைமயிரும் உடையவள்.

இவள் குரூபிகளில் தலையானவள். வர்ணிக்க முடியாத வெறுப்பைத் தோற்றுவிக்கும் உருவத்தைக் கொண்டவள் என்று கூறுகிறது அத்யாத்ய இராமாயணம். இவள் தன்னை அறிமுகப் படுத்தும்போது “என் எண்ணத்தைத் தடுக்கும் இடையூறுகளை அழிக்கும் திறமை எனக்குண்டு” என்று சொல்லுவாள் எனக் கூறுவான் கம்பன்.

ஒட்டக்கூத்தனின் உத்தர காண்டத்தில் இராவணன் பிறப்புப் படலத்தில்கூடச் சூர்ப்பனகையின் பிறப்பு.

பண்ணார் மொழியா ளவள் வயிற்றில்
    பருத்த இடையும் பருங் கழுத்தும்
விண்ணார் மேகத்து இடிஎன்ன
    வெடித்த குரலும் உடையாளாய்
கண்ணார் கனலும் புகையும் எழக்
    கனன்று காலன் கருக்குலைய
பெண்ணாய் பிறந்தார் வெருக்கொள்ளப்
    பிறந்தாள் பெரிய சூர்பநகை

என வருணிக்கப்படுகிறது.

ஒட்டக்கூத்தன் சூர்ப்பனகையை ஒழுக்கம் இல்லாதவளாகவே காட்டுகிறான்.

வசையில் மறையோர் குடிப்பிறந்தும்
மாதா குலத்தின் வழிநின்றே
அசைவில் ஆற்றல் சூர்ப்பனகை
ஆணாய் பிறந்தார் பின்தொடர்ந்து
பகையும் நெஞ்சர் தமை எல்லாம்
பார்த்தாவாக வசிகரித்து அவ்

> இசைவு இல்லாதார் தமை எல்லாம்
> எடுத்துப் புடைத்துத் தின்னுமால்

என்று இவள் வருணிக்கப்படுகிறாள்.

சூர்ப்பனகையின் கணவன் காலகேய வம்சத்தைச் சார்ந்த வித்யுஜிஹவன் என அத்யாத்ய இராமாயணம் கூறும். கம்பனிடம் இவனைப் பற்றிய தகவல்கள் இல்லை.

தென்னிந்திய இராமாயணங்களில் இவன் வித்துருசிங்கன், வித்வசிங்கன் என அழைக்கப்படுகிறான். காலகேய அவுணனான இவன் சூர்ப்பனகையின் அழகைக் கண்டு விரும்பித்தான் மணக்கிறான். இவளது பருத்த ஸ்தனம் வித்துவசிங்கனைக் கவர்ந்தது. இவளது முன்புறம், பின்புறம் எல்லாவற்றையும் சுற்றிப் பார்க்கிறான் இந்த அவுணன்.

சூர்ப்பனகை கண்ணிமைக்கும் நேரத்தில் எல்லா உலகிற்கும் சென்று திரும்பும் வல்லமை உடையவள் என இராவணனே புகழ்வதைக் கேட்கிறான் காலதேவன். அதனால் "உன் தங்கையை எனக்குத் தா" என இராவணனிடம் வலிய கேட்கிறான். இராவணனும், தன் தங்கையை அவனுக்கு மணம் செய்துவைக்கிறான்; நிறைய ஸ்ரீதனம் கொடுக்கிறான்.

சூர்ப்பனகை திருமணம் ஆன பிறகு காலகேயனின் நாட்டிற்குச் சென்றுவிடுகிறாள். ஒருமுறை இராவணன் திக் விஜயத்துக்காகச் சென்றபோது வருணன் இராவணனை எதிர்த்தான். அவனுடன் கோரமாய்ப் போரிட்டான் இராவணன். வருணன் அஞ்சி ஓடி – சன்னகிரி என்ற மலையில் மறைந்து வாழ்ந்தான். இராவணன் வருணனைத் தேடி அங்கு சென்ற போது காலகேய அரசனைச் சந்தித்தான். அவன் வருணனுக்கு உதவிக்கு வந்தான். இதனால் இராவணன் காலகேயனை எதிர்த்தான்.

காலகேயனின் ஆத்மார்த்த நண்பனான வித்யுஜிஹவன் முன்பின் யோசியாது காலகேயனுக்காகப் போரிட்டான். இராவணன் தன் மைத்துனன் தனக்கு எதிராக நிற்பதைக் கண்டு மிகுந்த கோபம் கொண்டு அவனைத் தன் வாளால் வெட்டிக் கொன்றான். இந்த நிகழ்ச்சியை அத்யாத்ய இராமாயணம் கூறுவதைப் போன்றே தமிழ் உத்தர காண்டப் பாடல்களும் கூறும். இந்த நிகழ்ச்சியை ஒட்டக்கூத்தர்,

> தன்னுடைய தங்கையாம் தலமிகுத்த
> சூர்ப்பனகை தன்னைக் கொண்ட
> மின்னனையை சுடர் இலைவேல் வித்துவ சிங்கன்
> தனை வெங்களத்து வீழ்த்தான்.

என்று கூறுவார்.

அ.கா. பெருமாள்

கணவன் இறந்த செய்தியைக் கேட்ட சூர்ப்பனகை, "முலையில் நஞ்சைத் தேய்த்துக் குழந்தைக்குப் பால் கொடுத்தது போல் சொந்த மைத்துனனைக் கொன்றுவிட்டாயே அண்ணாவே. இனி இராவணனே மூன்று உலகங்களையும் ஆட்சி செய்வதை நான் கண்டுகளிக்கப் போகிறேனா? மாட்டேன் நான் இறக்கப் போகிறேன்" எனப் புலம்புகிறாள். இது ஒட்டக்கூத்தன் கூறும் சூர்ப்பனகையின் – புலம்பல்.

தெலுங்குமொழி நாட்டார் பாடகன், கணவனை இழந்த சூர்ப்பனகை புலம்பும் காட்சியை விரிவாகப் பாடியிருக்கிறான்.

மகனே இறந்தது உண்மையா
சாவே இல்லை உனக்கு
என்று தானே கனவு கண்டேன்
சிவனும் எங்கே போய்விட்டான்
விதியின் கொடுமை தீராதா
எங்கே போனாய் என் மகனே
உன்னைக் கொன்ற யமனைநான்
எங்கிருந்தாலும் விடமாட்டேன்
பகவான் அம்சம் என்றாலும்
பழிப்பேன் ஒழிப்பேன் நிச்சயமே

என்ற இந்தப் பாடல் கிழக்கு ஆந்திரத்தில் ஒப்பாரிப் பாடலாகவும் பாடப்படுகிறது.

தங்கையின் புலம்பல் இராவணனை வருத்தியது. அறியாமல் இந்தச் செயலைச் செய்துவிட்டேன். எனக்கு உரிமையான தண்டகாருண்யக் காட்டை உனக்குத் தருகிறேன். உனக்குத் துணையாக வீரர்கள் சிலரை அனுப்புகிறேன். நீ விருப்பம் போல் வாழலாம் என்று சொல்லுகிறான். இந்த நிகழ்ச்சி அத்யாத்ய இராமாயணத்தில் உள்ளது.

சூர்ப்பனகையின் கணவன் பெயர் குசுகுசன். இவன் மாலைக்கண் நோய் உள்ளவன். ஒருமுறை வேட்டைக்குப் போன இடத்தில் குசுகுசன் இராவணனை அறியாமல் வெட்டப் போனான். இராவணனோ தன்னை அவன் கொல்ல வருகிறான் என்று நினைத்துத் தற்காப்புக்காக எதிர்த்தான். ஆனால் தவறுதலாய் இராவணனின் வாள் குசுகுசன் மேல்பட்டது. அவன் இறந்தான். இப்படி ஒரு விருத்தாந்தம் (Version) நாட்டார் மரபில் உண்டு.

ஆனந்த இராமாயணம் சூர்ப்பனகையின் மகனைப் பற்றிய ஒரு செய்தியைச் சொல்கிறது. சூர்ப்பனகையின் மகன் செம்பகன். இவன் பிரம்மாவைக் குறித்து தவம் செய்து அபூர்வமான வாளைப் பெற்றவன். அந்த வாளை இவன் எப்போதும் இடையில்

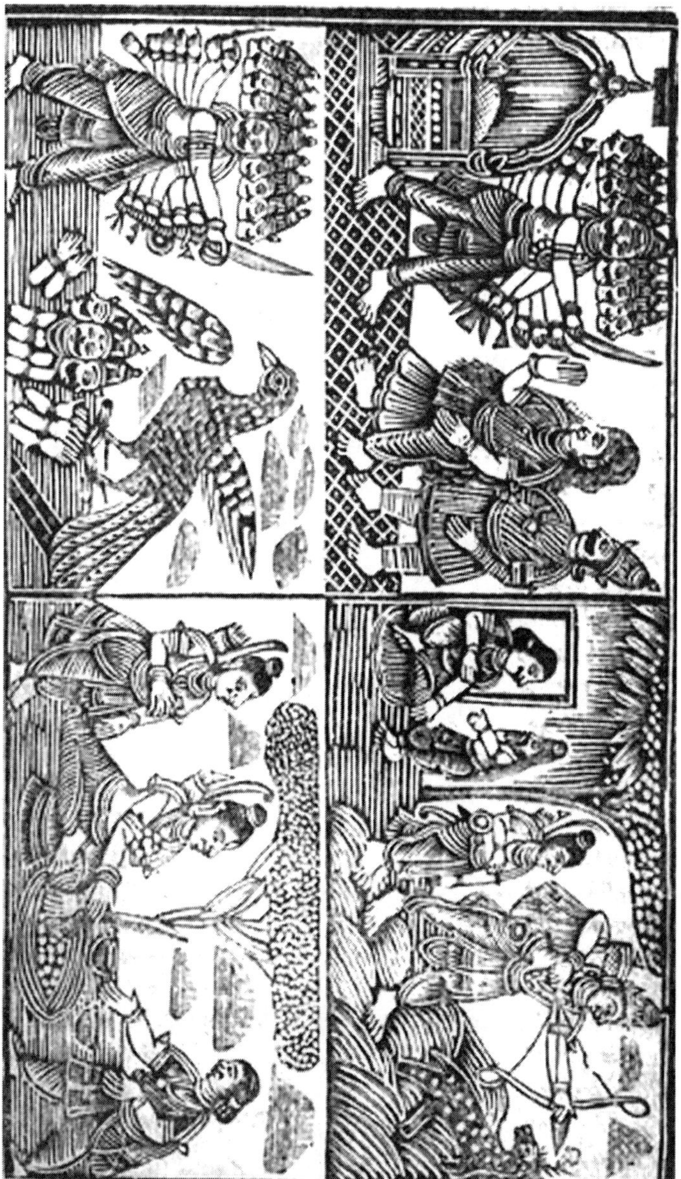

இராவணனிடம் சூர்ப்பனகை முறையிடல்

ஜடாயு யுத்தம்

ஸ்ரீ ராமர் மானைத் துரத்தி செல்லல்

சபரி மோட்சம்

கட்டியிருப்பான். ஒருமுறை, பிரம்மாவை நோக்கிக் கடும் தவம் இருந்தான். நாட்கள் கடந்து சென்றன. புதருக்குள் இருந்த இவனைச் சுற்றி இலைதழைகள் வளர்ந்தன.

இந்த நேரத்தில் வனத்தில் இருந்த இலட்சுமணன் தண்ணீர் தேடி அங்கே வந்தான். புதரின் நடுவே நீண்டு கிடந்த அரிய வாளைப் பார்த்தான். அதை எடுத்ததும் புதரில் சிலிர்ப்பு தோன்றியது. இலட்சுமணன் புதரில் வனவிலங்கு உள்ளது என நினைத்து அந்த வாளைப் புதரின் மேல் பாய்ச்சினான். வாள் செம்பகனின் தலையில் பட்டது. அவன் இறந்தான். ரத்தம் பெருக்கெடுத்து ஓடியது. மரண ஓலம் கேட்டது. இலட்சுமணனுக்கு இறந்தது மிருகம் அல்ல என்று தெரிந்தது. ஏதோ தவறு நடந்துவிட்டது என்று புரிந்தது. ஓட்டமாய் இராமனிடம் போய் நடந்ததைச் சொன்னான். இராமன் அவனைச் சமாதானப்படுத்தினான்.

தன் மகனைக் கொன்றவன் இலட்சுமணன் என்பதை அறிந்த சூர்ப்பனகை அவனைக் கொல்ல வந்தாள். இராமன் இலட்சுமணனைக் காப்பாற்றிச் சூர்ப்பனகையுடன் சண்டை செய்தான். அவளைக் கொல்லாமல் அங்கஹீனம் செய்து அனுப்பினான். அந்தக் கோபத்தில் இராமனைப் பழிவாங்க சீதையைக் கவர்ந்து செல்லுமாறு இராவணனைத் தூண்டினாள் சூர்ப்பனகை. இது ஆனந்த இராமாயணக் கதை. இங்கு சூர்ப்பனகை காமவல்லியாக வரவில்லை. வனவாச இறுதியில் தான் சூர்ப்பனகை இராமனைச் சந்தித்து அவமானப்பட்டாள் என்பதில் இராமாயணக் கதைகளில் மாறுபாடில்லை.

செவ்விலக்கிய இராமாயண வடிவங்களில் பெரும்பாலானவை சூர்ப்பனகையைக் காமவிகாரியாகக் காட்டுகின்றன. இராம இலட்சுமணர்களைப் பெரிதும் விரும்பியே அவள் சென்றாள் என்கின்றன. சூர்ப்பனகை கௌதமி நதியின் கரையில் இராமனின் பாதச்சுவட்டைப் பார்த்து அதற்கு உரிமையுடையவன் அழகாயிருப்பான் என்று கற்பனை செய்தபின் இராமனிடம் சென்றாள் என அத்யாத்ய இராமாயணம் கூறும்.

இராமனைச் சூர்ப்பனகை விரும்பியதும் தனக்கு இணங்கு மாறு கேட்டதும், இராமன் மறுத்ததுமான செய்தி வால்மீகி முதல் பிற இராமாயணங்களில் சில மாற்றங்களுடன் வருகிறது.

சூர்ப்பனகை தன்னைப் பேரழகியாக மாற்றிக்கொண்டு இராமனிடம் சென்றபோது, அவன் மறுத்த நிகழ்ச்சி பிற்கால இராமாயணங்களில் அதிதீவிர கற்பனையுடன் வருணிக்கப்படுகிறது. தசாவதாரங்களில் இராமன் சிறப்பாகப் பேசப்படுவதற்கு அவனது தர்மமும் ஏகபத்தினி விரதமும் ஒரு காரணம்.

இராமன் எத்தனை இராமனடி!

இராமனின் இந்தக் குணங்களை வெளிப்படுத்தும் சூழ்நிலை சூர்ப்பனகையை இராமன் சந்திக்கும்போதுதான் உருவானது.

வால்மீகியின் ஆரண்ய காண்டத்தில் சூர்ப்பனகை அறிமுக மாகிறாள். பஞ்சவடியில் இராமனைப் பார்த்த சூர்ப்பனகையை வால்மீகி விரிவாக வருணிக்கிறார். இராமனுடன் அவளை ஒப்பிட்டுப் பேசுகிறார். "இராமனின் முகமோ தாமரை; அவளோ குரூபி; அவன் இடையோ மெல்லியது; சூர்ப்பனகையின் இடை பருத்தது; இராமன் நீண்ட விழிகளை உடையவன்; அவளது கண்கள் வட்டமானது; அவன் நீலமேக அழகன்; கறுத்தமுடியுடையவன்; அவளோ செம்பட்டை முடியுடையவள் என்று வர்ணித்துக்கொண்டே போகிறார் வால்மீகி.

துளசி இராமாயணத்தில் சூர்ப்பனகை தொடர்பான நிகழ்ச்சி குறைவாகவே வருகிறது. பஞ்சவடியில் ஒரு நாள் இராமன், தம்பி இலட்சுமணனுக்குப் பக்தி மார்க்கத்தை உபதே சித்துக் கொண்டிருந்தான். அப்போது சூர்ப்பனகை வருகிறாள். அவளுக்கு இரண்டு பேரிடமும் ஆசை இருந்தது என்கிறார் துளசி.

வட இந்திய ராமலீலா நிகழ்ச்சியில் பாடப்படும் ராதேஸ்ய இராமாயணத்தில் சீதை, சூர்ப்பனகைக்காகப் பரிந்து பேசும் நிகழ்ச்சி வருகிறது. அவள் இலட்சுமணனிடம் சூர்ப்பனகையைக் கொன்றுவிடாதே என்று கெஞ்சிக் கேட்கிறாள் என்று ராம லீலாவுக்குரிய இராமாயணம் கூறும்.

சூர்ப்பனகை வதை நிகழ்ச்சியில் பெண்களுக்குக் கொடுக்கப் பட்ட தண்டனை பற்றிய பொதுவான செய்திகள் வருகின்றன. சூர்ப்பனகையின் கைகளையும் கால்களையும் மார்பையும் வெட்டுவது போன்ற நிகழ்ச்சி வட இந்திய இராமாயணத்தில் உண்டு. ராமலீலா நிகழ்ச்சியில் சூர்ப்பனகை மானபங்கக் காட்சி பெரிதுபடுத்தப்படுகிறது.

ஒருவரை அவமானப்படுத்துவதற்கு அவரது மூக்கை அறுப்பது என்ற நடைமுறை இருந்திருக்கிறது. திருமலை நாயக்கரின் மைசூர் போர் 'மூக்கறுப்புப் போர்' என்று வழங்கப் பட்டது. பெண்ணின் அழகின் அடையாளங்களில் ஸ்தனம் முக்கியமானது. சூர்ப்பனகை தன் பருத்த ஸ்தனத்தால் ஆணவ மாகத் திரிந்தாள் என்ற செய்தியை வடநாட்டு இராமாயணங் கள் பெரிதுபடுத்தியுள்ளன. இதனாலேயே அவளை அவமானப் படுத்த மூக்கையும் ஆணவத்தை அடக்க ஸ்தனத்தையும் அறுக் கிறான் இலட்சுமணன்.

தென்னிந்திய நாட்டார் இராமாயண வடிவங்களில் இராவணன் சூர்ப்பனகையின் கணவனைக் கொல்லும் நிகழ்ச்சி

மாறுபாட்டுடன் நகைச்சுவையாகக் கூறப்படுகிறது. இராவணனின் காட்டில் நடந்த ஒரு வெற்றி விழாவில், அவன் விளையாட்டாக எய்த பாணம் வித்துவசிங்கனின்மேல் பட்டுவிடுகிறது; அவன் இறக்கிறான். இதைப் பார்த்த சூர்ப்பனகையின் மகன் செம்பகாசூரன் இராவணனைக் கொல்லப் போகிறான். சூர்ப்பனகை அவனைச் சமாதானப்படுத்தி காட்டுக்கு அழைத்துச் சென்றுவிடுகிறாள். அவன் காட்டில் இவனை நோக்கித் தவம் இருக்கிறான். நோக்கம் இராவணனைக் கொல்வது. சூர்ப்பனகை அவன் முயற்சிக்கு இடையூறாக இருந்தாள். இந்தச் சமயத்தில்தான் இலட்சுமணன் செம்பகாசூரனைக் கொல்லுகிறான்.

சூர்ப்பனகையின் மகனின் கொலையும் அவனது பழிவாங்கல் நிகழ்ச்சியும் நாட்டார் மரபிலிருந்து செவ்வியல் இலக்கியங்களுக்குச் சென்றிருக்கலாம். தமிழ்த் தோல்பாவைக் கூத்து நிகழ்ச்சியில் நான்காம் நாள் நிகழ்ச்சி சூர்ப்பனகையின் கௌரவ பங்கம். இந்தக் கூத்தில் வரும் நிகழ்ச்சிகள் செவ்வியல் மரபுக்கு முரண்பாடாகவும் மாறுபாடாகவும் உள்ளன.

இராம, இராவணப் போர் முடிந்த பிறகும் சூர்ப்பனகைக்குப் பழிவாங்கும் குணம் போகவில்லை. அவளுக்கு இராம இலட்சுமணர்களின் நிம்மதியைக் குலைக்க வேண்டும்; அதற்காகத் திட்டமிடுகிறாள்; வெற்றியும் பெறுகிறாள். இப்படி ஒரு கதை தெலுங்கு வாய்மொழி மரபில் உண்டு.

வில்லிசை என்னும் நாட்டார் நிகழ்த்துக்கலையில் பாடப்படும் இராமாயணக் கதைகளில் 'இராம கீர்த்தனம்' என்னும் கதைப்பாடல் கி.பி. 18ஆம் நூற்றாண்டில் எழுதப்பட்டது. இதன் ஆசிரியர் திருவானந்தம். இந்தக் கதைப்பாடல் எழுதியதற்காகத் திருவிதாங்கூர் அரசரிடமிருந்து திருவானந்தம் பரிசு பெற்றிருக்கிறார்.

இக்கதைப்பாடலில் சூர்ப்பனகையின் வரலாறு சற்று வேறுபட்டு வருகிறது. ஒருமுறை சூர்ப்பனகையின் கணவன், இராவணனுடன் விதண்டாவாதம் செய்தான். அதனால் இராவணன் மைத்துனனைக் கொன்றுவிட்டான். இதனால் சூர்ப்பனகை இராவணனை வெறுத்துக் காட்டுக்கு வந்தாள்; கூடவே அவள் மகனும் வந்தான்.

சூர்ப்பனகை காட்டில் தவம் செய்தாள். அவளது தவத்துக்கு இரங்கிய சிவன் ஒரு மந்திரவாளை அவளுக்குக் கொடுத்தான். அவள் இருந்த வனத்தில் இராம லட்சுமணர்கள் ஒரு ஆல மரத்தின் கீழே அமர்ந்திருந்தனர். அந்த மரம் சூர்ப்பனகையின் மகனின் வடிவம் என்பது அவர்களுக்குத் தெரியாது.

அந்த மரத்தின் கீழே அமர்ந்திருந்த இலட்சுமணனின் கையிலிருந்த வாள் திடீரென மறைந்துவிட்டது. இலட்சுமணன் திகைத்தான். அப்போது இந்திரன் அங்கே வந்தான் "இலட்சுமணா! கவலை வேண்டாம். நீ இங்கேயே இரு; உன் கைக்கு சிவனின் வாள் வரும். அதைப் பெற்றதும் இந்த மரத்தை வெட்டு. இந்த மரம் ஒரு அரக்கனின் வடிவம்" என்றான். இந்திரன் சொன்னதுபோல் வாள் வந்தது; இலட்சுமணன் மரத்தை வெட்டினான். அந்த மரம் சாய்ந்தது. அங்கே ஒரு அரக்கன் கிடந்தான்.

இந்த நேரத்தில் அங்கு வந்த சூர்ப்பனகை மகனைக் கொன்றவனைக் கொல்லப்போனாள். அப்போது இராமன் எதிர்ப்பட்டான். அவனது அழகு அரக்கியைக் கவர்ந்தது. அதனால் மனம் மாறினாள். எஞ்சிய கதை பொதுவானது. இராம கீர்த்தனக் கதைப்பாடலில் ஆந்திரச் செல்வாக்கு உண்டு.

வால்மீகி இராமாயணம் பாடியதற்கு, ஆணும் பெண்ணுமாக இணைந்திருந்த பறவைகளை அம்பெய்த வேடனை வால்மீகி சபித்ததுதான் காரணம் என்று சொல்வது மரபு. இதேபோன்ற காரியத்தைத்தான் இராவணனும் செய்கிறான். சீதையையும் இராமனையும் பிரித்ததன் மூலம் இதற்குக் காரணமாய் இருப்பவள் சூர்ப்பனகை. இதனாலேயே இவளுக்கு முக்கியத்துவம் உண்டு.

❈

8

தக்கை இராமாயணம்

தக்கை என்னும் இசைக்கருவியின் தாளத்துக்கு ஏற்றபடி அமைந்த பாடல்களைக் கொண்ட இராமாயணம் தக்கை இராமாயணம். தக்கை, உடுக்கு போன்ற இசைக் கருவி. கொங்கு நாட்டில் பிரபலமானது. வைணவக் கோயில்களில் கவுசிக ஏகாதசியிலும் அரையர் சேவை யிலும் அடிக்கப்படுவது.

தக்கை இராமாயண ஆசிரியர் தக்கையை நாட்டார் இசைவடிவம் என்கிறார். இந்த இசை வடிவத்தை ஒத்து நடப்பதால் இது தக்கை இராமாயணம் ஆயிற்று.

கம்பனின் இராமாயணத்தை அப்படியே பின்பற்றி இயற்றப்பட்டது தக்கை இராமாயணம். இது, 3250 பாடல்களைக் கொண்டது. ஒருவகையில் இதைக் கம்பனின் காவியச் சுருக்கமாகக் கொள்ளலாம். கம்பனின் காவியத்தைப் போல் இதிலும் ஆறு காண்டங்கள் உண்டு. ஆனால் கம்பனின் சுந்தர காண்டம், தக்கை இராமாயணத் தில் சௌந்தர்ய காண்டம் என மாற்றப்பட்டுள்ளது. இதிலும் படலம் என்னும் உட்பிரிவு வருகிறது. பெரும்பா லும் கம்பனின் படலப் பெயர் மாற்றப்படவில்லை.

தக்கை இராமாயணம் ஓசையுடன் படிப்பதற்கு உரியது. இது காலசேப மரபைப் பின்பற்றியது என் கிறார் இதன் பதிப்பாசிரியரான அருணாசலக் கவுண்டர். டி.கே.சி. கம்பனைச் சுண்டக் காய்ச்சிச் சுருக்கியது போலவே தக்கை இராமாயண ஆசிரியனும் கம்ப இராமாயணத் தின் சாரமாக – ஆனால் தன் பார்வையில் தம் காலத்து நடையில் தக்கை இராமாயணத்தை உருவாக்கினார்.

தக்கை இராமாயணத்தை இயற்றியவர் எம்பெருமான் கவிராயர். இவரை ஆதரித்தவன் மோரூர் கண்ணன்,

அத்தப்பனின் மகன் நல்லதம்பி காங்கேயன் என்பவன். எம் பெருமான் பத்தர்பாடி (சங்ககிரி) ஊரினர். கொங்கு நாட்டில் வருவாய்த் துறையில் அதிகாரியாக இருந்தவர். மதுரை முத்து வீரப்ப நாயக்கனின் காலத்தில் (1609-1623) மதுரையில் சில காலம் இவர் இருந்திருக்கிறார். எம்பெருமான் வடமொழி அறிந்தவர். வேதாந்தம் படித்தவர்.

இவரது மனைவி பூங்கோதை சிறந்த தமிழ் அபிமானி. இவள் 'திருச்செங்கோட்டுக் குறவஞ்சி' என்னும் சிற்றிலக்கியத் தைப் பாடியுள்ளாள்.

எம்பெருமானை ஆதரித்த நல்லதம்பி காங்கேயன், நன்னூல் என்னும் இலக்கண நூலை எழுதிய பவணந்தி முனிவரை ஆதரித்த ஹொய்சளப் படைத்தலைவனான சீயகங்கனின் மரபில் வந்தவன். இவன் மேரூர் சிவன் கோவிலில் திருப்பணி செய்திருக்கிறான்.

ஏறத்தாழ கி.பி.1600 இல் இயற்றப்பட்ட தக்கை இராமாயணத் தைப் பதிப்பிக்க கு.அருணாசலக் கவுண்டருக்கு ஒரே ஒரு ஏடுதான் கிடைத்திருக்கிறது. இந்த ஏட்டை மேரூர் ஆதீனகர்த்தா சாந்தலிங்க இராமசாமி அடிகளார் பாதுகாத்துவைத்திருக் கிறார். இந்த நூலைத் தமிழ்நாடு அரசு தொல்பொருள் ஆய்வுத் துறை வெளியிட்டுள்ளது. இது 2 பகுதிகளாக வந்திருக்கிறது.

இந்த நூலைப் பதிப்பிப்பதற்குக் காரைக்குடி கம்பன் விழாவின் நிகழ்ச்சி ஒரு காரணம். கம்பன் விழாவில் அருணாசலக் கவுண்டர் தக்கை இராமாயணத்தை அறிமுகப் படுத்திப் பேசியபோது, விழாவிற்குத் தலைமை தாங்கிய தெபொமீ பட்டியும் தொட்டியுமான கொங்கு நாட்டில் தக்கை தவிர வேறு என்ன கிடைக்கும் என்று கிண்டலாகக் கேட்டிருக் கிறார். பின் அவரே இது கம்பனின் மாற்றுவடிவம்(Version) போல் உள்ளது; இதைத் தேடி எடுத்துப் பதிப்பிக்க வேண்டும் என்றிருக்கிறார். இதன் பிறகு அருணாசலக் கவுண்டர் முழு மூச்சாய்த் தக்கைப் பதிப்பில் ஈடுபட்டிருக்கிறார்.

கம்பனின் காவியத்தை முறையாகக் கற்ற எம்பெருமான் கவிராயர், கொங்கு நாட்டு மக்கள் வேண்டுகோளுக்கிணங்க – கம்பனை முழுதும் அவர்களால் படிக்க முடியாததால் – படிக்க முடியாதவர்களுக்காக எளிமையாக்கித் தந்ததாகக் காவியத்தின் ஆரம்பத்தில் குறிப்பிடுகிறார்.

கம்பனையும் எம்பெருமான் கவிராயரையும் ஒப்பிடும் போது தக்கை இராமாயணத்தின் தனித்துவம் தெரியும்.

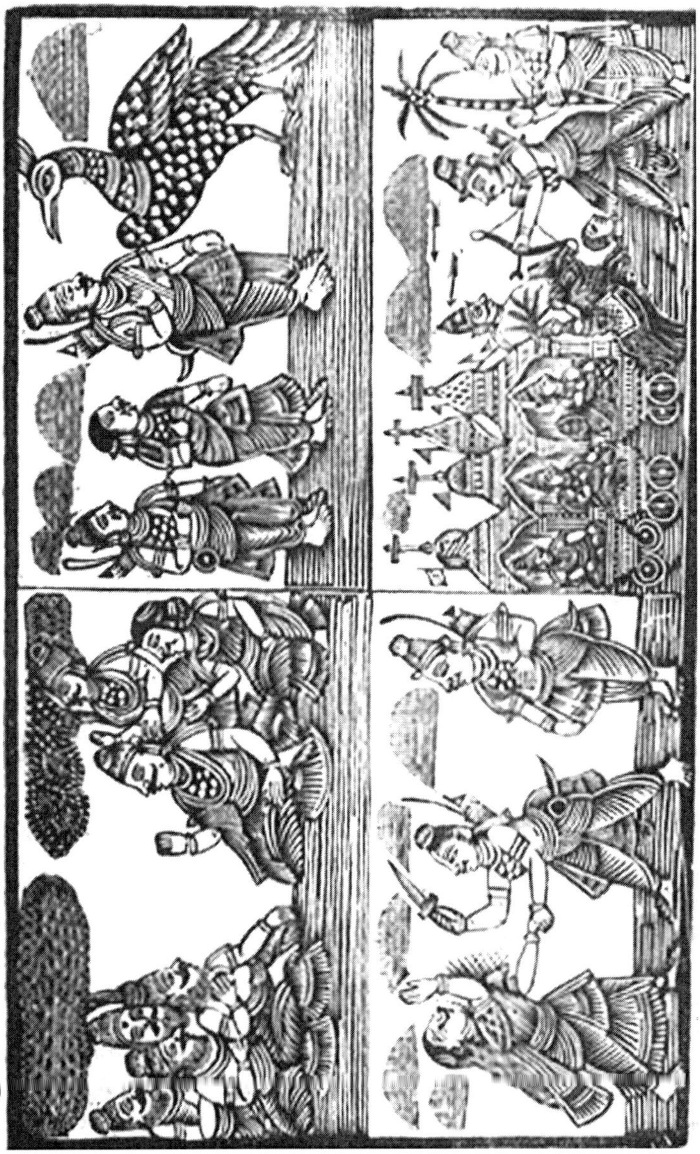

ஸ்ரீ ராமர் ரிஷிகளுக்கு தேறுதல் சொல்லல்

ஜடாயு சிநேகம்

சூர்ப்பனகை பங்கம்

கரதூஷணன் கதை

பரதன் கங்கை நதியின் வடகரையில் நிற்கிறான் இராமனைத் திருப்பி அழைத்துச் செல்ல. எதிர் கரையில் குகன். பரதனின் படைகள் இராமனை அழிக்க வந்தன என்று நினைக்கிறான் குகன். கோபம் பொங்குகிறது. கச்சையை இறுகக் கட்டுகிறான். கத்தியை இடையில் கட்டிக்கொள்ளுகிறான். பற்களைக் கடிக் கிறான்: வேடர்களைப் பார்த்து வீரவசனம் பேசுகிறான். இதைக் கம்பன்,

கட்டிய சுரிகையன் கடித்த வாயினன்
வெட்டிய பொழியினன் விழிக்கும் தீயினன்
கொட்டிய துடியினன் குறிக்கும் கொம்பினன்
கிட்டியது அமர் எனக் கிளரும் தோளினன்

என்கிறான். இதைத் தக்கை இராமாயணம்,

கச்சை கட்டி விற்பிடித்து
கச்சையின் மேல் கெட்டை கட்டி
செச்சை கொட்டி, இப்படை ஓர்
சிற்றொலியாம் நான் அரவம்
விச்சை கெட்டு இவரை விண்மேல்
விடுவன் என்றான் மேதினிமேல்
இச்சை கெட்டு வந்த தென்றான்
எழுக என்றான் தன் படையை

என்கிறது.

கம்பன் விரிவாகச் சொல்லும் வர்ணனையைத் தக்கை யாசிரியர் சுருக்கித் தருகிறார்: ஆனால் கம்பனின் சுவை குன்றாமல்.

மிதிலை நகரத்துத் தெருவில் கோசிக முனிவனுடன் இராம லக்குவர் செல்லுகின்றனர். அப்போது அந்த நகரத்துப் பெண்கள் மாளிகையிலிருந்து ஜன்னல் வழி அவர்களைப் பார்க்கின்றனர். அது வீடுகள் தோறும் பூரண நிலவுகள் தோன்றி யது மாதிரி இருக்கிறதாம். கம்பன் கூறும் இக்கற்பனையை:

மின்னி ருக்கும் சாளரத்துள்
வேல் இமைக்கும் திங்கள் கண்டார்

என்று நயமாகச் சுருக்கித் தருகிறார்.

மிதிலைப் பெண்கள் ஒவ்வொருவரும் இராமனின் வடிவத்தை ஒவ்வொரு மாதிரிப் பார்க்கிறார்கள். என்றாலும் தாங்கள் கண்டதையே அழகு என்று சாதிக்கிறார்கள். பரம் பொருளின் ஏதோ ஒரு அம்சம் அல்லது பண்பை வெளியிடும் தத்தம் மதங்களிலேயே முழு உண்மையும் அடங்கிவிட்டது என்று சாதிக்கும் சமயவாதிகளின் நிலைதான் அந்தப் பெண்ணின் நிலையும் என்று பாடுவார் கம்பர். 'தோள் கண்டார்

தோளே கண்டார்' என்ற எல்லோரும் அறிந்த பாடலில் இந்த வருணனை வரும். இதன் கடைசி வரியாகக் கம்பன்,

ஊழ் கொண்ட சமயத்து அன்னான்
உருவு கண்டாரை ஒத்தான்

என்பான். இதைத் தக்கை இராமாயணத்தில் எம்பெருமான் கவிராயர்

அரிய பல சமயம் எங்கும்
அவன் வடிவே காண்பது போல்
கரிய புயம் கைமுகம்தான்
கண்டதையே கண்டு நிற்பார்

என்கிறார்.

கம்பரிடமிருந்து எம்பெருமான் கவிராயர் ஒன்றிரண்டு இடங்களில் வேறுபடவும் செய்கிறார்.

சீதையைத் தேடிச் செல்லும் அனுமனின் குழுவினர் ஒரு இலக்கில் புகுந்தனர். அங்கு வழி தெரியாமல் அடிமேல் அடி எடுத்து நடக்கின்றனர். கொஞ்ச நேரத்தில் ஒளிபரவிய இடத்துக்கு வருகின்றனர். அங்கு தவக்கோலத்திலிருந்த சுயம்பிரமை என்ற பெண்ணைச் சந்திக்கின்றனர். அவள் இராமநாமத்தைச் செபித்துவிட்டுச் சென்றால் இலக்கினின்று வெளியேறலாம் என்றாள். இங்கு இராமனுக்கு முக்கியம் கொடுத்துத் தக்கை ஆசிரியர் பாடுகிறார்.

கையால் விழிமூடி இராகவன் பேர்
கருதித் துதிசெய்மின் கவிகாள் என்றான்

என்கிறார் எம்பெருமான் கவிராயர்.

கம்பரோ இலக்கிலிருந்து வெளியே செல்ல அனுமனின் ஆற்றலே பயன்பட்டது என்கிறார். அனுமன் விஸ்வரூபம் எடுத்து வானளாவ வளர்ந்து இலக்கை வேரோடு பெயர்த்துக் கடலிலே எறிந்து வெளியே வந்தான் என்கிறார்.

தக்கை இராமாயணத்தைப் பதிப்பித்த அருணாசலக் கவுண்டர், எம்பெருமான் கவிராயரைக் கொங்கு நாட்டு டி.கே.சி. என்கிறார். டி.கே.சி. கம்பனைப் புரிந்து தெரிந்து, தொகுத்தார். எம்பெருமானோ கம்பனைப் படித்துத் தன் காலமொழியில் பாடல்களை உருவாக்கினார். ஒரு படைப்பாளியின் தேர்ந்தெடுத்த படைப்பை மட்டுமே தரும் வழக்கம் 16ஆம் நூற்றாண்டிற்குப் பின் நடந்திருக்கிறது (எ.கா. கந்த புராணச் சுருக்கம்).

❀

பகுதி II

1

கோசலையைத் திமிங்கலம் காத்த கதை

கோசல நாட்டு அரசன், தன் மகள் கோசலையை அயோத்தி இளவரசன் தசரதனுக்குத் திருமணம் செய்து வைக்க முடிவுசெய்தான். இது தொடர்பாகப் பேசத் தன் மந்திரியைத் தசரதனிடம் அனுப்பி வைத்தான். இந்த நேரத்தில் தசரதன் ஆற்றில் நீராடிக் கொண்டிருந் தான். கூடவே சுமந்திரனும் உண்டு. காவலர்கள் ஆற்றின் கரையில் நின்றார்கள்.

இந்தச் சமயத்தில் இராவணன் பிரம்மாவைச் சந்திக்கப் போனான். ஒருவகையில் இராவணன் பிரம்மா வின் பேரன். பிரம்மா, இராவணனிடம் "மகனே வருத்த மான செய்தி ஒன்றைச் சொல்லுகிறேன் கேள். எனக்கு முக்காலமும் அறிய முடியும்; அது உனக்குத் தெரியும். அதனால் சொல்லுகிறேன் கேள். அயோத்தி இளவரசன் தசரதனுக்கும் கோசலநாட்டு அரசனின் மகள் கோசலைக் கும் கல்யாணம் நடக்கப் போகிறது. இவர்களுக்குப் பிறக்கப் போகும் மக்களில் மூத்தவன் உன்னைக் கொல்லு வான். இது விதி; மாற்ற முடியாது" என்றான். இராவணன் "அப்படியா அதையும் பார்த்துவிடுவோம். விதியை மாற்றி விடுவேன் பார்" என்றான்.

இராவணன் அயோத்திக்குப் போனான். அவன் நீராடப் போயிருப்பதாய்த் தகவல் கிடைத்தது. இராவணன், தசரதன் நீராடிய ஆற்றிற்குப் போனான். தசரதனும் சுமந்திரனும் நீராடிக்கொண்டிருப்பதைப் பார்த்தான். அவர்களுக்குக் காவலாக இருந்த வீரர்களைக் கொன் றான். ஆற்றங்கரையில் நின்ற தசரதனின் தேரை உடைத் தான். குதிரைகளைக் கொன்றான்.

அ.கா. பெருமாள்

ஆற்றில் நீராடிக்கொண்டிருந்த தசரதனும் சுமந்திரனும் இராவணன் செய்வதைப் பார்த்தனர். அவர்களால் அவனை எதிர்க்க முடியாது என்று தெரியும். சுமந்திரன் இராவணனிட மிருந்து தப்ப ஒரு வழி சொன்னான். தசரதனின் உடையைக் காவலனின் சடலத்துக்கு அணிவித்துக் கரையில் தள்ளிவிடு வோம்; பின் ஆற்றில் மிதந்த ஓடத்தின் அடியில் சென்று மறைந்து கிடக்கலாம் என்றான். தசரதன் அவன் சொன்னபடி செய்தான்.

இராவணன் தசரதனைத் தேடினான். ராஜ உடையுடன் ஒரு உடலைக் கண்டான். அது தசரதன் என்று நினைத்து அந்த இடத்தைவிட்டுப் போய்விட்டான். ஓடத்தின் அடியில் மறைந்திருந்த தசரதனும் சுமந்திரனும் ஓடத்தில் ஏறி ஆற்று வழிச் சென்றனர்.

தசரதன் இறந்துவிட்டான் என்று முடிவுசெய்த இராவணன் கோசல நாட்டுக்குப் போனான். அந்த நாட்டு அரசன் இராவண னுக்குப் பயந்து ஓடினான். இராவணன் கோசலையைப் பிடித்துத் தன் புஷ்பக விமானத்தில் ஏற்றி இலங்கைக்குக் கொண்டு சென்றான். அவள் நடுங்கிப்போய் "அரக்கனே என்னை விட்டு விடு" என்றாள். இராவணனோ "இளவரசியே உன்னை இன்னும் பத்து நாட்களுக்குள் மணப்பேன்; பிரம்மாவின் பேச்சைப் பொய் ஆக்குவேன் பார்" என்றான்.

கோசலைக்குப் பிரம்மா சொன்னது தெரியாது. என்னை விட்டுவிடு புண்ணியம் உண்டு என்று சொல்லிப் புலம்பினாள். இராவணன் பிரம்மாவை நினைத்தான்; அவன் தன் பேச்சைக் காப்பாற்ற தேவர்களை ஏவுவான். கோசலையை இலங்கையில் சிறைவைத்தால் தேவர்கள் எப்படியும் காப்பாற்றி விடுவார்கள். அதனால் யாருக்கும் தெரியாத இடத்தில் சிறைவைக்க நினைத் தான்.

இலங்கைக் கடலில் ஒரு திமிங்கலம் இருந்தது. அது இராவணனின் நண்பன். ஒருமுறை இராவணன் கடலில் ஓடம் வழிச் செல்லும்போது அந்தத் திமிங்கலத்தைச் சந்தித் தான். அந்தத் திமிங்கலம் சாகும் நிலையில் இருந்தது. இராவணன் அதிசய மூலிகையைக் கொடுத்து அதைக் காப்பாற்றினான். திமிங்கலம் முழு வலிமை பெற்றது அப்போது அது "அரசனே உனக்கு எப்போதாவது உதவி தேவைப்பட்டால் என்னை நினைத்துக்கொள் உடனே வருவேன்" என்று சொல்லியிருந்தது.

இப்போது இராவணன் அந்தத் திமிங்கலத்தை நினைத்தான். அது உடனே வந்தது. இராவணன் கோசலையை ஒரு பெட்டி யில் இருத்தித் திமிங்கலத்திடம் கொடுத்தான். அந்தப் பெட்டி

சிறு வீடு போன்றது. பத்து நாளைக்குரிய ஆகாரம், ஆடை, குடிநீர் என எல்லா வசதியும் அதில் இருந்தன. "திமிங்கலமே இந்தப் பெட்டியைப் பத்துநாட்கள் பாதுகாக்க வேண்டும். நான் கேட்டபோது தா" என்று சொன்னான்.

திமிங்கலம் பெட்டியை வாங்கிக்கொண்டது. "அரசனே, உனக்கு உதவ இது ஒரு வாய்ப்பு. நீ தைரியமாகப் போ" என்றது. இராவணனும் நிம்மதியாக இலங்கைக்குச் சென்றான். பெட்டியை வாயில் அடக்கிக்கொண்டு திமிங்கலம் கடலினுள் சென்றது. வழியில் அதன் எதிரி திமிங்கலம் வந்தது. இராவணனின் நண்பனான திமிங்கலம், பெட்டியை வாயில் வைத்துக் கொண்டு சண்டையிட முடியாது; அதனால் அதை எங்காவது பாதுகாப்பாய் வைப்போம் என்று நினைத்தது.

அந்தத் திமிங்கலம் எதிரியிடமிருந்து தப்பிச் சென்று ஒரு தீவை அடைந்தது. அங்கே பெரிய ஆலமரத்தின் அடியில் பெட்டியை வைத்தது. பின் தன் எதிரித் திமிங்கலத்துடன் சண்டையிட வந்தது. இது இப்படி இருக்கும்போது ஆற்றில் ஓடத்தின் அடியில் மறைந்திருக்கும் தசரதனும் சுமந்திரனும் இராவணன் சென்றபிறகு ஓடத்தில் ஏறி ஆற்றுவழிச் சென்றனர். ஆறு கடலில் கலந்தது. ஓடம் கடலில் மிதந்து ஒரு தீவில் சென்று நின்றது, அந்தத் தீவு ரம்மியமாக இருந்தது. இருவரும் அந்தத் தீவைச் சுற்றிவந்தனர். ஆலமரத்தின் அடியில் பெரிய பெட்டி ஒன்றைக் கண்டனர். தசரதன் பெட்டியைத் திறந்தான்.

பெட்டியிலிருந்து பெண்ணொருத்தி எழுந்து நின்றாள். பேரழகியான அவளைக் கண்டதும் தசரதன் நிலைகுலைந்தான். அவள் தன் வரலாற்றைச் சொன்னாள். தசரதன் தன்னை யாரென்று அறிமுகப்படுத்தினான். இருவரும் பரஸ்பரம் புரிந்து கொண்டனர். சுமந்திரன் உங்களை விதி இணைத்துவிட்டது; இப்போதே விவாகம் செய்து கொள்ளுங்கள் என்றான். தசரதன், அந்தத் தீவிலிருந்த மரங்களையும் பறவைகளையும் சுமந்திரனையும் சாட்சியாக வைத்துக் கோசலையை மணம் செய்து கொண்டான்.

சுமந்திரன் தசரதனைத் தனியாக அழைத்துப் பேசினான். "நீ அவளுடன் பத்து நாளும் தொடர்ந்து புணர்ச்சி செய்ய வேண்டும், அவள் கன்னி கழிய வேண்டும். இராவணனுக்கு இது தெரிந்தால் கோசலையை ஒன்றும் செய்யமாட்டான்" என்றான். சுமந்திரன் அந்தப் பெட்டிக்குக் காவல் இருந்தான். தசரதனும் கோசலையும் பெட்டிக்குள் இருந்தனர். இந்த நேரத்தில் எதிரியைக் கொன்றுவிட்டுத் திரும்பியது இராவணனின் நண்பனான திமிங்கலம் பெட்டி பத்திரமாக இருப்பதைக் கண்டது. அதை வாயில் எடுத்து அடக்கிக்கொண்டது.

அ.கா. பெருமாள்

இராம லக்ஷ்மணர் சீதை மூவரும் வனமேகுதல்

குகன் ஓடமேற்றி மூவரையும் அக்கரை விடுதல்

பரதர் பாதுகையை வைத்துப் பூஜை செய்தல்

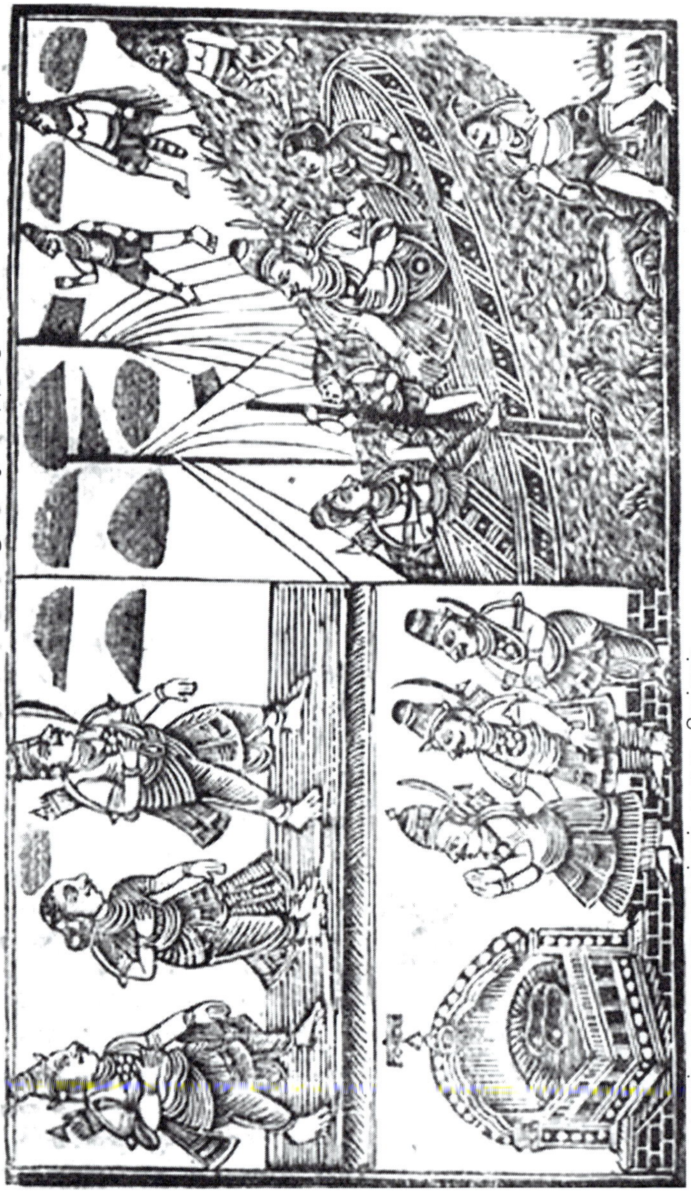

பெட்டியில் தசரதனும் கோசலையும் இருந்தனர். சுமந்திரன் திமிங்கலத்துக்குத் தெரியாமல் ஓடத்தில் அதன் பின்னே சென்றான். பத்து நாட்கள் கழிந்ததும் இராவணன் பிரம்மா விடம் சென்றான். "உலக முதல்வனே உன் வாக்கு பொய்த்து விட்டதே, கோசலைக்கும் தசரதனுக்கும் பத்து நாட்களுக்குள் திருமணம் நடக்கும். அவர்களுக்குப் பிறக்கும் பிள்ளை என்னைக் கொல்வான் என்றாயே. இப்போது தசரதன் யமபுரத்தில் இருக்கிறான்; கோசலை கடலுக்குள் இருக்கிறாள்" என்றான் சிரித்துக்கொண்டே.

பிரம்மாவும் சிரித்தார். "மகனே விதி வலியது. இப்போது கோசலையும் தசரதனும் ஒன்றாகத்தான் இருக்கிறார்கள். போய்ப் பார்" என்றார். இராவணன் விரைவாகக் கடலுக்கு வந்தான். திமிங்கலத்தை நினைத்தான். பெட்டியைக் கேட்டான். திமிங்கலம் வாயிலிருந்து பெட்டியை உமிழ்ந்தது. இராவணன் பெட்டி யைத் திறந்தான். அங்கே தசரதனும் கோசலையும் ஆடையின்றி ஒருவரை ஒருவர் தழுவிக்கொண்டு கிடந்தனர்.

இராவணன் வாளை உருவினான்; அவர்களை வெட்டப் போனான். திமிங்கலம் இராவணனைத் தடுத்தது. "மன்னனே, பிரசவித்துக்கொண்டிருக்கின்ற போது பெண்ணையும் ஆடை யில்லாமல் ஆலிங்கனம் செய்துகொண்டிருக்கும் கணவன் மனைவியையும், பால் குடித்துக்கொண்டிருக்கும் குழந்தையை யும் கொல்வது மகாபாவம். இந்தப் பாவம் செய்தால் குலம் நசித்துப் போகும். நீ இதைச் செய்ய நான் விடமாட்டேன்" என்று சொன்னது. திமிங்கலம் பெட்டியை வாயில் அடக்கிக் கொண்டு கடலினுள் சென்றுவிட்டது. இராவணனும் இது தன் விதி என்று நினைத்துப் போய்விட்டான். இதை எல்லாம் மறைவாகக் கவனித்துக்கொண்டிருந்த சுமந்திரன், இராவணன் சென்ற பிறகு தசரதனையும் கோசலையையும் மீட்டு அயோத் திக்கு அழைத்துச் சென்றான்.

❁

2

தாயில்லாமல் பிறந்த சீதை

முன்னொரு காலத்தில் காசிநாட்டில் ஒரு அரசன் இருந்தான். அவன் மனைவி இறந்துவிட்டாள். குழந்தைகளும் கிடையாது. இரண்டாம் திருமணம் செய்யவும் அவனுக்கு விருப்பமில்லை. ஆனால் குழந்தை ஆசை இருந்தது. குழந்தை வேண்டி காட்டுக்குச் சென்று தவம் இருந்தான், பிரம்மா அவன் தவத்துக்கு இரங்கிவந்தார். அவனிடம் ஒரு மாம்பழத்தைக் கொடுத்தார். "இதை வீட்டிற்குக் கொண்டு போ. 41 நாட்கள் பாதுகாப்பாய் வைத்திரு. இறுதிநாளில் நடு இரவில் சூரியப் பிரகாசமாய் ஒரு குழந்தை பிறக்கும்" என்றார்.

அரசனும் அந்த மாம்பழத்தை வீட்டிற்குக் கொண்டு சென்றான். பாதுகாப்பாய் வைத்திருந்தான். 41ஆம் நாள் மாம்பழம் வெடித்து ஒரு பெண் குழந்தை பிறந்தது. பேரழகுடனும் நெருப்பைப் போன்ற நிறமும் கொண்ட அந்தக் குழந்தைக்குத் தாயாகவும் தந்தையாகவும் இருந்து வளர்த்தான். அவள் பருவமடைந்தாள். அவளுக்குத் திருமண வயதும் வந்தது. அவளின் அழகு 56 தேச மன்னர்களுக்கும் எட்டியது. எல்லோரும் அவளை அடைய விரும்பினார்கள்.

அந்த அரசனிடம் வந்து ஒவ்வொருவராக வந்து பெண் கேட்டார்கள். அவனோ வானத்தின் நீலநிறத்தை வழித்து யார் தன் உடம்பில் பூசிக்கொண்டு என்னிடம் வருகிறார்களோ அவனுக்குத் தன் மகளைக் கொடுப்பதாகக் கூறினான். மன்னர்களுக்குக் கோபம் வந்தது. இல்லாத ஊருக்கு வழிகாட்டுபவன் போல் அல்லவா பேசுகிறான்; இவன் பெண்ணைத் தரமாட்டான் என்றார்கள். எல்லோரும் சேர்ந்து அவனிடம் சண்டைக்குப் போனார்கள். சண்டையில் அவன் இறந்துபோனான். அந்த மன்னர்களில் ஒருவன் அவளைக் கவர்ந்து செல்ல வேண்டும் என்று நினைத்து வந்தான்.

அந்தப் பெண் அவனிடமிருந்து தப்பி ஓடினாள். ஊருக்கு வெளியே இருந்த அக்கினி குண்டத்தில் சாடினாள். எல்லா அரசர்களும் அக்கினியின் அருகே வந்தனர். அவள் நெருப்பில் மாய்ந்துபோனாள் என நினைத்து அவரவர் தேசத்துக்குப் போய்விட்டனர். இந்தச் சமயத்தில் கோவேறு கழுதை பூட்டிய ரதத்தில் இராவணன் அங்கே வந்தான். அவன் கண்களுக்கு அக்கினியின் நடுவில் நின்ற பெண்ணின் உருவம் தெரிந்தது. அவளைப் பிடிக்க நெருப்பில் குதிக்கப் போனான்.

இராவணனின் ஆவேசத்தைப் பார்த்த அவனது மந்திரி "அரசே வேண்டாம். அந்த நெருப்பில் இருக்கும் பெண் உனக்கு யமனாக வரப்போகிறாள். வேண்டாம் இப்பெண்" என்றான். இராவணன் அதைக் கேட்கவில்லை. நெருப்பில் சாடி அவளைத் தேடினான். அவள் மறைந்துவிட்டாள்; நெருப்பும் மறைந்தது. ஒரு தங்கப்பெட்டி மட்டும் அங்கே கிடந்தது. இராவணன் அந்தப் பெட்டியை எடுத்துத் திறந்தான். அதில் கண்ணைக் கூசச் செய்த ரத்தினங்கள் இருந்தன. இராவணன், இதை நான் எடுத்துக்கொள்கிறேன். மண்டோதரிக்கு அணிகள் செய்ய லாம் என்று நினைத்தான்.

இராவணன் அந்தப் பெட்டியை இலங்கைக்கு எடுத்துச் சென்றான். மண்டோதரியிடம் இதோ உனக்குப் பரிசு எனக் கொடுத்தான். அவள் பெட்டியைத் திறக்க யத்தனித்தாள். பெட்டி பெரிதாக வளர்ந்தது. மண்டோதரி பயந்துபோய்ப் பெட்டியை இராவணனிடம் கொடுத்தாள். இராவணன் பெட்டியைத் திறந்தான். அதில் பேரழகுடன் கூடிய குழந்தை இருந்தது.

மண்டோதரி குழந்தையை எடுத்து மார்போடு அணைத்துக் கொண்டாள். அப்போது அசரீரி ஒலித்தது. "ஏய் இராவணா இந்தப் பெண்ணால் இலங்கை அழியப்போகிறது" என்ற குரல் கேட்டது. இதைக் கேட்ட இராவணன் வாளை உருவி குழந்தையை வெட்டப் போனான். அப்போது ஒரு அதிசயம் நிகழ்ந்தது. குழந்தை ஆகாயத்தில் பறந்தது: பெட்டியும் பறந்தது. ஆகாயத்தில் நின்ற குழந்தை இராவணனைப் பார்த்து "அரக்கனே என்னை உன்னால் கொல்ல முடியாது. நான் உன்னை அழிக்கப் பிறந்தவள். உன்னை அழிக்க வானத்தின் நீலநிறத்தை உடம்பில் பூசிக்கொண்ட ஒருவன் வருவான்" என்று சொன்னது.

பெட்டி ஆகாய மார்க்கமாய்ச் சென்றது. குழந்தையும் மாயமானது. இந்த நேரத்தில் ஜனகன் என்ற அரசனின் மனைவி அந்தப்புரத்தின் சோலையில் உலாவிக்கொண்டிருந் தாள். அவளது முன்னே பெட்டி விழுந்தது. அதை அவள் எடுத்துத் திறந்தாள். அழகான குழந்தை. அதை அவள் அணைத்துக் கொண்டாள். குழந்தையை வளர்த்தாள். அவளே சீதை.

❁

3

இராவணனின் மூக்கில் பிறந்த சீதை

கன்னட வாய்மொழி மரபில் சீதாவின் பிறப்பு, திருமணம், கற்பின் சோதனை, அவளை மீண்டும் வனத் திற்கு அனுப்பிய நிகழ்ச்சி, லவகுசா என்னும் மக்களைச் சீதை பெற்றது, இராமருடன் லவகுசன் போர் செய்தல் ஆகியன பற்றிய நீண்ட வாய்மொழிப் பாடல்கள் உள்ளன.

இராவணன் (ராவவுலா) மண்டோதரி பற்றிய பாடல் வட கன்னடப் பகுதியில் ஒடுக்கப்பட்ட மக்களிடம் வழக்கில் உள்ளது. இராவணனுக்குத் திருமணம் ஆகி ரொம்பநாள் குழந்தை இல்லை; மண்டோதரிக்குக் கவலை வாட்டி எடுத்தது. அதனால் தவம் இருக்கச் சொன்னாள் மண்டோதரி. இராவணனும் காட்டுக்குப் போனான்.

இராவணன் காட்டில் கொடிய தவம் இருந்தான். தன் உடலை வருத்தி அக்கினியாக மாற்றிக் கொண்டான். இதைப் பார்த்த சிவன் இரங்கினான். இராவணனுக்கு ஒரு மாம்பழத்தைக் கொடுத்தான் “இதை நீயும் உன் மனைவியும் பகிர்ந்துகொண்டு புசியுங்கள். குழந்தை பிறக்கும்” என்றான்.

இராவணன் மாம்பழத்தை இலங்கைக்குக் கொண்டு சென்று, தன் அந்தரங்க அறையில் வைத்தான். அவனுக்குத் திடீரென ஒரு ஆசை வந்தது. மாம்பழத்தின் தசைப்பகுதியைத் தின்றுவிட்டு மண்டோதரிக்கு மாங்கொட்டையைக் கொடுத்தான், அவளுக்குக் கோபம் வந்தது. அந்த மாங்கொட்டையை அந்தப்புரத் தோட்டத்தில் வீசி எறிந்தாள்.

மண்டோதரி மனதுக்குள் கறுவினாள். இந்த இராவணன் கர்ப்பமடைந்து அவமானப்படட்டும். இவனுக்குப் பிறக்கும் பிள்ளையால் இவன் துன்பப்படட்டும் என்று மனதுக்குள் சாபமிட்டாள். அரண்மனைத் தோட்டத்தில் வீசி எறியப்பட்ட மாங்கொட்டை மண்ணில் மரமாக வளர்ந்தது. அதில் ஒரு காய் வந்தது. அது பழமாய்க் கனிந்தது. மண்டோதரி ஒரு பழத்தை எடுத்து முழுவதுமாகத் தின்றாள்.

இப்படி இருக்கும்போது இராவணன் கர்ப்பமடைந்தான். ஒவ்வொரு மாதத்திலும் கர்ப்பத்தின் வளர்ச்சி தெரிந்தது.

  ஒரு நாள் கழிந்தது
  ஒரு மாதம் ஆனது சிவனே
  இரண்டு நாள் கழிந்தது
  மாதம் இரண்டு கழிந்தது சிவனே
  முகத்தை எப்படி வெளியில் காட்டுவேன்
  நாலாம் மாதம் வயிறு பெருத்தது
  சிவனே எப்படி வெளியில் வருவேன்
  எப்படி வருவேன் ஏழாம் மாதம்

என்று சொல்லி அழுதான் இராவணன்

  ராவலாவுக்கு மாதம் பத்தும் ஆனது
  தும்மினான் ராவுலா உடனேதான்
  மூக்கு வழியே சீதை பிறந்தாள்.

கன்னடத்தில் சீதா என்பதற்குத் தும்மல் என்று பொருள் உண்டு. இராவணனின் தும்மலில் பிறந்ததால் சீதம்மா ஆனாள்.

அந்தக் குழந்தையை இராவணன் தன் அந்தரங்கப் பணியாளிடம் கொடுத்தான். அவன் அதைப் பெட்டியில் வைத்து ஜனகனின் நாட்டில் கொண்டு போட்டுவிட்டான்.

அ.கா. பெருமாள்

4

மண்டோதரியின் மகள் சீதை

சீதையின் பிறப்பு பற்றித் தமிழக நாட்டுப்புற மரபில் பல்வேறு கதைகள் வழங்குகின்றன. சீதை ஜனகரின் வளர்ப்பு மகள் என்பது பொதுவான செய்தி. சீதையின் தாய் தந்தையர் பற்றிய பலவிதமான கதைகள் வில்லிசைப் பாடல்களிலும் தோல்பாவைக் கூத்து நிகழ்விலும் உள்ளன. இந்தக் கதைகளில் பெரும்பாலானவை ஆந்திர மாநிலத்தி லிருந்து வந்த போர் வீரர்களால் பரப்பப்பட்டவை. இவற்றில் ஒரு கதை இராவணனின் மனைவி மண்டோதரி யின் மகளே சீதை என்பது.

ஒரு ஊரில் பிராமணன் ஒருவன் இருந்தான். அவன் தீவிர விஷ்ணு பக்தன். எப்போதும் நாராயணனைக் குறித்த பாடல்களைப் பாடிக் கொண்டிருப்பான். அவனைச் சுற்றி பக்தர் கூட்டம் இருக்கும். அவர்களுக்கு இராமாயணக் கதையைச் சொல்லுவான். இப்படியே பொழுதுபோக்கிக் கொண்டிருந்தான், அந்தப் பிராமணன். அவன் உழைக்காமலே காலங்கழித்தான். அதனால் வீட்டில் தரித்திரம் வந்தது. அவன் மனைவி அவனை விட்டுப் போய்விட்டாள். அவன் வறுமையால் வாடி இறந்து போனான். இறந்தபின் அவன் வைகுண்டம் போனான்.

வைகுண்டத்தில் அவன் பெரிய மரியாதையுடன் நடத்தப்பட்டான். நாராயணன் நேரில் வந்து அவனை அழைத்துச் சென்றான். ஒரு கந்தர்வன் வீணை மீட்டிப் பாடினான். அவனைப் பார்ப்பதற்காக மகாலட்சுமியும் தன் பரிவாரங்களுடன் வந்தாள். அப்போது அவளை வாழ்த்திப் பாடி யாழ் மீட்டுவதற்கு ஒரு கந்தர்வனை ஏற்பாடு செய்திருந்தனர். நாராயணனோ நாரதன் வரட்டும்; அவனைப் பாடவைப்போம் என்றான். லட்சுமி மறுத்துவிட்டாள்.

மகாலட்சுமியைப் பார்க்கக் கூட்டம் கூடியது. வைகுண்டத்து ஆட்களோ நெருக்கியடித்துக்கொண்டு வந்தார்கள். மகாலட்சுமிக்குப் பாதுகாப்பாக வந்த வீரர்கள் அவர்களை விரட்டினார்கள். சிலரை அடித்துத் தள்ளினார்கள். அந்தக் கூட்டத்தில் நாரதரும் நின்றார். அவர் மகாலட்சுமியைப் புகழ்ந்து பாடி யாழ் மீட்டுவதற்காக வந்திருந்தார். ஆனால் அவருக்குப் பாட வாய்ப்பு கிடைக்கவில்லை. அந்தப் பொறாமையால் அவர் புழுங்கிக்கொண்டு நின்றார். அந்தச் சமயத்தில் அவரைக் காவலர் அடித்துத் துரத்தினர். அவரது யாழ் இசைக்கருவி உடைந்தது. அவருக்கும் அடிபட்டது.

நாரதர் பொறுமை இழந்தார். அவரது கோபம் மகாலட்சுமியின் மேல் திரும்பியது. கூட்டத்தை விலக்கிக்கொண்டு அவள் முன்னே சென்றார். அவளைப் பார்த்து "அட..! ராட்சசி உன் கர்வத்தால் அல்லவா நான் இப்படி அவமானம் அடைந்தேன். நான் பட்ட அவமானத்தை நீ அடைய வேண்டும். உனக்கு நான் சாபமிடுகிறேன். நீ ராட்சசக் குலத்தில் பிறப்பாய். நீ பிறந்ததுமே ஊருக்கு வெளியே கடலிலே தூக்கிக்கொண்டு போவார்கள். உன்னைப் பெற்ற தாய் வளர்க்கமாட்டாள். நீ வளர்ந்த பிறகு அரக்கர் நடுவில் சிறையிருப்பாய். நீ விடுதலையாகும் போதுகூட உன்னைப் பார்க்கக் குரங்குகள்தாம் வரும். மனிதர்கள் வரமாட்டார்கள். அப்போது நீ அவமானப்படுவாய். இந்த நாராயணன் உன்னை அழைக்கமாட்டான். ஒரு குரங்குதான் உன்னை அழைக்கவரும்" என்று அடுக்கடுக்காய் சாபம் கொடுத்துக்கொண்டே போனார். மகாலட்சுமி புன்சிரிப்போடு சாபத்தை ஏற்றுக்கொண்டாள். "நாரதனே, எனக்கும் அரக்கர் நடுவில் பிறக்க சாபம் உண்டு. பெற்ற தாயைப் பிரிய வேண்டிய சாபம் உண்டு" என்று சொல்லிவிட்டுப் பழைய நிகழ்ச்சி ஒன்றைச் சொன்னாள்.

"ஒரு நாள் நான் சாதாரண வேட்டுவப் பெண்ணைப் போல துர்வாச முனிவரின் ஆசிரமத்துக்குப் போனேன். அவர் வெளியே மான்குட்டிக்குப் புல் கொடுத்துக்கொண்டிருந்தார். அப்போது ஒரு குட்டிப்பாம்பு வந்தது. நான் அது ஆசிரமத்துக்குள்ளே போய்விடக் கூடாதே என்று நினைத்து, ஒரு மரக் கொம்பை ஒடித்துப் பாம்பைத் தூக்கி வீசினேன். அது துர்வாசரின் அருகில் நின்ற குட்டிமானின் மேல் விழுந்தது. மான் பதறி ஓடியது. முனிவர் திரும்பிப் பார்த்தார்; வேண்டுமென்றே நான் பாம்பை எறிந்தேன் என்று நினைத்தார். என்னை ஒரு அரக்கியின் மாறுவடிவம் என்று எண்ணி, 'பாவி அரக்கியே! அறியாத சிறு மானை நீ துன்புறுத்தியதால் நீ பிறந்ததும் உன் தாயைப் பிரிவாய்' என்று சாபமிட்டார். நான் பதில் பேசாமல் நின்றேன். அவர் ஞானதிருஷ்டியால் என்னை அடையாளங்

அ.கா. பெருமாள்

கண்டுவிட்டார். அவருக்குப் பேச முடியவில்லை; கோபம் அடங்கியது. 'மகாலட்சுமி! இந்தப் பாவி கோபத்தால் சபித்து விட்டேனே' என்றார். நான் "முனி புங்கவரே எனக்கு இப்படிப் பிறக்க வேண்டிய கட்டாயம் இருக்கிறது. நாராயணனும் என்னை மணக்கப்போகிறார். உமது சாபம் பலிக்கப்போகிறது என்றேன்."

இப்படியாகப் பழைய கதையைச் சொன்ன மகாலட்சுமி "நாரதனே! உன் சாபம் பலிக்கப் போகிறது. நான் முனிவர்களின் ரத்தத்தைக் குடிக்கும் அரக்கர் நடுவில்தான் பிறக்கப்போகிறேன்" என்றார்.

○ ○ ○

இது இப்படி இருக்க, இலங்கை அரசனான இராவணன் தன் படையுடன் உலகமெல்லாம் திக்விஜயம் சென்றான். எல்லோரையும் வெற்றி கண்டான். ஆனால் கானகத்தில் இருந்த முனிவர்களை அவனால் நெருங்க முடியவில்லை. அதனால் கொசுவாக மாறி ஒவ்வொரு முனிவரையும் கடித்து ஒரு சொட்டு ரத்தத்தைச் சேகரித்துக் கொண்டான். எல்லா வற்றையும் ஒரு ஜாடியில் விட்டான். முனிவர்களுக்கெல்லாம் தலைமையானவரின் வீட்டிற்குப் போனான். அவரது வீட்டில் ரகசிய அறையில் சிறிய ஜாடியில் பால் இருந்தது.

இராவணன் பெண்ணாக மாறி தலைமை முனிவரின் மனைவியைச் சினேகம் பிடித்துக் கொண்டான். அவளிடம் ஜாடியிலிருக்கும் பால் பற்றிக் கேட்டான். அவள் "நாங்கள் மகாலட்சுமியைப் பிள்ளையாகப் பெறத் தவம்செய்து பெற்ற பால் இது. இதைக் குடித்தால் மகாலட்சுமி பெண் குழந்தை யாகப் பிறப்பாள். இதற்கு இன்னும் சில மண்டலம் ஆக வேண்டும். அதற்காகக் காத்திருக்கிறேன்" என்றாள்.

அந்தப் பெண் (இராவணன்) தலைமை முனிவரின் மனைவியை மயக்கிவிட்டு ஜாடியிலிருந்த ரத்தத்தை அதில் ஊற்றினாள். அந்த ஜாடியை இலங்கைக்கு எடுத்துச் சென்று மண்டோதரியின் அந்தப்புரத்தில் ரகசியமான இடத்தில் மறைத்து வைத்தான். அந்த இடம் மண்டோதரிக்கு மட்டும்தான் தெரியும்.

இராவணன் மண்டோதரியிடம் இந்த ஜாடியில் இருப்பது ஒருவகை மருந்து, சில மண்டலங்கள் கடந்த பிறகு இது அமுதமாக மாறும். அப்போது நான் உனக்கு இதைத் தருவேன்; நீ குடிக்கலாம். அதுவரை இதன் அருகே செல்லாதே. இப்போது குடித்தால் நீ இறந்துவிடுவாய் என்று எச்சரித்துவைத்தான். மண்டோதரி அந்த மருந்து அமுதாக மாறும் காலத்தை எதிர் பார்த்திருந்தாள்.

சபையில் யோசித்தல்

கைகையிவை கூனி கலைத்தல்

இராவணன் திக்விஜயத்தில் தான் பிடித்த பெண்களை ஒவ்வொருவராக அனுபவிக்க ஆரம்பித்தான். ஒரு பெண்ணை வீட்டுவிலக்கு வரும் ஆறு நாட்களுக்கு முன்புதான் புணருவான். இதைக் கண்டுபிடித்துச் சொல்லச் சேடிகளை வைத்திருந்தான். இப்படியாக, அவன் தினமும் ஒரு பெண்ணைப் புணர்ந்து கொண்டு வந்தான். மண்டோதரியை அவன் தீண்டவே இல்லை. இதனால் மனம் வெறுத்த அவள் தன் உயிரை மாய்த்துக்கொள்ள முடிவுசெய்தாள். ரகசிய இடத்திற்குச் சென்று ஜாடியில் இருந்த பாலை விஷம் என நினைத்துக் குடித்தாள்.

பாலைக் குடித்த சில நாழிகையில் மண்டோதரியின் உடலில் மாற்றம் ஏற்பட்டது. அவள் உடனே கர்ப்பமடைந்தாள். அடுத்த நாள் சூரியன் உதிக்கும் முன்பு ஒரு பெண் குழந்தை பெற்றாள். அவளுக்குப் பயம் வந்தது. தன்னை இராவணன் புணரவேயில்லை. இந்தக் குழந்தை எப்படிப் பிறந்தது என்று கேட்டால் என்ன பதில் சொல்வது என்று நினைத்தாள். உலகம் அறிந்தால் பழிவரும் என்று அவளுக்குத் தெரியும்.

மண்டோதரி தனக்கு நம்பிக்கையான தோழியை அழைத்தாள். நிறையப் பணம் கொடுத்தாள். அந்தக் குழந்தையைப் பெட்டியில் வைத்துக் கடலில் விட்டுவிடு என்றாள். தோழியும் அப்படியே செய்தாள். கடலில் மிதந்த பெட்டி அடுத்த கரையில் ஒதுங்கியது. மீனவன் ஒருவன் அந்தப் பெட்டியை எடுத்து ஒரு அரசனிடம் கொடுத்தான். அவன் அக்குழந்தையை வளர்த்தான். அவளே சீதை.

சீதை வளர்ந்து பருவம் அடைந்ததும் அவளது வளர்ப்புத் தந்தை சுயம்வரம் நடத்தினான். அதற்கு உலகில் உள்ள எல்லா மன்னர்களையும் அழைத்தான். இராவணனுக்கும் அழைப்பு போனது. சீதையின் அழகைப் பற்றி ஏற்கனவே கேள்விப்பட்டிருக்கிறான் இராவணன். அதனால் சுயம்வரத்தில் கலந்து கொள்ளச் சீதையின் நாட்டிற்குச் சென்றான். அங்கே ஒரு விடுதியில் தங்கினான். அடுத்த நாள் பெரும் அலங்காரங்களுடன் சுயம்வரத்திற்குப் புறப்பட்டான். அவன் இருந்த விடுதியின் அறையின் முன்னே ஒரு பசுவும் கன்றும் நின்றன. இராவணன் சுயம்வரம் செல்லும் அவசரத்தில் கன்றைப் புறங்கையால் தள்ளிவிட்டு நடந்தான். கன்று, "அம்மா இவனைப் பாரேன், இப்படி என்னைத் தள்ளுகிறான்" என்றது. உடனே பசு "மகனே! இந்தப் பாதகன் சொந்த மகளையே திருமணம் செய்யப்போ கிறான். உன்னைக் கவனிக்கவா செய்வான்" என்றது. பசுவின் பாஷை அறிந்த இராவணன் திடுக்குற்றான். சுயம்வரத்துக்குப்

இராமன் எத்தனை இராமனடி!

போகவில்லை. உடனே விடுதிக்குத் திரும்பிவிட்டான். அங்கிருந்து நேராக இலங்கை வந்தான். மண்டோதரியைச் சந்தித்து "நடந்ததைச் சொல். உனக்குக் குழந்தை பிறந்ததா? மறைக்கா மல் சொல்" எனக் கேட்டான். அவளும் பயந்துபோய் பாலைக் குடித்துத் தற்கொலைக்கு முயன்றதையும் அதனால் குழந்தை பிறந்ததையும் கூறினாள்.

இராவணனுக்கு உண்மை புலப்பட்டது; என்றாலும் ஆசை அடங்கவில்லை. ஒரு சூழ்ச்சிக்கார மந்திரியிடம் தன் பிரச்சினையைச் சொன்னான். மந்திரி "அரசனே! உன் மனைவி குடித்தது முனிவர்களின் ரத்தம். நீ பழிவாங்கத் துடிப்பது முனிவர்களை. அப்படியானால் சீதையைப் பெண்டாளுவது முனிவர்களை அழிப்பதுபோல. சீதை உன் உதிரத்தில் பிறக்க வில்லை; அப்படியானால் அவள் உன் மகளாக மாட்டாள்" என்றான்.

மந்திரியின் இந்தப் பேச்சு இராவணனுக்குப் போதை உண்டாக்கியது. அவளை அவன் கவர்ந்து செல்லக் காரணம் அதுதான்.

❋

அ.கா. பெருமாள்

5

சீதை தூக்கிய வில்

ஜனகன் சிவபக்தன். அவன் பரம்பரையாக வழி படும் கோவில் ஒன்று உண்டு. அந்தக் கோவிலை ஜனகனின் குடும்பத்துப் பெண்களே பெருக்கி, கழுவ வேண்டும். இதில் முறைவைப்பு உண்டு. ஒரு நாள் சீதையின் முறை வந்தது. அவள் அந்தக் கோவிலுக்குச் சென்றாள்.

அந்தக் கோவில் மண் தரையால் ஆனது; புல்வேயப் பட்டது; கோவிலின் தரையைச் சாணியால் மெழுகினாள். எல்லா வேலையையும் முடித்துவிட்டுக் கோவிலின் பின் புறம் வந்தாள். அங்கே ஒரு அறையில் ஒரு வில் இருந்தது. அந்த அறையைப் பெருக்குவதற்கு இடைஞ்சலாக அந்த வில் இருக்கிறது என்று நினைத்த சீதை அதை இடது கையால் தூக்கிச் சுவரில் சாத்தினாள். பின் அந்த அறையைப் பெருக்கினாள்.

இந்தக் காட்சியைப் பார்த்த தோழிகள் ஜனகனிடம் விஷயத்தைச் சொன்னார்கள். அவன் ஓடிவந்து பார்த்தான். வில் சுவரில் சாய்த்து வைக்கப்பட்டிருந்தது. ஜனகன் மறைவாக இதைப் பார்த்துக்கொண்டிருக்கும்போதே சீதை இடது கையால் அந்த வில்லை எடுத்துத் தரையில் வைத்தாள். ஜனகனுக்கு ஆச்சரியம் தாங்க முடியவில்லை. அறுபதினாயிரம் கிங்கரர்களாலும் தூக்க முடியாத அந்த வில்லை சீதை எப்படித் தூக்கினாள். அப்படியானால் இந்த வில்லை எடுத்து உடைக்கும் தகுதியுடையவனே இவளுக்கு மாப்பிள்ளையாய் வரத் தகுதி உடையவன் ஆவான் என்று முடிவுசெய்தான்.

o o o

இராமன் எத்தனை இராமனடி!

சீதை, தன் திருமணத்துக்கு முன்பே இராமனைச் சந்தித்தாள் என்பதற்கு ஒரு கதை உண்டு. ஜனகனும் தசரதனும் நண்பர்கள். ஒருமுறை, ஜனகனின் வீட்டிற்கு இராமன் சென்றிருந்தான். அரண்மனைத் தோட்டத்திற்கு அவன் சென்ற போது சீதை தனியே இருப்பதைப் பார்த்தான். அவள் அழகில் மயங்கிய இராமன் அவள் கையைப் பிடித்தான். அந்த வேகத்தில் அவளது கை வளைகள் உடைந்தன. அவள் இராமனின் கையைத் தட்டிவிட்டு ஓடிவிட்டாள். தன் அம்மாவிடம் நடந்ததைச் சொன்னாள். சீதையின் வளர்ப்புத் தாய் "அவன்தானே உனக்கு மாப்பிள்ளையாக வரப்போகிறான்; கவலை விடு" என்றாளாம்.

❋

6

சீதை வரைந்த இராவணனின் ஓவியம்

இராம இராவணப் போர் முடிந்த சமயம், விபீஷணன் இலங்கைக்கு அரசனானான். இராவணனுக்கு நெருங்கியவர்களில் சிலர் இலங்கை காடுகளுக்குச் சென்று விட்டனர். அவர்களுக்கு விபீஷணனைத் தலைவனாகக் கொள்ள விருப்பம் இல்லை. சூர்ப்பனகைக்குக்கூட இலங்கையில் இருக்க விருப்பமில்லை. இப்போது அவளுக்கு இராவணனிடம் வெறுப்பில்லை. அவளுக்கு இராமனைப் பழிவாங்க வேண்டும் என்ற எண்ணம் மேலோங்கி இருந்தது. அவள் அயோத்தியின் அருகில் உள்ள காட்டுக்கு வந்தாள்.

அயோத்தியில் இராமன் அரசனாக இருக்கிறான். சீதை அரசி; நாட்டை நல்லபடி ஆளுகிறான் இராமன். சூர்ப்பனகை பகல் வேளையில் மாறுவேடம் பூண்டு இராமன், சீதை, இலட்சுமணன் போன்றோரைப் பற்றிய செய்திகளைச் சேகரிக்கிறாள். அவள் மனம் நொந்து, “என்னை வதைத்த இந்த இராமனை நிம்மதியாக இருக்க விடமாட்டேன்” என்று சபதம் செய்கிறாள்.

சூர்ப்பனகைக்கு இப்போது இராமனின் சந்தோஷத்தைக் குலைக்க வேண்டும். சீதையை அவனிடமிருந்து பிரிக்க வேண்டும்; சீதைக்குப் பழிவரும் காரியத்தைச் செய்ய வேண்டும். செய்தால் இராமன் நிலைகுலைவான் [illegible] யோசித்தாள். சீதையின் பேரில் இராமனுக்குச் சந்தேகத்தை உண்டாக்க வேண்டும். இராவணனை இன்றும் சீதை நினைத்துக்கொண்டிருக்கிறாள் என்ற விஷ விதையை விதைக்க வேண்டும். அப்படியானால் இராமனே சீதையைத் துரத்திவிடுவான் என்று முடிவு செய்தாள்.

சூர்ப்பனகை பெண் துறவியாக உருமாறினாள். அவளது தோற்றம் பார்ப்பவர்களின் மனதில் பரவசத்தை உண்டாக்கும் படி இருந்தது. அவள் யாரும் அறியாமல் சீதையின் அரண்மனைக் குப் போனாள். சீதையிடம் தன்னை விஷ்ணு பக்தை என்று அறிமுகப்படுத்திக்கொண்டாள். வனவாசத்தின்போது சீதையைச் சந்தித்ததாகச் சொல்லிக்கொண்டாள். சீதை 14 ஆண்டுகளில் எத்தனையோ பேரைச் சந்தித்தாள்; யாரை நினைவு வைத்துக் கொள்ள முடியும்? அதனால் சூர்ப்பனகைத் துறவியையும் பார்த்திருப்பதாகச் சொன்னாள்.

சூர்ப்பனகை, சீதை நம்பும்படியான சில நிகழ்ச்சியைச் சொன்னாள். இலங்கையில் இப்போது திரிசடை நல்ல பதவியில் இருக்கிறாள்; விபீஷணன் விஷ்ணு பக்தர்களுக்குப் பெரும் மரியாதை தருகிறான் என்றெல்லாம் சொன்னாள். சீதைக்கும் சூர்ப்பனகை பேரில் நம்பிக்கை வந்தது.

சீதை துறவியை உபசரித்தாள். அரண்மனைச் சோலை யிலேயே அவள் தங்கலாம் என்றாள். ஓரிரு நாட்கள் இப்படிக் கடந்தன. ஒரு நாள் சூர்ப்பனகை "இராவணனை உனக்கு நினைவிருக்கிறதா" என்று கேட்டாள். "அந்தப் பிசாசு மகனின் பாதங்களை மட்டும் தான் பார்த்திருக்கிறேன்" என்று பதில் சொன்னாள் சீதை. துறவி விடவில்லை "அந்தப் பாதங்களை மட்டும் வரைந்து தாயேன்" என்று கேட்டாள்.

துறவியின் சூழ்ச்சி சீதைக்குத் தெரியாது. அவள் பேச்சைத் தீவிரமாய் எடுத்துக்கொள்ளாமல் இராவணனின் பாதங்களை வரைந்து கொடுத்தாள். சூர்ப்பனகைத் துறவி அந்த அரைகுறை ஓவியத்தைப் பூர்த்திசெய்துவிட்டாள். இப்போது இராவணனின் முழு ஓவியம் இருந்தது. அதைச் சீதையிடம் காட்டினாள். சீதை முதல்முறையாகத் தன்னை வதைத்தவனின் முழு உருவத் தைப் பார்த்தாள். இவனா என்னைச் சிறை வைத்தவன்! என்று அதிசயித்துப் பார்த்தாள்.

துறவி அந்த ஓவியத்தை வாங்கிக்கொண்டு அந்தப்புரச் சோலைக்குச் சென்றாள். ஓரிடத்தில் அமர்ந்து பிரம்மாவைத் துதித்தாள். அந்த ஓவியம் உயிர் பெற்று எழ வேண்டும் எனப் பிரார்த்தித்தாள். பிரம்மா, "முடியாது மகளே, செத்துப்போன வனைப் பிழைக்கவைக்க முடியாது. ஆனால் இந்த ஓவியம் மட்டும் அசைந்து பேசும் சக்தியைக் கொடுக்கிறேன்" என்றார்.

இராவண ஓவியம் உயிர்பெற்றது. சூர்ப்பனகை அதை ஆகாயத்தில் எறிந்தாள். அது பறந்துபோய் சீதையிடம் சென்றது. "சீதா வா! என்னிடம், இலங்கைக்குப் போவோம்" என்றது. அதைக் கண்டு சீதை அஞ்சி ஓடினாள். அபயக்குரல் எழுப்பினாள்.

குசலன் சத்துருக்கனிடத்தில் தண்டுடன் போதல்

காலசித்தனுக்கும் குசலனுக்கும் யுத்தம்

குசலனுக்கும் மக்ஷயந்தனுக்கும் யுத்தம்

வீரசேனன், சூரசேனன் குசலன் போரில் யுத்தம்

குசலனும் சந்தனராஜனும் யுத்தம்

சோமராஜனும் குசலனும் யுத்தம்

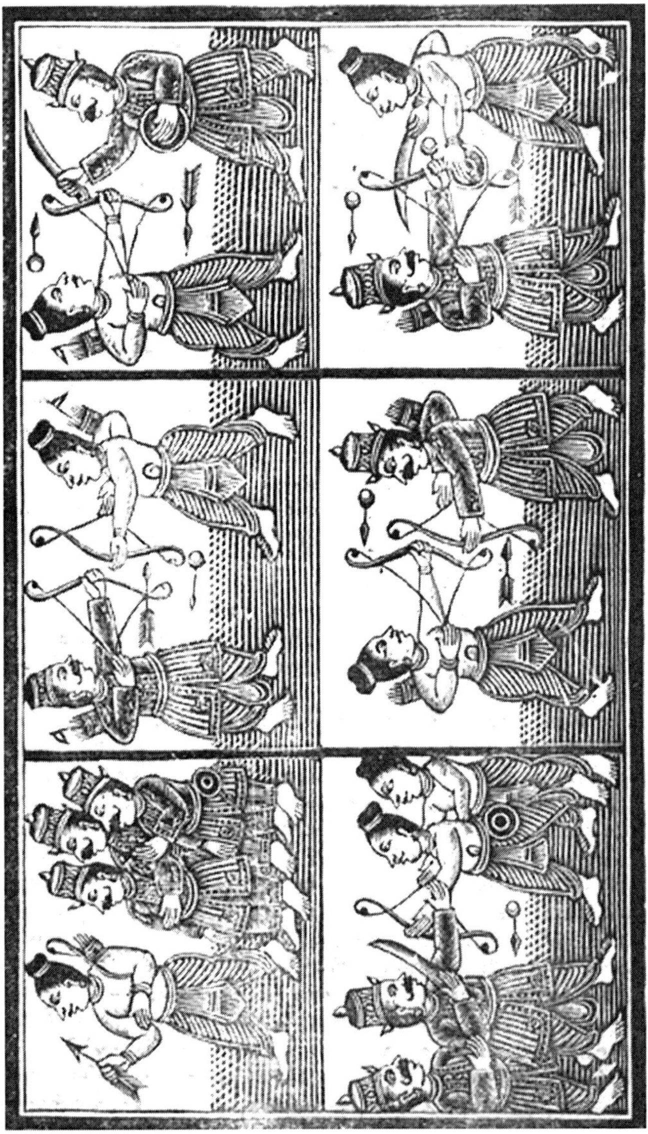

அவளது குரலைக் கேட்டு இலட்சுமணனின் மனைவி ஊர்மிளா, பரதனின் மனைவி மாண்டவி, சத்துருக்கனின் மனைவி ஸ்ருதகீர்த்தி ஆகியோர் வந்தனர். அவர்களையும் விரட்டியது இராவணனின் ஓவியம்.

சீதை அஞ்சி ஒதுங்கி நின்றாள். மற்ற மூன்று சகோதரிகளும் ஓவியத்தைக் கழியால் – அடித்தனர்; நெருப்பு வைத்தனர்; ஓவியம் அப்படியே இருந்தது. ஓவியத்தைக் கிணற்றினுள் போட்டனர். அது உடனேயே மேலே வந்தது. எல்லோரும் அதை அழிக்கப் பார்த்தார்கள், முடியவில்லை. சீதை ஓவியத்தைப் பார்த்து, ராமா ராமா என்றாள். உடனே ஓவியத்தின் சக்தி குறைந்தது. ஆனால் அழியவில்லை.

சீதையும் மற்ற சகோதரிகளும் ராமா ராமா என்றனர். ஓவியம் தரையில் வீழ்ந்தது. அதனால் பேச முடியவில்லை. ராமா ராமா என்று எல்லோருமாக அழைத்த குரல் இராமனுக்கே கேட்டது. அவன் சீதையின் அரண்மனைக்கு ஓடி வந்தான். அவனைக் கண்ட சீதை ஓவியத்தைத் தன் படுக்கையில் மறைத்து வைத்தாள். இராமன் அவள் செய்கையைக் கவனித்துவிட்டான்.

சீதை பேதைத் தன்மையுடன் அந்த ஓவியத்தை மறைத்தாள். இராமன் அவளைப் புறம்தள்ளிவிட்டுப் படுக்கையை அப்புறப் படுத்தி ஓவியத்தை எடுத்தான். இராவணனின் படம். இராமன் அதைக் கையில் எடுத்ததும் அதன் முழு சக்தியும் போய்விட்டது. பேசும் திறன் இல்லாமல் ஆனது. உயிரற்ற ஓவியம் ஆனது.

இராமன், ஓவியத்தையும் சீதையையும் மாறி மாறிப் பார்த்தான். அவனுக்குப் பெண் இனத்தின் மேலேயே வெறுப்பு வந்தது. அவள் இராவணனை உண்மையிலேயே விரும்புகிறாளா என்று தன்னைத் தானே கேட்டுக்கொண்டான். அந்த ஓவியத்தை அவள் கையிலே கொடுத்தான். “இனி ஒரு நாழிகை இங்கே நிற்காதே காட்டுக்குப் போய்விடு; என் முகத்தில் விழிக்காதே” என்றான்.

இராமன் பேசுவதைக் கேட்டுக்கொண்டிருந்த ஊர்மிளா முதலான சகோதரிகள் இராமனிடம் வந்தனர். “இராமா நீ தவறான எண்ணத்துடன் பேசுகிறாய். சீதை மேல் எந்தத் தவறும் இல்லை. ஒரு மாயத்துறவி வந்தாள். அவள் செய்த வேலை இது. சீதை மாசுமருவற்றவள். இந்த ஓவியத்தை வரைந்தவளும் அந்தத் துறவிதான்” என்று சொன்னார்கள். இராமன் அவர்களின் பேச்சுக்குச் செவிசாய்க்கவில்லை.

சீதை கோசலையை அழைத்து வந்தாள். நடந்ததை எல்லாம் கேள்விப்பட்ட அவள் இராமனிடம் “எல்லாம் அந்தத் துறவியின் வேலை; சீதையை நீ நம்பு; அரசனாக இருந்து யோசித்துப்

பார். கணவனாக மட்டும் எண்ணிப் பார்க்காதே” என்றாள். கைகேயிகூடச் சீதைக்காகப் பரிந்து கெஞ்சிப் பேசினாள். இராமன் அசைந்து கொடுக்கவில்லை.

இராமன் இலட்சுமணனை அழைத்தான். “இவளைக் காட்டில் கொண்டுபோய் வெட்டிக் கொன்றுவிடு; அயோத்தியின் அரசனாக இதை ஆணை இடுகிறேன்” என்றான். இலட்சுமணன் மௌனம் சாதித்தான். இதை எல்லாம் கவனித்துக் கொண்டிருந்த ஊர்மிளாவும் மற்ற சகோதரிகளும் இராமன் முன்னே வந்தனர்.

ஊர்மிளா, இராமனிடம் பேசினாள் “இராமனே சீதையைக் கொல்வதற்கு முன் எங்களையும் கொன்றுவிடு; அல்லது நாங்கள் இந்த நகரத்தை விட்டுக் குடிபெயர்ந்துவிடுகிறோம். யோசித்துப் பார்க்காமல் தீர்ப்பு சொல்லும் அரசனும் முலைப்பால் கொடுக்காத தாயும் தாயைப் பட்டினி போடும் தனயனும் வாழும் நாட்டில் இருப்பதைவிட நரகத்தில் செல்வது மேல்” என்றாள்.

இராமனுக்கு அதிர்ச்சியாக இருந்தது; என்றாலும் அவனுள் ஆணவம் ஏறியது. “ஆண்களுக்குக் கட்டுப்படாத ஸ்திரீகளும் படைத்தலைவனின் சொல் கேட்காத வீரர்களும் மேய்ப்பவனை விட்டுச் செல்லும் ஆடுகளும் அழிந்துபோகும்; ஜாக்கிரதை; என் பேச்சு பேச்சுதான். இலட்சுமணா நிறைவேற்று என் ஆணையை” என்றான்.

இராமனின் பேச்சைக் கேட்ட சத்துருக்கனின் மனைவி ஸ்ருதகீர்த்தி இராமன் முன்னே வந்தாள்.

ஒரு கொடியில் பிறந்தவர்கள் நாங்கள்
ஒரு நாளில் வாழ்வு பெற்றவர்கள் நாங்கள்
ஒரு குடியில் இணைந்தவர்கள் நாங்கள்
நால்வருமே வேறில்லை இராமா கனிவாய்
சீதையை எங்களிடம் பிரித்துவிடாதே
தசரதனும் செய்த குற்றம் ஆறவில்லை
உடனேயே பட்டபுண்ணைக் கீறிவிடாதே
பெண்கள் என்ன இளைத்தவரா சொல்லு இராமா
கேள்வி கேட்க எங்களுக்கு உரிமை உண்டா
இராமராஜ்யம் என்பதெல்லாம் ஆண்களுக்கா
வாயில்லாப் பெண்களுக்கு என்ன ராஜ்யம்

என்று சோகமாய் ஆனால் தைரியமாய்ப் பாட ஆரம்பித்தாள். இராமன் வாயடைத்து நின்றுவிட்டான்.

(இந்த வாய்மொழிக் கதை ஆந்திரச் செல்வாக்கால் தமிழ்நாட்டில் வந்தது.)

❁

7

ஏழு ஆச்சா மரங்களை வீழ்த்திய கதை

வாலியைக் கொல்லுமுன்பு இராமனைச் சுக்ரீவன் சோதித்தான் என்பது இராமாயணக் கதை. இப்படிச் சோதித்தபோது ஏழு ஆச்சா மரங்களை ஒரே பாணத்தால் வீழ்த்த வேண்டும் என்பது நிபந்தனை. இது தொடர்பான வாய்மொழிக் கதை ஒன்று உண்டு.

ஒருசமயம், வாலி அபூர்வமான ஏழு பழங்களை மலை உச்சியிலிருந்து பறித்துவந்தான். அந்தப் பழங்களை ஒரு குகையில் மறைத்துவைத்திருந்தான். குறிப்பிட்ட நாட்கள் கழிந்ததும் அந்தக் குகைக்குப் போனான். அந்தப் பழங்களை அன்று உண்ண வேண்டும் என்று நினைத்திருந்தான். ஆனால் அந்தக் குகையில் புகுந்த பாம்பு ஒன்று பழங்களைத் தின்று கொண்டிருப்பதைப் பார்த்தான்.

வாலிக்குக் கோபம் தலைக்கேறியது. பாம்பைப் பிடித்துத் தரையிலே எறிந்தான். "பாம்பே, நீ காட்டில் முறையற்று வளைந்து அசையாமல் கிடப்பாய். உன் மேல் ஏழு ஆச்சா மரங்கள் பெரிதாக வளரட்டும். நீண்ட நாட்கள் மரத்தின் அடியில் கிடப்பாய். உன்னை அடையாளம் கண்டு, நேராக நிறுத்தி ஆச்சா மரங்களை ஒரே பாணத்தில் அடிக்கும் வீரன் வரும் போது உனக்குச் சாப விமோசனம் கிடைக்கும்" என்றான்.

சாபம் பெற்ற சர்ப்பம் வளைந்து கிடக்கவும் அதன் மேல் ஆச்சா மரங்கள் நிற்கவும் இருந்த சமயத்தில்தான் இராமன் சுக்ரீவனைச் சந்திக்கிறான். வாலியைக் கொன்று தனக்குப் பட்டம் சூட்ட வேண்டும் என்பது சுக்ரீவனின் வேண்டுகோள். வாலியைக் கொல்லும் வலிமை உனக்கு உண்டா எனச் சுக்ரீவன் இராமனிடம் கேட்கிறான்.

"இராமனே வாலிக்கு சுவர்க்க லோகத்திலிருந்து தங்கமாலை ஒன்று கிடைத்திருக்கிறது. அவன் அதைக் கழுத்தில் போட்டுக் கொண்டுதான் யுத்தம் செய்யப்போவான். அந்த மாலை கழுத்தில் இருந்தால் எதிரியின் பலம் அவனுக்குப் பாதி போய்விடும். அதனால் இராமனே நீ வாலியிடம் ஜெயிக்க முடியாது; என்றாலும் இந்தக் காட்டில் உள்ள ஏழு ஆச்சா மரங்களை ஒரே பாணத்தால் துளைத்துவிட்டால் நீ வாலியைக் கொல்வாய்" என்கிறான் சுக்ரீவன்.

இராமன் அந்த மரங்களைப் பார்த்தான். அவை வளர்ந் திருக்கும் முறையைக் கவனித்தான். ஒரு சர்ப்பத்தின் மேல் ஏழு மரங்களும் நிற்பதைக் கண்டார். தன் அருகில் நின்ற இலட்சுமணனின் பாதத்தைத் தன் கட்டை விரலால் அழுத்தி னார். இலட்சுமணன் ஆதிகேசவனின் அம்சம். ஆதலால் அந்தச் சர்ப்பம் நேராக ஆனது. ஏழு மரங்களும் ஒரே ஒழுங்கில் வந்தன. உடனே இராமன் ஒரே பாணத்தால் ஏழு மரங்களை யும் வீழ்த்தினான்.

மரங்கள் விழுந்ததும் சர்ப்பம் சாப விமோசனம் பெற்று இராமனை வந்து வணங்கியது. "வீரனே எனக்கு விமோசனம் அளித்தாய். உனக்கு என்ன பதில் உதவி செய்ய வேண்டும்" எனக் கேட்டது. உடனே இராமன், "சர்ப்பமே, கிட்கிந்தைக்குப் போய் அதன் அரசன் வாலி நித்திரையாய் இருக்கும்போது அவன் கழுத்தில் கிடக்கும் தங்க மாலையைக் கவர்ந்து என்னிடம் கொண்டுவந்து தந்துவிடு" என்றான். அந்தச் சர்ப்பமும் அப்படியே செய்தது. இதன் பிறகு வாலியும் சுக்ரீவனும் சண்டையிட்ட போது இராமன் எளிதாக வாலியைக் கொன்றான்.

❁

8

இலக்குவன் சிரிப்பும் ஊர்மிளையின் உறக்கமும்

இராமனின் வனவாசம் முடிந்து ஆட்சிப் பொறுப்பை ஏற்றுக்கொண்ட சமயம். அயோத்தி அரண மனைத் தோட்டத்தில் இராமன் வீற்றிருந்தான். கூடவே நாட்டுப் பிரதிநிதிகளும் இராமனின் உறவினர்களும் இருந்தனர். விபீஷணனும் சுக்ரீவனும் கூட அங்கே உட்கார்ந்திருந்தார்கள். இராமனின் இடதுபுறத்தில் சீதை இருந்தாள். வலதுபக்கம் இலட்சுமணன் நின்றான். அனுமன் ஒரு கல்லின் மேல் அமர்ந்திருந்தான்.

அது நல்ல நிலவுக்காலம். முன்பனி வேறு. அந்த அமைதியான சூழ்நிலையில் இலட்சுமணன் திடீரெனச் சிரித்தான். எல்லோரும் திரும்பிப் பார்த்தனர். இலட்சுமணன் மறுபடியும் சிரித்தான். எல்லோரும் இராமனைப் பார்த்தனர். அவனுக்கு இலட்சுமணன் தன்னை அவமதித்துச் சிரிப்பதாகத் தோன்றியது. இராமன் கொஞ்சமும் பொறுமையில்லாமல் எழுந்து நின்று வாளை உருவினான். “அடே, இலட்சுமணா உன் கதை இன்றோடு முடிந்தது” என்று சொல்லிக்கொண்டு அவனை வெட்டப் போனான்.

இராமனின் திடீர் கோபத்தைக் கண்ட அமைச்சர் கள் சிலர், அவனைத் தடுத்தனர். “இராமா தீர விசாரித்த பின்பு முடிவுக்கு வா; இலட்சுமணன் எதற்காகச் சிரித்தான் என்று அவனே சொல்லட்டும்; அதன் பிறகு உன் விருப்பம்” என்றனர். இராமன் இலட்சுமணனிடம் “நீ சிரித்த காரணத் தைச் சொல்லி விட்டு உன் வாழ்வைத் தீர்மானித்துக் கொள்” என்றான். இராமனது கோபாவேஷத்தைக் கண்ட ஒவ்வொருவரும் பயந்துபோய் நின்றார்கள். சீதை,

தன் கணவன் தம்பியை வெட்டி அவப்பெயர் வாங்கிவிடக் கூடாதே என்று நினைத்து இராமனின் கையைப் பிடித்தாள்.

இலட்சுமணன் தன் ஆசனத்திலிருந்து எழுந்து நின்றான். “அண்ணா நாம் மூவரும் பஞ்சவடியில் வாழ்ந்தபோது ஒரு நாள் இரவு நான் ஆசிரமத்துக்கு வெளியே நின்று கொண்டிருந்தேன். அப்போது நித்திராதேவி வந்தாள். நான் அரக்கி ஒருத்தி உருமாறி வந்தாள் என நினைத்து அம்பெய்யப் போனேன். அவளோ நான் நித்திரையின் ராணி; உன்னைப் பிடிக்க வந்தேன் என்றாள். நான் உடனே, தாயே என்னை விட்டுவிடு. அயோத்தியில் என் மனைவி ஊர்மிளை இருக்கிறாள். என் உறக்கத்தையும் சேர்த்து அவளுக்குக் கொடுத்துவிடு என்றேன். அவளும் அப்படியே செய்வதாக வாக்களித்தாள். இந்தப் பழைய கதையை நினைத்ததும் சிரிப்பு வந்தது” என்றான்.

இலட்சுமணன் தனக்காகச் செய்த தியாகம் எவ்வளவு பெரியது என்பதை இராமன் யோசித்துப் பார்த்தான். அழகிய மனைவி ஊர்மிளையை 14 ஆண்டுகள் பிரிந்து தனக்காகக் கானகத்தில் வாழ்ந்த இலட்சுமணனின் தொண்டை எண்ணி வருந்தினான். இவனைக் கொல்ல முன்வந்தோமே. இது பாவம் அல்லவா என்று நினைத்தான். தான் செய்த இத்தவறுக்குப் பரிகாரம் என்ன என்று குலகுரு வசிட்டரைக் கேட்டான்.

வசிட்டனுக்குத் தர்மசங்கடம் ஆனது. இராமன் சாதாரண அரசன் அல்லன். சக்கரவர்த்தி; நாராயணன் அம்சம்; அவனுக்குப் பாப விமோசனம் எப்படிச் சொல்வது என்று யோசித்தான். இராமன் கட்டாயப்படுத்தியதால் சொன்னான். “இராமனே உன் பாவத்தைப் போக்க இலட்சுமணனின் பாதத்தைத் தொட்டு வணங்க வேண்டும். உன்னைவிட இளையவன் அவன்; அதனால் அவன் உறங்கும்போது அந்தக் காரியத்தைச் செய்யலாம்” என்றான்.

இந்த நேரத்தில் ஊர்மிளை தன்னை அழகாக அலங்கரித்துக் கொண்டு வந்தாள். 14 வருஷங்கள் இலட்சுமணனைப் பிரிந்திருந்தாள் அவள். அவளுக்கு இப்போது இலட்சுமணனுடன் சேர்ந்து இன்பம் அனுபவிக்க ஆசை. அதனால் இலட்சுமணன் உறங்கிக் கொண்டிருந்த அறைக்குச் சென்றாள். அவன் பாதத்தைத் தொட்டாள்.

இலட்சுமணன் அரை மயக்கத்துடன் விழித்தான்; ஊர்மிளை; இராமனின் அனுமதியில்லாமல் அவனைத் தொட முடியாது. ஊர்மிளையிடம் “நீ போய் வா; இராமனிடம் அனுமதி பெற்ற

பின் வா" என்று சொல்லிவிட்டுப் படுத்தான். கொஞ்ச நேரத்தில் இராமன் வந்தான். இலட்சுமணனின் பாதத்தில் கையை வைத்தான். இலட்சுமணன் திடுக்கிட்டு விழித்தான். ஊர்மிளைதான் மறுபடியும் வந்துவிட்டாளோ என்று நினைத்துப் பார்த்தான்; இராமன்.

இலட்சுமணனுக்குச் சந்தேகம் வந்தது. ஊர்மிளை இவனிடம் போயிருப்பாளா. தன்னுடன் கூடுவதற்கு அவளுக்கு ஆசை வந்துவிட்டதோ என்று நினைத்தான். இராமன் கொஞ்சநேரம் நின்றுவிட்டு இலட்சுமணனின் தலையை வருடிவிட்டுப் போய் விட்டான். இதை எல்லாம் ஜன்னல் வழியே பார்த்துக்கொண்டிருந்த சீதையும் இராமனின் தங்கை சாந்தாவும் ஊர்மிளை யிடம் "நீ இனி போ இராமன் அனுமதி கொடுத்துவிட்டான்" என்றார்கள். ஊர்மிளையும் இலட்சுமணனின் அறைக்குப் போனாள்.

✺

9

ஒரே இலையில் சாப்பிட்ட அனுமனும் இராமனும்

இராம இராவண யுத்தத்தின் பின்னர் விபீஷணன் ஒரு விருந்து வைத்தான். இதில் வானர வீரர்களுக்கு விரும்பிய உணவை வேண்டும் மட்டும் சாப்பிட ஏற்பாடு செய்தான் விபீஷணன். சீதை தனக்கு உபவாசம் என்று சொல்லிவிட்டாள். அனுமன், இராமன் தின்ற உணவில் மிச்சம் எனக்கும் போதும் என்று சொன்னான். இப்படி யான வாய்மொழிச் செய்தி உண்டு.

இராமனின் பரிகல சேடத்தை (எச்சில்) அனுமன் உண்டான் என்பது கம்பன் பாடல். இதே செய்தியைத் திருமங்கையாழ்வார் பெரிய திருமொழியில்

கோதில் வாய்மையினாயொடும் உடனே
உண்பனான் என்றே ஒண்பொருள் எனக்கும்
ஆதல் வேண்டுமென்று அடியினை அடைந்தேன்
அணிபொழில் திருவரங்கத்து அம்மானே

என்பார். இந்த விஷயத்தை அருணாசலக் கவிராயர்,

அனுமனே நீயே என்றன் கண் என்றான்
என்னுடன் வா உண் என்றானே
வாவா அனுமனே என்னுடன் உண்ண
வாவா சீமானே

பாடுகிறார். இந்த நிகழ்ச்சி வாய்மொழியில் [illegible] வடதமிழ்நாட்டு வாய்மொழி மரபில் உண்டு.

விபீஷணன் கொடுத்த விருந்தில் இராமனின் பக்கத்தில் அனுமன் இருந்தான். உணவு பரிமாற வந்தவன் அனுமனைப் பொருட்டாகக் கருதாமல் இராமனுக்கு

மட்டுமே இலை போட்டான், உணவையும் பரிமாறினான். அனுமனுக்கு அவமானமாக இருந்தது. எழுந்து போகவும் முடியாது. இராமன் அனுமனைப் பார்த்து "என் எதிரே உட்காருவாய்" என்றான்.

இராமன் தன்முன்னே போட்ட இலையின் நடுவே ஒரு கோடு கிழித்தான். தனக்குப் போட்டிருந்த உணவில் பாதியை அனுமனின் முன்பகுதி இலையில் போட்டான். இருவரும் சாப்பிட ஆரம்பித்தனர். பரிமாறுபவன் மறுபடியும் உணவைக் கொண்டு வந்தபோது இராமன் அவனைத் திருப்பி அனுப்பி னான். அதேசமயம் பரிமாறுபவனின் பாத்திரம் முழுதும் காலியாகிவிட்டது. பெரிய அண்டா குண்டாக்களில் இருந்த உணவுகளும்கூட மாயமாய் மறைந்துவிட்டன.

உணவு பரிமாறுபவர்களும் சமையல்காரர்களும் இந்த அதிசயத்தை விபீஷணனிடம் வந்து சொன்னார்கள். விபீஷண னுக்கு ஒன்றும் புரியவில்லை. இராமனிடம் வந்தான்; அவன் இலையில் உணவு குறையாமல் இருந்ததைக் கவனித்தான். பக்கத்தில் நின்ற சாம்பவான் இந்த அதிசயத்தின் காரணத்தைச் சொன்னான். விபீஷணன் அனுமனிடம் மன்னிப்புக் கேட்டுக் கொண்டான்.

10

வசந்தன் உயிர்பெற்ற கதை

சுக்ரீவனின் வீரர்களில் வசந்தன் முக்கியமானவன். இவனைப் பற்றி வாய்மொழிக் கதைகள் உண்டு.

இலங்கையில் இராம இராவண யுத்தம் முடிந்த நேரம். வானர வீரர்கள் தங்கள் ஊருக்குப் புறப்படத் தயாராயினர். இராமன், சீதை, இலட்சுமணன் மூன்று பேரும் அயோத்தி செல்லக் காத்திருந்தது புஷ்பக விமானம். அதை இந்திரன் அனுப்பியிருந்தான். அந்த விமானத்தில் எத்தனை பேர் வேண்டுமானாலும் ஏறிக்கொள்ளலாம். அதற்குத் தகுந்தவாறு விரிந்து இடம்கொடுக்கும் சக்தி உடையது அந்த விமானம்.

புஷ்பக விமானத்தில் இராமன், சீதை, இலட்சுமணன் மூன்று பேரும் ஏறிவிட்டனர். அனுமன் ஏறத் தயாராகி நின்றான், விமானத்தில் கப்பல் மாதிரி இடம் கிடந்தது. வானர வீரர்கள் ஒன்றாகக்கூடி விமானத்தின் அருகில் நின்றார்கள். யாரும் ஏறத் தயாராகவில்லை, இராமன் பேசவில்லை, புருவத்தை உயர்த்தி இலட்சுமணனைப் பார்த்தான். இலட்சுமணன் சுக்ரீவனைப் பார்த்து "என்ன நடந்தது உன் வீரர்கள் ஏன் புறப்படத் தயங்குகிறார்கள்" என்று கேட்டான்.

வானரர்கள் தலைவன் சுக்ரீவனைப் பார்த்து இரு கைகளையும் கூப்பி வணங்கி "தேவனே எங்கள் படையில் குழுத்தலைவனாக வசந்தன் என்பவன் இருந்தான். அவ னைக் கும்பகர்ணன் கொன்று விட்டான். போர் முடிந்த பிறகு செத்தவர்கள் எல்லோரும் பிழைக்கும்படி இந்திர புரியிலிருந்து அனுமதி வாங்கிவந்தான் இலட்சுமணன். அதன்படி எல்லோரும் பிழைத்தார்கள். ஆனால் வசந்தன் மட்டும் பிழைக்கவில்லை. வசந்தன் மறுபடியும் வந்தால் மட்டுமே நாங்கள் திரும்பி வருவோம் இல்லை என்றால் இங்கேயே தங்கிவிடுகிறோம் என்கிறார்கள் எங்கள் வீரர்கள்" என்றான்.

இராமன் "இதுதானா காரணம். வசந்தனை இப்போதே எழுப்பித் தருகிறேன்" என்றான். வசந்தன் உயிரை உடனே அனுப்பும்படி யமனுக்கு ஓலை எழுதினான். இராமன் அந்த ஓலையைத் தன் அம்பில் கட்டி யமபுரிக்குச் செலுத்தினான். யமன் ஓலையைப் படித்துவிட்டு "இராமனே நீ கேட்டுக்கொண்ட படி வசந்தனின் உயிரை அனுப்பிவிட்டேன். அவனது உடலைக் கண்டுபிடிப்பது சிக்கல்" என்று குறிப்பு எழுதிய ஓலையையும் வசந்தனின் உயிரடங்கிய சிமிழையும் இராமனுக்கு அனுப்பி வைத்தான்.

இராமன், அனுமனிடம் "வசந்தனின் உடலைத் தேடிவா" என்றான். அனுமனுக்கு அந்த உடலைத் தேட முடியாது என்று தெரியும், இருந்தாலும் இராமனுடைய பேச்சுக்கு மறு பேச்சு பேச முடியாததால் யுத்தகளத்துக்குப் போனான். சிறிது நேரத்தில் திரும்பி வந்தான். இராமனிடம் "இது என்னால் செய்ய முடியாத காரியம்" என்றான். அப்போது சாம்பவான் சொன்னான், "இராமா இந்த வசந்தனைக் கொன்றவன் கும்பகர்ணன். அவன் வசந்தனைத் தரையில் தேய்த்துச் சாந்தாக ஆக்கி நெற்றியில் பூசிக்கொண்டான். அதனால் வசந்தனின் உடலின் சதைத்துண்டு கும்பகர்ணனின் தலையில்தான் இருக்கிறது. கும்பகர்ணனை நீ வதை செய்து அவன் தலையைக் கடலுக்கு அப்பால் கொண்டு சேர்த்துவிட்டாய். இப்போது அந்தத் தலையில் உள்ள துகிலை எடுத்து இந்த உயிரைப் பொருத்த வேண்டும்" என்றான்.

இராமனும் தன் பாணத்தை அனுப்பி கும்பகர்ணனின் தலையை எடுத்துவரச் செய்தான். அவன் நெற்றியில் உள்ள வசந்தனின் உடம்பின் சதைத்துண்டுகளைத் தொகுத்து உயிர் கொடுத்தான். பின் கும்பகர்ணனின் தலையை அது கிடந்த இடத்துக்கே கொண்டு சேர்த்தான்.

வசந்தன் உயிர்பெற்றதும் வானரங்கள் ஆரவாரம் செய்தன. பின் எல்லோரும் புஷ்பக விமானத்தில் ஏறினர்.

கம்பனிடம் இல்லாத இக்கதை அருணாசலக் கவிராயரின் இராமநாடக கீர்த்தனையில் உள்ளது. தமிழகத்தில் வசந்தன் பற்றிய கதை வாய்மொழியில் இருந்திருக்கிறது. உத்திர காண்டத்தில் இந்நிகழ்ச்சி

ஏறிட விமானம் தன்னில் யாவரும் இறைவிதானும்
மாறின வசந்தன் சேனை நின்றது மலர அன்பால்
கூறினன் அனுமன் வாங்கி கொண்டபின் குரிகில்தானும்
ஆறிய பரத்துவாசன் அணிமலர்க் கோவை புக்கான்

என வருகிறது.

❀

11

எத்தனை எத்தனை இராமாயணம்

அனுமன் லங்கா தகனம் செய்தபோது இலங்கையில் பல இடங்களில் பொன்உருகி வழிந்தது. அவனுக்கு இதன் ரகசியம் தெரியவில்லை. இத்தனை கொடூரமுடைய அரக்கனின் நாட்டில் பொன்குவியலா என்று அதிசயமுற்றான். தகனம் முடிந்தது; அனுமன் சீதையிடம் சென்று கணையாழியை வாங்கினான். சீதையைத் தேடி லங்கைக்குப் புறப்பட்டபோது, பிரம்மாவைத் தரிசித்துத் தன் பயணம் வெற்றியாய் முடிந்ததும் மீண்டும் வருவேன் என்று வேண்டியிருந்தான் அனுமன். அதனால் இப்போது பிரம்மாவைப் பார்க்கப் போனான்.

பிரம்மாவை வணங்கி "இலங்கையின் தகனத்தின் போது பொன் உருகி வழிந்ததே என்ன காரணம்" என்று கேட்டான் அனுமன். பிரம்மா அதற்குக் காரணமாய் பழைய கதை ஒன்று சொன்னார்.

"திருமால் பள்ளிகொண்டிருந்த பாற்கடலின் கீழே தங்கமலை ஒன்று கிடந்தது. அந்த மலையில் பெரிய தடாகம் ஒன்று உண்டு. தடாகத்தின் கரையில் யானை ஒன்று வாழ்ந்தது. அந்த யானை விஷ்ணு பக்தி உடையது. ஒருமுறை அந்த யானை தடாகத்தில் நீர் அருந்திக்கொண்டிருந்தபோது ஒரு முதலை யானையின் காலைக் கவ்விக் கொண்டது. யானை தன் இறைவனான திருமாலை அழைத்தது, அவர் கருடனின் மேலேறி யானையைக் காப்பாற்றப் போனார். முதலையோ யானையின் காலைக் கடித்துவிட்டது. திருமால் கோபத்தில் முதலையைக் கொன்றுவிட்டார். முதலை கடித்ததால் யானையும் செத்துவிட்டது."

சுக்ரீவன் குதிரைசேனைகளுடன் புறப்பாடல்

வீரசேனனுக்கும் சூரசேனனுக்கும் யுத்தம்

வீரசேனனுக்கும் செல்வசேனனுக்கும் யுத்தம்

மகாமாயன் யுத்தம்

காலசித்தன் யுத்தம்

விக்கிரமபாண்டியனுக்கும் மட்சயந்தனுக்கும் யுத்தம்

இந்த நேரத்தில் கருடன் எனக்குப் பசியாக இருக்கிறது என்று சொன்னான். திருமால் "இந்த யானையையும் முதலையையும் தின்று பசியாற்றிக் கொள். இவை ஒரு முனிவனால் சாபம் பெற்றவை. இப்போது சாப விமோசனம் கிடைத்து விட்டது" என்றார். மேலும் திருமால் கருடனிடம், "நீ உன் பசியைத் தீர்த்துவிட்டு இந்தப் பொன்மலையைத் தூக்கி வேறு இடத்தில் போட்டுவிடு" என்று சொல்லிவிட்டுப் போய்விட்டார்.

கருடன் அந்த மலையைத் தன் மூக்கால் தூக்கிப் பார்த்தது முடியவில்லை, அதை அசைக்க முடியவில்லை. அப்படியே போட்டுவிட்டுப் போய்விட்டது. நாளடைவில் அந்த மலையின் மேல் மண்ணும் மரஞ்செடி கொடிகளும் நிறைந்து தனித் தீவானது. அதை இலங்கை என்றனர். அந்தத் தீவைத் தன் தலைநகரமாக ஆக்கிக்கொண்டான் இராவணன். அந்தப் பொன் மலைதான் இப்போது உருகுகிறது" என்றான் பிரம்மா.

பிரம்மா பேசுவதைக் கேட்ட அனுமன் "இந்த மலையைக் கருடனால் தூக்க முடியவில்லையா? நானாக இருந்தால் தூக்கி எறிந்திருப்பேனே. இந்தத் தீவை எரித்தவனுக்கு இம்மலை எம்மாத்திரம்" என்று இறுமாப்புடன் பேசினார். பிரம்மா, இந்த அனுமனுக்குப் பாடம் கற்பிக்க வேண்டும் என்று மனதில் நினைத்துக் கொண்டார்.

பிரம்மா, "அனுமனே! நீ இராமனைச் சந்தித்துக் கணையாழியைக் கொடுக்குமுன்பு சேது சமுத்திரக் கரையில் இருக்கும் ஒரு முனிவரைச் சந்திக்க வேண்டும், நீ லங்கா தகனம் செய்தியை ஏட்டில் விஸ்தாரமாய் எழுதியிருக்கிறேன். இதை அந்த முனிவரிடம் கொடு. அவர் உன்னை ஆசிர்வதித்து வரம் தருவார்" என்றார்.

அனுமன், பிரம்மா கொடுத்த லிகிதத்தைக் கையில் எடுத்துக் கொண்டான், கணையாழியை வாயில் அடக்கிக்கொண்டான். சமுத்திரத்தைத் தாண்டிச் சேது கரைக்கு வந்தான், அங்கே ஒரு ஆசிரமத்தைக் கண்டான். அதில் ஒரு முனிவர் தவம் செய்து கொண்டிருந்தார். அவரைச் சுற்றிச் சில குரங்குகள் உட்கார்ந்திருந்தன. அனுமன் அந்த முனிவரிடம் "முனிவரே இராம காரியத்துக்காக லங்காபுரி சென்று வருகிறேன். என்னுடைய பெருமையைப் பிரம்மாவே எழுதித் தந்திருக்கிறார். இந்த லிகிதத்தில் எல்லா விவரங்களும் உள்ளன" என்று சொல்லிவிட்டு லிகிதத்தைக் கொடுத்தான்.

முனிவர் லிகிதத்தைப் படித்தார். "அப்பா அனுமனே நீ பெரிய வீரன். இருக்கட்டும் இப்போது களைப்பாக இருப்பாய்.

தாக சாந்தி செய்கிறாயா" என்று கேட்டார். அனுமன் "முனிவரே எனக்குத் தாகமாய் உள்ளது. நூறு குடம் தண்ணீர் குடித்தாலும் தாகம் அடங்காது. சுனையில்தான் நீர் அருந்த முடியும்" என்றான். முனிவர் "சேதுவை அடுத்த தீவில் நடுவே பெரிய ஆலமரத்தின் அருகே தெய்வீகச் சுனை உண்டு. நீர் மிக இனிமையாக இருக்கும் போய்வா" என்றார்.

அனுமனும் முனிவரே அப்படியே போய் வருகிறேன். அதுவரை சீதாதேவியின் கணையாழியை இங்கு பாதுகாப்பாய் வைக்கிறேன் என்று சொன்னான். அருகில் இருந்த குரங்கு அந்தக் கணையாழியை வாங்கி ஒரு கமண்டலத்தில் போட்டது. அனுமன் முனிவரைப் பார்த்தான். அவர், "அது இருக்கட்டும் நீ போ தாகவிடாய் தீர்த்துவா" என்றார். அனுமனும் போனான். களைப்பு போகச் சுனையில் நீரருந்தி வந்தான்.

முனிவரின் அருகில் இருந்த கமண்டலத்தில் கையை விட்டான் அனுமன். அங்கே நிறையக் கணையாழிகள் கிடந்தன. எல்லாவற்றிலும் இராமநாமம் எழுதப்பட்டிருந்தது. அனுமனுக்கு ஆச்சரியம். கமண்டலத்தைத் தலைகீழாகக் கொட்டினான். கணையாழிகள் எல்லாம் விழுந்தன. சீதையின் கணையாழி எது என்று அவனால் கண்டுபிடிக்க முடியவில்லை. எல்லாம் ஒரே மாதிரியிருந்தன. சீதைக்கு எத்தனை கணையாழிகள் இருந்தன. இராமன் எத்தனை பேரை அனுப்பியிருக்கிறான். திகைப்போடு முனிவரிடம் விவரம் கேட்டான்.

முனிவர் சொன்னார், "இங்கே எத்தனையோ ஆஞ்சநேயர்கள் வந்தார்கள், இலங்கை சென்று திரும்பினார்கள். அவர்களில் நீ ஒருவன்" என்றார். அனுமன் உடல் சப்தநாடியும் அடங்க முனிவரின் கையைப் பார்த்தான். முனிவரின் விரலில் ஒரு கணையாழி. அவனுக்குப் புரிந்தது. அந்த முனிவரே இராமன் என்று அறிந்தான். அப்படியே சாஷ்டாங்கமாய் விழுந்து வணங்கினான். தன் ஆணவமும் தீர்த்தான்.

❈

அ.கா. பெருமாள்

12

கைகேயி வரமும் அனுமனின் பிறப்பும்

பிரம்மாவின் சபையில் ஒரு நாள் அப்சரப் பெண் ஆடிக்கொண்டிருந்தாள். அவளது ஸ்தனம் மிகப் பருத்த தாக இருந்தது. அவள் ஆடியபோது இரண்டு ஸ்தனங் களும் குலுங்கின. அவள் வேண்டுமென்றே ஸ்தனங்களின் மேலிருந்த ஆடையை நழுவவிட்டாள். இந்தக் காட்சி யைப் பார்த்த தேவலோகப் பார்வையாளர்கள் மயங்கினர். அவளருகே சென்றனர்.

இதை எல்லாம் பார்த்த பிரம்மாவிற்குக் கோபம் வந்தது. "உன்னை மறந்து ஆடிய நீ சபையின் நடை முறையை மறந்துவிட்டாய். என்னையும் அவமதித்தாய். அதனால் பருந்தாகப் போவாய்" எனச் சாபம் கொடுத்தார். உடனே அந்த அப்சரஸ் பருந்தாக மாறினாள். பிரம்மனைப் பணிந்தாள். "உலக கர்த்தாவே என் மார்பு அளவுக்கு மீறிப் பருத்து இருப்பதால் வந்த அகங்காரத்தால் அப்படி ஆடிவிட்டேன். மன்னிக்க வேண்டும். எனக்குச் சாப விமோசனம் தர வேண்டும்" என்றாள்.

பிரம்மாவும் அவளை மன்னித்தார். அயோத்தி அரசன் குழந்தை வேண்டித் தவம் இருக்கிறான். அவனது தவத்தின் பலனாய் ஒரு பாத்திரத்தில் பாயசம் கிடைக் கும். அதை மூன்று பங்குவைத்து கோசலை, கைகேயி, சுமத்திரை ஆகிய மூன்று மனைவிகளுக்கும் கொடுக்கப் போகிறான். இந்தப் பாயசத்தைத் தின்றால் தெய்வ அம்சம் பொருந்திய குழந்தைகள் பிறக்கும் என்பது விதி. அதனால் நீ பருந்தாகப் போ; கைகேயிக்குத் தசரதன் கொடுத்த பாயசப் பாத்திரத்தைப் பறித்து அஞ்சனா மலையில் தவம் செய்துகொண்டிருக்கும் பெண்ணின்

மடியில் போட்டுவிடு. உன் சாபம் தீரும். மறுபடியும் நீ அப்சரப் பெண்ணாவாய். உன் ஸ்தனத்தின் அளவும் குறையும்" என்றார்.

பருந்தாக மாறிய அந்த அப்சரப் பெண் பிரம்மா சொன்ன படி செய்தாள். கைகேயியின் கையிலிருந்த பாயசப் பாத்திரத்தைப் பறித்துக்கொண்டுபோய் அஞ்சனா மலையில் குழந்தை வேண்டித் தவம் செய்துகொண்டிருந்த அஞ்சனை என்னும் வானரப் பெண்ணின் மடியில் போட்டாள். அந்தப் பாத்திரத்திலிருந்த பாயசம் ஒரு குழந்தையாக மாறியது. அதுவே ஆஞ்சநேயன் எனப்பட்டது.

கைகேயியின் பாயசப் பாத்திரத்தைப் பருந்து பறித்து விட்டதால் சுமத்திரையும் கோசலையும் தன் பங்கில் உள்ள பாயசப் பாத்திரத்திலிருந்து கொஞ்சம் கைகேயிக்குக் கொடுத்த னர். (இதனால் இரண்டு பங்கு பாயசம் அவளுக்குக் கிடைத்தது) பாயசத்தைக் குடித்த மூன்று மனைவிகளும் கர்ப்பமடைந்த னர். மாதம் ஏழானது. ஒரு நாள் அரண்மனையில் மூவரும் இருக்கும்போது நாரதர் வந்தார்.

நாரதர் தசரத பத்தினிகளிடம் உங்களுக்கு கர்ப்பகால ஆசைகள் இருந்தால் தசரதனிடம் சொல்லலாமே; ஆசையை அடக்கிவைக்க வேண்டாம் என்றார். பின்னர் நாரதர், தசரத னிடம் சென்று கர்ப்பிணி மனைவிகளின் ஆசை என்ன என்பதைக் கேட்டுப் பூர்த்திசெய்; அவர்கள் தங்கள் ஆசையை வெளியே சொல்லத் தயங்குவர். நீதான் கேட்க வேண்டும். நீயாகப் போய்க் கேள்" என்றார்.

தசரதன் தனக்குப் பிடித்த மனைவியான கைகேயியிடம் முதலில் சென்றான். அவளை அணைத்து முகம் தடவினான். "உன் ஆசை என்ன வெட்கப்படாமல் சொல்லுவாய்" எனக் கேட்டான். அவள் "அரசே எனக்குப் பிறக்கப்போகிறவனே இந்த நாட்டை ஆள வேண்டும்; கோசலைக்குப் பிறக்கப்போகின்ற வன் காட்டுக்குப் போக வேண்டும்" என்றாள். அவள் இப்படிச் சொன்னதும் தசரதனின் முகம் மாறியது. "பெண்ணே இது சரியல்லவே" என்றான். கைகேயி "கர்ப்பிணியின் ஆசையை நிறைவேற்ற முடிந்தால் பாரும், இல்லையென்றால் விட்டுவிடும்" என்றாள். தசரதன் "சரி அப்படியே செய்கிறேன்" என்றான்.

தசரதன் பின்னர் சுமத்திரையின் வீட்டிற்குப் போனான். அவளிடம் உன் அந்தரங்க ஆசை என்ன என்று கேட்டான். அவள் "எனக்குப் பிறக்கப்போகின்ற மகனும் கோசலைக்குப் பிறக்கப் போகின்ற மகனும் இணைபிரியாமல் இருக்க வேண்டும். இதுவே என் ஆசை" என்றாள். தசரதன் "அப்படியே நான் பார்த்துக்கொள்ளுகிறேன்" என்றான்.

ராக்ஷதாளுக்கும் அரண்யராஜனுக்கும் காலசித்தனுக்கும் சரதராஜனுக்கும் நாரதர் சோமராசராஜனிடம் வருதல்

சந்தனராஜனுக்கும் ராக்ஷதருக்கும் குசலவர் வேட்டையாடுதல் லவன் குதிரையைக் கட்டுதல்

தசரதன் கோசலையிடம் சென்றான். உன் ஆசை என்ன என்று கேட்டான். கோசலை "அரசனே நம்முடைய கல்யாணத்தின்போது இராவணன் என்னை அவமானம் செய்தான். எனக்குப் பிறக்கப் போகும் மகன் இராவணனைப் பழிவாங்க வேண்டும்" என்றாள். தசரதன் "நிச்சயமாய் அதைச் செய்ய நம் மகனிடம் சொல்வேன்" என்றான். அப்போது கோசலையின் வயிற்றிலிருந்து ஒரு குரல் கேட்டது. "இலட்சுமணா கோதண்டத்தை எடு; துஷ்ட இராவணனைத் துவம்சம் செய்வோம்" என்று,

கோசலைக்குப் பயம் பிடித்துக்கொண்டது. ஏதோ துஷ்ட தேவதை நம்மைப் பிடித்துக்கொண்டது என நினைத்து மயங்கினாள். இந்த நேரத்தில் நாரதர் வந்தார். "பெண்ணே இனி நடக்கப்போவதையே உன் கருப்பையிலிருக்கும் குழந்தை கூறியது. கவலை விடுக" என்றார்.

✱

13

இராவணன் பெற்ற ஆத்மலிங்கம்

அனுமன் சீதையைத் தேடி இலங்கைத் தீவுக்குச் சென்றபோது, சீதைக்கும் மண்டோதரிக்கும் வேறுபாடு தெரியாமல் திகைத்தான். மண்டோதரியின் முகத்தில் இருந்த விஷ்ணுவின் அம்சம் அவனை வியப்பில் ஆழ்த்தியது. இதற்கு ஒரு கதை உண்டு.

ஒரு நாள் இராவணனின் அம்மா கைகசி தன் மகனிடம் "மகனே நான் பூசை செய்துவந்த ஆத்மலிங்கத்தை ஒரு பாம்பு திருடிவிட்டது, நீ பரமசிவனிடம் நேரடியாகப் போய் ஒரு ஆத்மலிங்கத்தைப் பெற்று வா" என்றாள். இராவணன் பரமசிவனிடம் போனான். கொடூரமாய் தவம் இருந்தான். சிவன் "உனக்கு என்ன வரம் வேண்டும்" எனக் கேட்டான். இராவணன் "இரண்டு வரம் தாரும்" என்றான்.

சிவன், "தருகிறேன் வரங்களைச் சொல்" என்றான், "சிவனே என் தாய் பூஜிக்க ஆத்மலிங்கம் ஒன்று வேண்டும்; இது ஒரு வரம், பார்வதியின் அம்சமான பிரதிமை ஒன்று வேண்டும். இது இன்னொரு வரம்" என்றான். சிவன் "வரங்களைத் தந்தேன்" என்றான். ஆத்மலிங்கத்தையும் பார்வதியின் பிரதிமையையும் கொடுத்தான். அப்போது சிவன் "இராவணனே கவனம், இதைத் தரையில் வைத்துவிடாதே. வேரூன்றிக்கொள்ளும்" என்றான்.

பரமசிவனின் மனைவி பார்வதிக்குப் பயமாக இருந்தது. "இந்த இராவணன் என் பிரதிமையைக் கொண்டு செல்லுகிறானே. இதற்கு உயிர் கொடுத்து மனைவியாக்கி விடுவானோ. என்ன செய்வது" என்று நினைத்தாள். விஷ்ணு விடம் சென்றாள். "அண்ணா நீதான் எனக்கு உதவ வேண்டும். இராவணன் என் அம்சத்தைக் கொண்டு செல்லுகிறான். திருப்பி வாங்கிவிடு" என்றாள்.

விஷ்ணு பார்வதியைச் சமாதானப்படுத்தினார். "நீ போ; உன் அம்சத்தை இராவணனே திருப்பிக்

கொடுக்கும்படி செய்கிறேன்” என்றார். பின்னர் விஷ்ணு தன் உடம்பில் இருந்த சந்தனத்தை வழித்து உருட்டிப் பெண் பதுமையாக்கி தேவதச்சனான மயனிடம் கொடுத்து இதற்கு அழகூட்டிப் பாதாள லோகத்தில் கொண்டு மறைத்து வை” என்றார். இதன் பிறகு விஷ்ணு வயதான பிராமணனாக வேடம்பூண்டு இராவணனிடம் வந்தார்.

இராவணன் பிராமணனை நமஸ்கரித்தான். பிராமணன், “ராவணேஸ்வரனே! நீ எங்கே போய் வருகிறாய். நீ வைத்திருக்கும் இரண்டு பிரதிமைகளையும் எங்கே வாங்கினாய்” என்று கேட்டான். இராவணன் “சிவன் தந்த ஆத்மலிங்கம், பார்வதியின் அம்சமான பிரதிமை. இரண்டையும் இலங்கைக்குக் கொண்டு செல்லுகிறேன்” என்றான். பிராமணன் கை கொட்டிச் சிரித்துவிட்டு “உன்னைப் போன்ற மடையனை நான் பார்த்ததில்லை. ஆத்மலிங்கத்தைச் சிவன் தர முடியுமா. அதைக் கைலையிலிருந்து பெயர்க்க முடியாதே. பார்வதியின் அம்சம் பாதாளலோகத்தில் மயன் வீட்டில் அல்லவா மறைத்து வைத்திருக்கிறான். உன்னைச் சிவன் நன்றாக ஏமாற்றிவிட்டானே” என்றான்.

பிராமணன் சொன்னதை இராவணன் நம்பினான். “பிராமணனே, சரி எப்படியாவது ஆகட்டும். இந்த லிங்கத்தை நீ கொஞ்ச நாழிகைக்கு வைத்துக்கொள். பார்வதியின் பிரதிமையைத் திருப்பிக் கொடுத்துவிட்டு வருகிறேன்” என்று சொல்லி விட்டு வேகமாய் சிவனிடம் போனான். சிவனைப் பழித்துப் பேசினான். பார்வதியின் அம்சத்தைத் திருப்பிக் கொடுத்தான்.

இராவணன் திரும்பி வந்தபோது பிராமணனைக் காணவில்லை. தரையில் லிங்கம் இருந்தது. அதை எடுத்தான்; அசைக்க முடியவில்லை. அது வேரூன்றி விட்டது என்று தெரிந்துவிட்டது. அம்மா கைகசியை அழைத்து வந்து “நீ இங்கேயே இருந்து பூசை செய். வேறு வழியில்லை. நான், பாதாளலோகம் போகிறேன்” என்றான்.

இராவணன் மயனின் வீட்டிற்குப் போனான். மயன் மண்டோதரியின் தந்தை. அதனால் இராவணனை மரியாதையுடன் வரவேற்றான் மயன். இராவணன் பார்வதியின் பிரதிமை எங்கே எனக் கேட்டான். மயன், “இதோ சிவன் அனுப்பிய பிரதிமை; கொண்டு செல்” எனக் கொடுத்தான். அது இராவணன் கண்ணுக்குப் பார்வதியாகவும் மற்றவர் கண்களுக்கு மண்டோதரியாகவும் தெரிந்தது. இராவணன் மகிழ்ச்சியுடன் இலங்கைக்குக் கொண்டு சென்றான்.

இந்தப் பிரதிமையைப் பார்த்துத்தான் அனுமன் ஏமாந்தான்.

❁

14

பெடகந்த ரெட்டியும் பூசணிக்காயும்

இராம இராவணப் போர் முடிந்த சமயம். இராமன் அயோத்தி அரசனானான். இராமனின் ஆட்சியில் மக்கள் மகிழ்ச்சியுடன் இருந்தார்கள். கோசல நாடு என்றாலே நிம்மதி என்னும் பெயர் பக்கத்து நாடுகளில் பரவியது.

ஒரு நாள் கோசல நாட்டுப் பிராமணர்கள் இராமனிடம் சென்றார்கள். "பெரிய யாகம் நடத்தப் போகிறோம். எங்களுக்கு பெரிய அளவிலான பூசணிக்காய்கள் நிறைய வேண்டும்" என்று கேட்டார்கள். இராமன் கோசல நாட்டு விவசாயிகளை அழைத்தான். எல்லோரிடமும் "பூசணி பயிரிட வேண்டும்; இது அரச கட்டளை; பிராமணர்களின் யாகத்துக்குரிய பூசணியைப் பயிரிடுகிறீர்கள் என்பது நினைவிருக்கட்டும்" என்றான்.

பிராமணர்களும் விவசாயிகளிடம் வேண்டிக் கொண்டார்கள். விவசாயிகளுக்கு ஆணவம் வந்தது, பிராமணர்களின் வேள்வி நம்மால்தான் நடக்கிறது; நாம் பூசணிக்காய் பயிரிடவில்லை என்றால் பிராமணர்கள் வேள்வி செய்ய முடியாது என்று பேசிக்கொண்டார்கள். இராமன், இவர்களின் ஆணவத்தை அடக்க வேண்டும் என்று மனதில் தீர்மானித்துக்கொண்டான்.

விவசாயிகள் பூசணி பயிரிட்டனர். அமோக விளைச்சல். ஒவ்வொரு பூசணியும் பெரிய பானை அளவில் இருந்தது. பூசணிக்காயைப் பறிக்க வேண்டிய சமயம் வந்தது. விவசாயிகள் இராமனிடம் அனுமதி கேட்டார்கள். இராமன் "நாளை மாலையில் காய்களைப் பறித்துக் கொண்டு வாருங்கள்" என்றான். விவசாயிகளும் "நாங்கள்

லட்சுமணரும் சீதையும் சகுனம் பார்த்தல்

சீதையம்மன் வால்மீகர் ஆசிரமஞ் சேர்ந்தது

சீதையம்மன் புத்திரனைப் பெற்றது

ஆஞ்சநேயர் ராஜாக்களுக்கு அறிவித்தல்

ராஜாக்கள் அயோத்தியைச் சேர்ந்தது

ராஜாக்கள் அயோத்திக்கு வருதல்

இல்லை என்றால் இந்தப் பிராமணர்கள் என்ன செய்வார்கள்” என்று ஆணவத்துடன் சொல்லிக்கொண்டு போனார்கள்.

அன்று இரவு அனுமனை அழைத்தான் இராமன். அவனிடம், “வானர வீரர்களுடன் நீ புறப்படு; எல்லோரும் பூச்சிகளாக மாறிப் பூசணித்தோட்டத்தை அழித்துவிடுங்கள்” என்றான். அனுமனும் அப்படியே செய்தான். மறுநாள் மாலை விவசாயிகள் பூசணித்தோட்டத்துக்குச் சென்றார்கள். பூசணிக் காய்கள் எல்லாம் அழுகிப்போய்க் கிடந்தன. அவர்களுக்கு ஒரே நாளில் எப்படி இது நடந்தது என்று தெரியவில்லை; மிகவும் துக்கப்பட்டார்கள்.

விவசாயிகளுக்கு இப்போதைய கவலை பூசணித் தோட்டத்தில் பூச்சி விழுந்தது மட்டுமல்ல. இராமனிடம் இதை எப்படிச் சொல்வது; பிராமணர்களின் யாகத்தை எப்படி நடத்தச் சொல்வது என்றெல்லாம் யோசித்தார்கள். விவசாயிகளின் தலைவன் “நான் இராமனைப் பார்த்துப் பேசுகிறேன்” என்று சொல்லிவிட்டுப் போனான்.

விவசாயிகளின் தலைவன் இராமனைச் சந்தித்தான். பூசணிக்காய்களைப் பூச்சி தின்றுவிட்டதைச் சொல்லி “நாங்கள் இனி என்ன செய்ய வேண்டும் சொல்லுங்கள் அரசே” என்று கேட்டான். இராமன் புன்முறுவலுடன் “ஒரே ஒரு பூசணிக் காய் நல்லதாய் தந்தால் போதும்” என்றான். விவசாயியோ “மருந்துக்குக்கூடப் பூசணிக்காய் இல்லையே அரசே!” என்றான்.

இராமன் விவசாயியிடம் “அப்படியானால் ஒரு பூசணிக் காய் அளவு தங்கம் தாருங்கள்” என்றான். விவசாயி “கட்டாயம் தருகிறோம்; அது எங்களால் முடியும்” என்றான். விவசாயிகளின் தலைவன் தன் சக தொழிலாளர்களை அழைத்தான். அவரவர் பங்குக்குத் தங்கம் கொண்டுவரச் சொன்னான். எல்லோரும் தங்கள் பங்கு தங்கத்தைத் தராசுத்தட்டில் வைத்தனர். இன்னொரு தட்டில் பூச்சி அரிக்காத பழைய பூசணிக்காயை வைத்தனர். அந்தத் தட்டில் அனுமன் மாயாவியாக ஏறிக்கொண்டான்.

தங்கம் இருந்த தட்டு இறங்கவே இல்லை. விவசாயிகள் தங்களிடமிருந்த எல்லாத் தங்கத்தையும் கொடுத்தனர்; தட்டு தாழவில்லை. பெண்கள் மங்கலநாணைக்கூடக் கழற்றிவைத் தார்கள். அப்போதும் பூசணிக்காய்க்கு எடை சரியாகவில்லை. விவசாயிகள் திகைத்துப்போனார்கள். இராமனின் காலில் விழுந்து “ராமா நீயே ரட்சிக்க வேண்டும்” என்றார்கள். இராமன் புன்முறுவலுடன் “சரி, உங்கள் தங்கத்தை எடுத்துக்கொள்ளுங்கள். உங்களை மன்னித்தேன். ஆணவம் இல்லாமல் இருங்கள்” என்றான்.

விவசாயிகள் இராமனைப் பணிந்துவிட்டுத் தங்கத்தை எடுத்துக்கொண்டார்கள். பெண்கள் மங்கலநாணை எடுத்து அணிந்துகொண்டனர். ஆனால் "பெடகாண்டி ரெட்டி" சாதிப் பெண்கள் எங்கள் மங்கலநாணை இராமனுக்குத் தானமாகத் தந்துவிட்டோம் இனி அது எங்களுக்கு வேண்டாம்" என்றனர். ஆண்களும் "அப்படியே" என்றனர்.

பெடகந்த ரெட்டி சாதிப் பெண்கள் திருமணத்தில் மங்கலநாண் அணிவதில்லை. அதற்குக் காரணமாக இந்தக் கதையைக் கூறுகின்றனர்.

※

15

சுமந்திரன் கதை

இராம இராவண யுத்தம் நடந்து பல வருஷங்கள் ஆகிவிட்டன. இப்போது இராமன் வயதானவன். லவன் ஆட்சிப் பொறுப்பில் இருக்கிறான். ஒரு நாள் காவலன் இராமனிடம் வந்தான். "பேரரசே மதியமைச்சர் சுமந்திரர் இறந்துவிட்டார். அவருடைய மனைவிகள் உடன்கட்டை ஏறப்போகிறார்கள். உங்கள் உத்தரவுக்காகக் காத்திருக் கிறார்கள்" என்றான். இராமன் தன் அருகிலிருந்த அரண் மனை ஜோதிடனிடம் "இதற்கு நேரம் பார்த்துக் கொடு" என்றான்.

ஜோதிடன் சுமந்திரனின் சாதகத்தைக் கணித்தான்; "இவன் இறப்பதற்கு இன்னும் பத்து நாட்கள் இருக்கிறதே. அதற்கு முன் எமன் எப்படி இவன் உயிரைக் கொண்டு செல்லலாம். ஏதோ தவறு நடந்துவிட்டது" என்றான். இதைக் கேட்ட இராமனுக்கு ஆச்சரியம். என் இராம ராஜ்யத்தில் இப்படி ஒரு தவறு நடக்கலாமா? என்று சொல்லி வருத்தப்பட்டான்.

இதை எல்லாம் கேட்டுக்கொண்டிருந்த இராமனின் மகன் லவன், இந்தத் தவறை நான் மாற்றிவிடுகிறேன் என்றான். படையுடன் யம உலகு சென்றான். யமனைப் பிடித்துவந்து இராமன் முன் நிறுத்தினான். இராமன், "இவனைக் கட்டிப் போடுங்கள். சுமந்திரனின் ஈமச்சடங்கு முடியட்டும் இவனை விசாரணை செய்யலாம்" என்றான். யமன், இராமனை வணங்கி "பேரரசே சுமந்திரன் பிறந்த விதம் காரணமாகத்தான் அவன் உயிரைக் கொண்டு சென்றேன். காரணம் கேட்டுவிட்டு என்னைக் கட்டிப் போடுங்கள்" என்றான். இராமன் "சரி, உன் பங்கு வாதத்தைச் சொல்" என்றான்.

யமன், இராமனிடம் சுமந்திரன் பிறந்த நிகழ்ச்சியைச் சொன்னான். "சுமந்திரனின் தாய் பத்து மாதம் சுமந்துதான் இவனைப் பெற்றாள். ஆனால் பத்தாம் மாதம் முடிந்ததும் இவன் பிறக்கவில்லை. பிரசவ நேரத்தில் இவன் கால் மட்டும் தான் வெளியே வந்தது. ஐந்து நாட்கள் கழிந்து கைகள் வந்தன. பத்தாவது நாள் தலை வந்தது. அப்போது ஜோதிடர்கள் 'இவன் தலைவந்த நேரத்தையே பிறந்த நேரமாகக் கொள்ள வேண்டும்' என்றார்கள். ஆனால் யமலோகக் கணக்குப்படி இவன் கை வெளியே வந்த நேரம் பிறந்த நேரம் ஆயிற்று இதனால் வந்த பிரச்சினைதான் இவன் இப்போது இறந்தது" என்றான்.

இராமன் "ஒரு குழந்தை முழு உருவமாய்த் தரையில் விழுவதுதான் ஜனிப்பதன் அடையாளம். அதனால் யமனே! உன் கணக்கு தவறு. அதனால் இந்தப் பத்து நாட்கள் சிறையில் இரு" என்றான். இது இப்படி இருக்க, யம உலகில் கிங்கரப் படைகளுக்கும் லவனுக்கும் பெரும் சண்டை நடந்தது. லவன் கிங்கரர்களைப் பிடித்து உதைத்துக் கட்டிவைத்தான்.

இந்தச் செய்திகளை எல்லாம் கேள்விப்பட்ட சூரியன் இராமனிடம் வந்தான். "மகனே இராமா: நீ என் வம்ச மல்லவா (ரகுவம்சம்) வம்சங்களுக்கிடையே சண்டை போட்டுக் கொண்டிருப்பதா. இது நல்லதா. இனி உன் நாட்டில் யாரும் அற்ப ஆயுளில் இறக்கக் கூடாது என வரம் அளிக்கிறேன். சுமந்திரன் பத்து நாட்கள் உயிர் வாழட்டும்" என்றான். இராமனும், லவனிடம் யமனையும் கிங்கரர்களையும் விடுதலை செய்யக் கட்டளை இட்டான்.

❃

16

இராமனின் அவதார மறைவு

ஒரு நாள், இராமன் அயோத்தியை அடுத்த காட்டிற்குச் சென்றிருந்தான். கூடவே அனுமனும் உண்டு. அயோத்திப் பொறுப்பை லவன் வகித்த சமயம் அது. இராமன் தளர்ந்துபோய் இருந்தான். காட்டிலேயே தவம் செய்யலாமா என்று யோசித்துத்தான் வந்திருந்தான். பட்டுப்போன மரத்தின் வேரில் அமர்ந்தான். அப்போது அவன் கையிலிருந்த கணையாழி கழன்று, அருகே இருந்த பெரிய துவாரத்தில் விழுந்தது.

அந்தக் கணையாழி லங்கா தகனத்தின்போது அனுமன் கொண்டு சென்றது. இராமனுக்கு வருத்தம் வந்தது. அனுமனிடம் "நீ அந்தத் துவாரத்தில் விழுந்த கணையாழியை எடுத்து வா" என்றான். அனுமன் அந்தத் துவாரத்தைப் பார்த்தான். மிகச் சிறிதாக இருந்தது. அதனுள் கையைவிட்டுப் பார்த்தான். துவாரம் போய்க் கொண்டே இருந்தது.

அனுமன் தன் உடலைச் சிறியதாய் மாற்றிக் கொண்டு அந்தத் துவாரத்தில் நுழைந்தான். அந்தத் துவாரம்வழி கீழே இறங்கி அடுத்த உலகிற்கே சென்றுவிட்டான். அங்கே பெண்கள் உட்கார்ந்திருந்தார்கள். அவர்களின் நடுவிலே போய் விழுந்தான். பெண்களுக்கு அனுமனின் வடிவம் விசித்திரமாய் இருந்தது. ஒருத்தி அவனைப் பிடித்துக் கட்டினாள். பின், "இது இன்றைய ஆகாரத்துக் காசசு" என்றாள்.

இந்த நேரத்தில் பூமியின் மேலே பட்டமரத்தின் வேரில் அமர்ந்திருந்த இராமனைச் சந்திக்க பிரம்மா வந்தார். அவர் இராமனிடம், "உன்னிடம் தனியாகப் பேச வேண்டும் பக்கத்தில் யாருமில்லையே" என்றார்.

ஆஞ்சநேயர், இலட்சுமணர், ஸ்ரீராமர் சீதாபிராட்டியார்

இராமன் "இல்லை" என்றான். "அப்படி யாராவது இருந்தால் இங்கிருந்து போய்விடச் சொல்; நாம் தனியாய்ப் பேசுவதை யாராவது கேட்டால் தலை வெடிக்கும்" என்று எச்சரித்தார்.

இராமன், "நிச்சயமாக இல்லை. அனுமன் இப்போது பாதாளலோகத்துக்குப் போயிருக்கிறான், நாம் பேசுவது அவனுக்குக் கேட்காது" என்றான். என்றாலும் பிரம்மாவுக்கு நம்பிக்கையில்லை. "யாராவது ஒருவரைக் காவல் வை" என்றார். இராமன் யோசித்தான். அனுமன் நம்பிக்கையானவன்; இப்போது அவன் இல்லை. இலட்சுமணனைக் காவலுக்கு இருக்கும்படி சொல்லலாம் என்று நினைத்தார். அவனை அழைத்தார்.

இலட்சுமணன் இராமனின் முன்னே வந்தார். பிரம்மா அவனிடம் "வீரனே நாங்கள் தனியாகப் பேசப்போகிறோம்; யாரும் இங்கு வராதபடி பார்த்துக்கொள். மீறி யாராவது வந்தால் உன் தலைக்கு ஆபத்து, புரிந்துகொள்" என்றார். இலட்சுமணனும் "சரி" எனச் சொல்லிவிட்டுப் போனான்.

இந்த நேரத்தில் விசுவாமித்திரர் அங்கே வந்தார். இலட்சுமணனிடம் "இராமனைப் பார்க்க வேண்டும் அவன் எங்கே" என்றார். இலட்சுமணன் "இராமன் இப்போது ஒருவரிடம் அந்தரங்கமாய்ப் பேசிக்கொண்டிருக்கிறான். அவனை இப்போது யாரும் பார்க்க முடியாது" என்றார். விசுவாமித்திரருக்குக் கோபம் வரவில்லை. சிரிப்பு வந்தது. "நான் பார்க்கக் கூடாதா? கட்டாயம் அவனைச் சந்திக்கத்தான் போகிறேன்" என்றார். இலட்சுமணன் "அப்படியானால் இராமனிடம் நீங்கள் சந்திக்க அனுமதி பெற்றுவருகிறேன். அதுவரை பொறுத்து இருங்கள்" என்றான்.

விசுவாமித்திரன் "அப்படியே செய்" என்றார். இலட்சுமணனோ "அதுவும் உடனே முடியாது. என்னை அவர் அழைக்கும்போது அனுமதி கேட்பேன் சம்மதமா" என்று கேட்டான். விசுவாமித்திரருக்குக் கோபம் வந்தது. "அடே சிறுவனே! அந்தச் சிறுவன் இராமன் நான் சந்திக்கப் போகிறேன் என்று சொல்லு. போ. இல்லை என்றால் உன் ராஜ்யத்தை எரித்து விடுவேன்" என்றார்.

இலட்சுமணன் யோசித்துப் பார்த்தான், "நான் இப்போது இராமனைச் சந்திக்கப்போனால் பிரம்மா தலை வெடிக்க சாபமிடுவார். போகாமல் இருந்தால் இந்த அரசத் துறவி நம் ராஜ்யத்தை அழித்துவிடுவார். நாடா? நானா? எது என்று முடிவுசெய்ய வேண்டிய தருணம் இது. என் உயிர் போகட்டும், நாடு அழியக் கூடாது" என்று நினைத்து இராமனிடம் போனான்.

இதற்கிடையில் இராமனும் பிரம்மாவும் ரகசியமாய்ப் பேச வேண்டியதைப் பேசிவிட்டார்கள். அவர்கள் பேச்சின் சாராம்சம் இதுதான், "விஷ்ணு இராமனாக அவதாரம் எடுத்த நோக்கம் முடிந்தது. இனி, இந்த அவதாரத்தை நிறைவுசெய்து விடலாம். நோக்கம் நிறைவேறியபின் அவதாரம் தொடர்வது பிரபஞ்சத்துக்கு நல்லதல்ல" என்று பிரம்மா சொன்னார். இராமனும் "அப்படியே செய்கிறேன். என் அவதாரத்தை முடித்துவிடுகிறேன்" என்றான்.

இப்படி இவர்கள் பேசி முடித்த சமயத்தில் இலட்சுமணன் சென்றான். "விசுவாமித்திரர் உனக்குக் காத்திருக்கிறார்; அனுமதி பெற வந்தேன். பிரம்மாவின் பேச்சை மீறி இங்கு வந்ததால் என் தலை வெடிக்க வேண்டும். அந்தக் கட்டளையைத் தாங்குவேன். என் தலை வெடிக்கும்படி ஆணை இடு" என்றான். இராமன் "வேண்டாம். எங்கள் ரகசியப் பேச்சு முடிந்து விட்டது. இனி உனக்குத் தண்டனை கிடையாது" என்றான்.

இலட்சுமணன் விடவில்லை. "ராமனே, நீ என்னைத் தண்டிக்கவில்லை என்றால் உன் பேச்சை மீறுவதாக ஆகும். உலகோர் உன்னைப் பழிப்பார்கள். சீதையைக் காட்டில் கொண்டுவிட ஒரு நீதி; உனக்கொரு நீதியா எனக் கேட்பார்கள். எனக்குத் தண்டனை அளித்துவிடு" என்றான்.

இராமன் யோசித்துப் பார்த்தான். இலட்சுமணனுக்குத் தண்டனை அளிக்க முடியாது. அவன் ஆதிசேஷனின் அவதாரம். அவனுக்குப் பிரம்மா தண்டனை கொடுத்தாலே அது திரும்பி விடும் அதனால் நானே மறைந்துவிடுகிறேன். பிரம்மாவின் ஆசையும் அதுதான். இராம அவதார இறுதி வந்துவிட்டது என்று சொல்லிக்கொண்டான். இராமன் சரயுநதியில் யாரும் மீட்க முடியாத இடத்தில் சாடிவிட்டான். அதன்பிறகு அவனைக் காண முடியவில்லை.

இந்தச் சமயத்தில் பாதாளலோகப் பெண்கள் அனுமனை அவர்களின் அரசியிடம் அழைத்துச் சென்றார்கள். பெண்களையே பார்க்காத பிரம்மச்சாரியான அனுமன் இப்போது பெண்களின் நடுவில். அவன் இராமநாமம் ஜெபித்துக்கொண்டிருந்தான். அந்த லோக அரசி "ஏய் குரங்கே இராமா இராமா என்கிறாயே நீ யார் எங்கிருந்து ஏன் வந்தாய் சொல்" என்றாள். அனுமன் தான் வந்த காரணத்தைச் சொன்னான்.

பாதாள அரசி "அப்படியா; அதோ இருக்கும் பாத்திரத்தில் தேடிப்பார் உன் கணையாழி கிடைக்கும்" என்றாள். அனுமன் பாத்திரத்திற்குள் பார்த்தான். நிறையக் கணையாழிகள் கிடந்தன. எல்லாம் ஒரே மாதிரியானவை; இராமநாமம் எழுதப்பட்டவை.

அ.கா. பெருமாள்

அனுமனுக்கு இராமனின் கணையாழி எது என்று கண்டுபிடிக்க முடியவில்லை.

அனுமன் திகைத்துப்போய் பாதாளலோக அரசியைப் பார்த்தான். அவள் சிரித்துக்கொண்டே சொன்னாள்: "இதுபோல் நிறைய இராமர்கள் அவதாரம் செய்துள்ளனர். அவர்களின் கணையாழிகள் இவை. உன்னைப் போல நிறைய அனுமன்களும் தேடிக்கொண்டு வருவார்கள் போவார்கள். இப்போது அப்படித்தான். ஆனால் அனுமனே நீ யாருக்காகக் கணையாழியைத் தேடி வந்தாயோ அவன் மறைந்துவிட்டான். நீ கணையாழியைக் கொண்டு சென்றாலும் வாங்க அவன் இருக்கமாட்டான். அவன் அவதாரம் முடிந்தது" என்றாள்.

அனுமன் இப்போது உண்மையில் குறுகிப் போனான். இந்தப் பிரபஞ்சத்தில் பல இராமன்களா? பல அனுமன்களா? என்று யோசித்தான்.

17

மயில் இராவணன் கதை

இலங்கையில் இராவணனும் இராமனும் போரிட்ட சமயம். அதிகாயன், மகாமாயன், நிகும்பன், அகும்பன் போன்ற வீரர்கள் சிதைந்து மாண்டு கிடந்தார்கள். இதை அறிந்த இராவணன் தன் பெரும் படையைத் திரட்டிக்கொண்டு யுத்தகளத்துக்கு வந்தான். இராமனைப் பார்த்தான். வில்லை வளைத்து அம்பைச் செலுத்தினான். இராமனோ இராவணனின் பெரும் படைகளை நிர்மூலம் ஆக்கிவிட்டு இராவணனைத் தனியன் ஆக்கினான். ஆயுதங்களை இழந்த இராவணன் அரண்மனைக்குச் சென்று தனியே இருந்தான்; வாடினான். அப்போது அவனது அமைச்சர்கள் அங்கு வந்தனர். துயரத்தோடு இருந்த இராவணனைக் கண்டு ஆறுதல் கூறினர். "பாதாளத்தில் உன் ஒன்றுவிட்ட தம்பி மயில் இராவணன் இருக்கும்போது ஏன் நீ கவலைப்பட வேண்டும். இராம, இலக்குவர்களை அவன் காளிக்குப் பலிகொடுத்துவிடுவான். பின் ஏன் கவலைப்பட்டு உருகுகிறாய்" என்றனர்.

தசகண்ட இராவணனுக்கு அப்போதுதான் தன் தம்பி மயில் இராவணனின் நினைவு வந்தது. அவனை நினைத்த அளவில் பாதாள உலகிலிருந்து மயில் இராவணன் இலங்கைக்கு ஓடோடி வந்தான். அண்ணனைக் கண்டு வணங்கினான். இலங்கை நகரில் மாற்றத்தைக் கண்டான்; காரணம் என்ன என்றான். இராவணன் நடந்த கதையைக் கூறினான். மயில் இராவணனுக்குப் பொறுக்க முடியவில்லை. "இந்தச் சிறுவர்களுக்கா அஞ்சுகிறாய். அவர்களைக் காளிக்குப் பலிகொடுத்து உன் துன்பத்தை நீக்குகிறேன்; அஞ்சாதே" என்றான். இராவணனுக்கு மகிழ்ச்சி தாங்கவில்லை. தம்பியைக் கட்டி அணைத்து மகிழ்ந்தான். மயில் இராவணன் அண்ணனிடம்

அ.கா. பெருமாள்

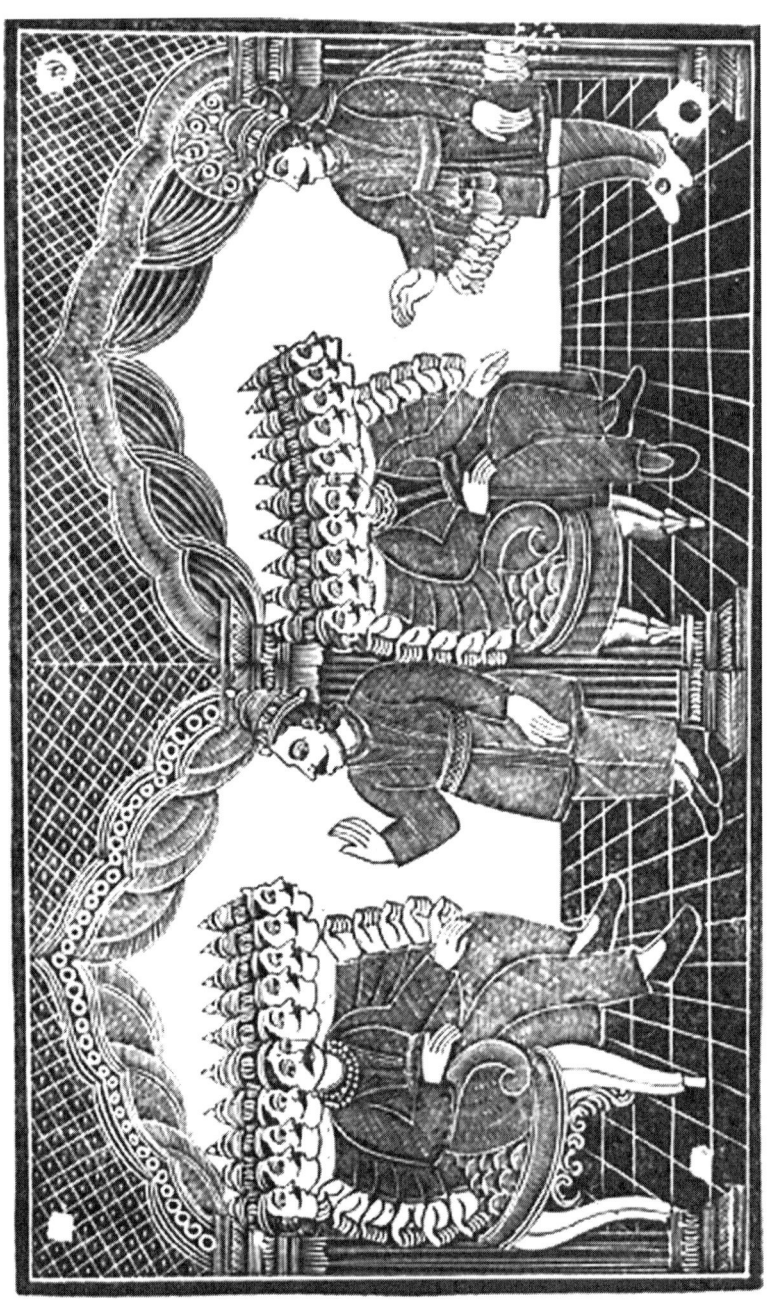

இராமன் எத்தனை இராமனடி!

விடைபெற்றுக்கொண்டு பாதாள இலங்கைக்குச் சென்றான். அமைச்சனைக் கலந்து ஆலோசித்தான்.

இந்த நேரத்தில் மயில் இராவணன் வந்து போனதைச் சீதைக்குக் காவல் இருந்த விபீஷணனின் மகள் திரிசடை அறிந்தாள். மயில் இராவணனின் பெருமையைச் சொன்னாள்; "அவன் இராம இலக்குவர்களைப் பதினைந்து நாழிகைக்குள் பாதாள இலங்கைக்குக் கொண்டு செல்வதாகச் சபதம் செய்திருக் கிறான். அதனால் இராம இலக்குவரிடம் இதை அறிவித்துவிடு" என்றாள். வாயு பகவான் விபீஷணனிடம் திரிசடை கூறியதைச் சொன்னான்.

விபீஷணன் இராமனிடம் மயில் இராவணன் வந்ததைப் பற்றியும் இராமனுக்கு வரப்போகும் துன்பத்தைப் பற்றியும் கூறினான். இராமனின் பக்கத்திலிருந்து அதைக் கேட்ட சுக்ரீவன் "மயில் இராவணன் யார்? அவனைப் பற்றிச் சொல்லுங்கள்" என்று விபீஷணனிடம் கேட்டான்.

விபீஷணன் மயில் இராவணனின் சாகசங்களைக் கூறி னான். அதைக் கேட்ட சுக்ரீவன் இவனை வெல்ல நம்மால் ஆகாது; அதற்குத் தகுந்தவன் அனுமனே; அவனை வேண்டு வோம் என்று முடிவுசெய்தான்; அனுமனை அழைத்தான்; மயில் இராவணனைப் பற்றிக் கூறினான்; அனுமன் மகிழ்வு பொங்க தோள்கள் பூரிக்க "அவனைக் கொன்று இரத்தம் குடிப்பேன்" என்றான், "இப்போதே இராம இலக்குவர்களை யும் அவர்களது எழுபது வெள்ளம் சேனையையும் என் வாலினாலேயே காப்பாற்றுவேன்" என்றான். தன் பெரிய வாலை நீட்டிச் சேனையைச் சுற்றிக் கோட்டை கட்டினான். வால் வளர்ந்து வளர்ந்து கற்சுவர் போல் உருவாகி இராம இலக்குவரையும் அவர்களது படைகளையும் வளைத்தது. கோட்டை வாசல் அனுமனின் வாயே. வாய்வழி புகுந்து காதுவழி செல்ல வேண்டும். வாலால் ஆன அந்தக் கோட்டை யில் அயோத்தி வீரர்கள் பர்ணசாலையில் தங்கினர். விபீஷணர் இரவு முழுவதும் காவல் செய்ய நீலன், நளன், அங்கதன் ஆகியோரிடம் கட்டளை இட்டான். இரவில் வீரர்கள் விழித் திருக்க இசைக்கருவிகள் முழங்க ஆணையிட்டான். எங்கும் வீரர்களின் ஆரவாரம்; இசைக்கருவிகளின் முழக்கம்; நாழிகை பதினைந்து நெருங்கியது.

இராம இலக்குவர்களை எப்படிக் காளிக்குப் பலி கொடுக்க லாம் என்று சிந்தித்தான் மயில் இராவணன், சதுரன், சகலப் பிரவாணன், மாயவினோதன், சாத்தி என்ற நான்கு அமைச்சர் களுடன் கலந்து உரையாடினான். அவனது எண்ணத்தை

அறிந்து அவன் மனைவி வர்ணமாலிகை வந்தாள். கணவனுக்கு அறிவுரைகள் பல கூறினாள். விஷ்ணுவின் அவதாரமான இராமனின் பெருமைகளை எடுத்தோதினாள்; மயில் இராவணனோ அவளை அலட்சியம் செய்தான். அவளைத் தள்ளிவிட்டுப் பெரும் படையுடன் புறப்பட்டான்.

சதுரன் என்ற அமைச்சன் "நான் இராம இலக்குவரைக் கொண்டு வருவேன்" என்று கூறிப் புறப்பட்டான். அவன் மாற்று உருவம் எடுத்து இராமன் இருந்த இடத்தை அடைந்தான். ஆனால் யாரையும் காணவில்லை. ஆகாயத்திற்கும் பூமிக்கு மாக வெறுங்கோட்டை ஒன்று இருப்பதைக் கண்டு வீணே திரும்பினான். அமைச்சர் சாயித்தன் "நான் சென்று இராமனைக் கொண்டு வருவேன்; இது என்ன பிரமாதம்" என்று பரிகாசத் துடன் கூறிக்கொண்டு பெரும் படையுடன் புறப்பட்டான். வால் கோட்டையைச் சுற்றி வந்தான். பறவையாகப் பறந்து உள்ளே நுழைய முயன்றான்; முடியவில்லை. வாலைக் கிளப்பிக் கொண்டு தலையை உள்ளே விட்டான். மூக்கும் வாயும் சிதைந்ததுதான் மிச்சம்; வேறு பலனில்லை. மயில் இராவண னின் முன்னே தலை குனிந்து வந்தான்.

மயில் இராவணன் திரும்பிவந்த அமைச்சர்களைப் பார்த் தான். உங்களை நம்பிப் பலன் இல்லை. நானே முயற்சி செய்ய வேண்டும்; சென்று வென்று வருவேன் என்று கூறி விட்டுத் தாமரைத் தண்டின் வழியே பூ உலகிற்கு வந்தான். விபீஷணரைப் போல் உருமாறி அனுமனின் அருகில் சென்றான். "அனுமனே எல்லாம் பத்திரமா? உள்ளே வீரர்கள் உற்சாகத் தோடு இருக்கின்றார்களா?" என்று கேட்டுக்கொண்டே அனும னின் வாய் வழி புகுந்து வால் கோட்டைக்குள் சென்றுவிட் டான். உள்ளே உறங்கிக்கொண்டிருந்த இராம இலக்குவரை மாயமாய் பெட்டியில் அடைத்து எடுத்துக்கொண்டு உள்ளே போனதுபோலவே வெளியே வந்தான். அனுமானிடம் "கவனம்! மயில் இராவணன் என்னைப் போலவே வேடமிட்டுக் கொண்டு வந்துவிடக் கூடாது. அப்படி வந்தாலும் வரலாம்" என்று கூறி எச்சரிக்கை செய்துவிட்டுப் பாதாள இலங்கைக்குச் சென்றான். அங்கு மாயப்பெட்டிக்குக் காவலாக அரக்கர் களை வைத்துவிட்டு நிம்மதியாகப் படுத்தான்.

மயில் இராவணனின் செய்கையைக் கண்ட ஆகாய வாணி "இராக்கதனே! உன் செயல் அடாதது; கொடுமை புரியாதே! அனுமன் எப்படியும் இராம இலக்குவர்களைக் கண்டுபிடிப்பான்; அப்போது உன்னைக் கொன்று உன் நகரை அழிப்பான்; உன் தங்கை தூரதண்டிகையின் மகனான நீலமேகனுக்குப் பட்டம் கட்டுவான். இப்போதே அவர்களை

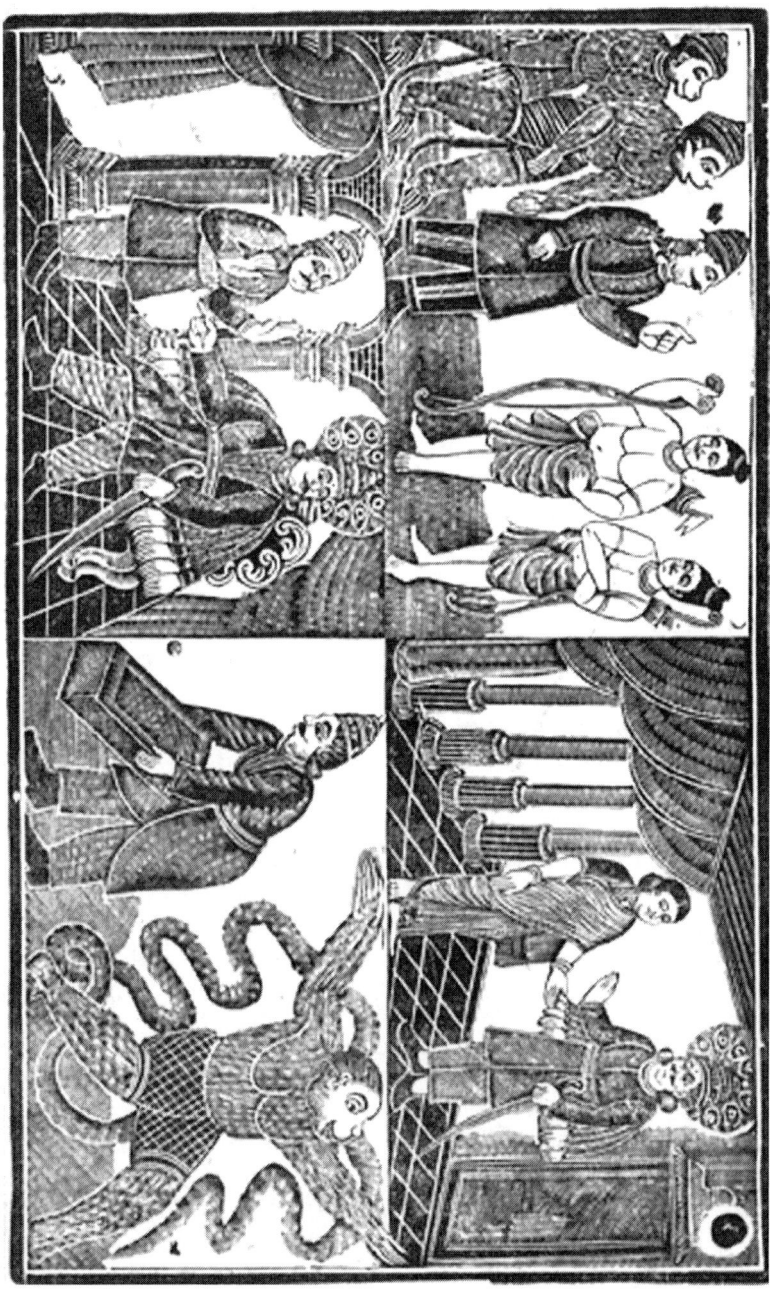

விட்டுவிடு" என்றாள். மயில் இராவணனோ அதை இலட்சியம் செய்யவில்லை. மாறாகத் தூர தண்டிகையையும் நீலமேகனையும் பிடித்து விலங்கு பூட்டிச் சிறையில் அடைத்துக் குகையில் ஒளித்து வைத்தான்.

இந்த நேரத்தில் விபீஷணன் அனுமனிடம் கவனம் என்று சொல்லிச் சுற்றிவந்தான். அனுமன் "என்ன ஐயா அரை நாழிகை முன்புதானே எச்சரித்தீர்; அதற்குள் மறந்துவிட்டீரோ" என்று கேட்டான். விபீஷணனுக்கு அப்போதுதான் புரிந்தது; மயில் இராவணன் தன் உருவில் வந்து ஏமாற்றிவிட்டான் என்று. கீழே விழுந்தான்; ஐயோ என் அண்ணனைப் பகைத்து இராமனிடம் சரண் புகுந்தேனே. அவனை மயில் இராவணனிடம் விட்டுக்கொடுத்துவிட்டாயே என்று அரற்றினான். அனுமன் நடந்ததை உணர்ந்து ஓவெனக் கதறினான். மயங்கி விழுந்தான். என்ன செய்வது என ஏங்கிக் கேட்டான். "சுக்ரீவன் வந்து சுவாமியை எங்கே என்று கேட்டால் என்ன பதில் சொல்வேன். அவனது எழுபது வெள்ளம் சேனைகளும் சுவாமி இல்லை என்றால் ஓடிவிடுமே. மயில் இராவணன் எங்கே இருப்பான்; பாதாள இலங்கைக்கு எப்படிப் போவது" என்றெல்லாம் கேட்டான்.

விபீஷணன் அனுமனைப் பார்த்துப் பாதாள இலங்கைக்கு நீர் போவதா? ஒருவராலும் முடியாது, கடலின் நடுவே ஒரு தாமரை உண்டு; அதற்கு ஒரு தண்டு உண்டு. அதன் துவாரம் வழி சரீரத்தை ஒடுக்கி காற்று போலச் சென்றால் ஒரு அக்கினிக் கோட்டையைப் பார்க்கலாம். அக்கோட்டையில் மச்சவல்லபன் என்ற அரக்கன் இருப்பான். அவனுக்கு உதவ இரண்டாயிரம் லட்சம் அரக்கர்கள் உண்டு. அவர்களைக் கடந்து சென்றால் ஒரு குளம் உண்டு. அந்த வழி செல்கின்றவர்கள் எல்லோரையும் சோதனை செய்து பார்ப்பார்கள். சந்தேகம் இருந்தால் தலையைச் சீவிவிடுவார்கள். இத்தனை காவல்களை உடையது பாதாள இலங்கை என்றான்.

அனுமன் விபீஷணனிடம் விடைபெற்றுக் கொண்டு தாமரைத் தண்டின் வழி பாதாள இலங்கையில் உள்ள அக்கினிக் கோட்டையை அடைந்தான். அங்கு இருந்த அரக்கர்கள் அவனை எதிர்த்தனர். எல்லோரையும் ஒருசேர அழித்தான். அப்போது மச்சவல்லபன் என்ற தலைவன் ஓடி வந்தான். அனுமனை எதிர்த்தான். அனுமனுக்கும் மச்சவல்லபனுக்கும் வெகுநேரம் சண்டை நடந்தது. அனுமனால் அவனுடன் சமமாக நிற்க முடியவில்லை; அனுமனுக்கு அதிசயம்; "என்னடா இது என்னால் எதிர்க்க முடியாத ஒருவனா? யார் இவன்? தெரியவில்லையே என்று அதிசயித்து நீ யார்? உன் குலம் என்ன?

நான் எங்கெல்லாமோ சென்று போர் செய்தேன்; வெற்றி வாகை சூடினேன். இங்குதான் என் சக்தி ஒடுங்குகிறது. இனி நான் உயிரோடு இருப்பதில் பலனில்லை. எனக்கு அழிவு வந்து விட்டது" என்றான்.

அனுமனின் பேச்சைக் கேட்ட மச்சவல்லபன் "ஓகோ என்னைப் பற்றியா? சொல்கிறேன் கேள். என் தந்தை எட்டுத் திசையிலும் உள்ள பகைவரை வெல்லும் வலிமை படைத்தவர். மும்மூர்த்தியை வெல்லுபவர்; சுத்த வீரர்; சிரஞ்சீவி; அவர் பெயர் அனுமன். என் தாயோ திமிதி என்னும் மச்சகன்னி. என் தந்தை வழிப்பாட்டன் வாயு தேவன்" என்றான். கேட்டான் அனுமன் "அனுமனின் மகன்" என்ற பேச்சு அவனைத் தாக்கியது. அனுமன் என்ற பெயரில் வேறு யாரேனும் உண்டோ? என் பிரம்மச்சரியம் தவறியது எனக்கே தெரியாதே. இராவணனின் அந்தப்புரத்திற்குப் போனபோது அரக்க குலத்துப் பெண்கள் தாறுமாறாகக் கிடந்தார்களே அப்போது என்னை அறியாமல் நான் சபலப்பட்டு விட்டேனோ? அதனால் அவர்களுக்குப் பிள்ளை வந்துவிட்டதோ? இல்லையே; இவன் தாய் அரக்கி அல்லவே; மச்சகன்னி அல்லவா? ஒன்றும் புரியவில்லையே; திகைத்தான் அனுமன். அவனது திகைப்பைத் தவறாக எண்ணிய மச்சவல்லபன் "என்ன போருக்கு வருகிறாயா? அல்லது தோல்வியை ஒப்புக் கொள்கிறாயா? சீக்கிரம் முடிவைச் சொல்" என்றான். அனுமன் அவனது கேள்விக்குப் பதில் கூறாமல் "அப்பா, அனுமன் என்றாயே; அவன் எங்கிருக்கிறான்? என்ன செய்கிறான்? யாரிடம் பணிபுரிகிறான்?" என்று கேள்வி மேல் கேள்வி கேட்டான்.

மச்சவல்லபன் சிரித்துக்கொண்டே பதில் கூறினான் "தோல்வியை மறைக்க இப்படியா வழி திருப்புகிறாய்; இருந்தாலும் சொல்கிறேன் கேள். அயோத்தி இராமனின் அடியவர் என் தந்தை. சுக்ரீவனின் வலதுகை. ஒருமுறை என் தந்தை நீலன் நளன், குமுதன், கேசன் ஆகிய வானர நண்பர்கள் கிட்கிந்தை மலையில் காத்திருக்க, கடல்வழி இலங்கைக்கு வள்ளல் இராமனின் தர்ம பத்தினியைத் தேடச் சென்றார். வழியில் அவரது நிழலைக் கடலில் வாழ்ந்த வெட்கை என்ற அரக்கி விழுங்கிவிட்டாள். அவளது வாய் வழி சென்ற என் தந்தை அவளது வயிற்றைக் கிழித்துக்கொண்டு வெளியே வந்தார். அப்போது அவரது உடல் வியர்வையால் நனைந்தது. பெருகிய வியர்வையை வழித்துவிட்டார் என் தந்தை. அது கடலில் வாயைப் பிளந்து நின்ற மச்சத்தின் திறந்த வாயில் விழுந்தது. உடனே கர்ப்பமடைந்த மச்சகன்னி என்னைப் பெற்றாள். என் தந்தையோ இதை ஒன்றும் அறியாது போய்விட்டார்.

அ.கா. பெருமாள்

தாயின் வயிற்றிலிருந்துவந்த என்னை ஒருவர் தடவிக் கொடுத்தார்; அன்போடு அரவணைத்தார். யார் எனப் பார்த்தேன். அவர் என் பாட்டன் வாயுதேவன். அவர் புன்னகைத்தபடி "குழந்தாய்! உனக்கு என்ன வரம் வேண்டும்? கேள்" என்று கேட்டார். நான் ஒரே ஒரு வரம் கேட்டேன். "என் தந்தையை விட வலிமை உடையவனாக இருக்க வேண்டும் என்று. உடனே சிறிது நேரம் தவம் செய்து விட்டு எனக்கு வரம் தந்தார்; வாழ்த்தினார்" என்றான். அனுமனுக்குக் கண்ணில் நீர் சுரந்தது. "மகனே; நானே உன் தந்தை அனுமன்" என்றான். அவனது குரல் தழுதழுத்தது. மகனுக்கு உடல் நடுங்கியது. தந்தையின் காலில் விழுந்தான். "நானா உன்னை அடித்தேன்; என்ன பாவம் செய்தேன்; தவறிழைத்தேனே!" என்றான்.

அனுமன் தன் கண்ணீரைத் துடைத்துக்கொண்டு "அப்பா! நான் இராம இராவணப் போரில் தீவிரமாக ஈடுபட்டிருந்தேன். இராவணனால் இராமனின் வீரத்திற்கு முன்னால் நிற்க முடியவில்லை. அதனால் உன் தலைவன் மயில் இராவணனின் உதவியை நாடினான். மயில் இராவணன் என் பலத்த காவலை ஏமாற்றிவிட்டு இராமசாமியை எடுத்து வந்து விட்டான். அவ்விடமிருந்து அவர்களை மீட்க வந்துள்ளேன்" என்றான் அனுமன்.

மச்சவல்லபன் அதற்கு "தந்தையே! நான் ஒருமுறை பதினான்கு உலகங்களையும் ஜெயிக்கப் புறப்பட்டேன்; அப்போது மயில் இராவணன் என்னை அன்போடு அழைத்து உபசரித்து 'நீ எங்கும் போக வேண்டா; இந்தப் பாதாள உலகைக் காவல் காத்துவா' என்று கூறி எனக்குப் பல விதங்களில் நன்மை செய்து வைத்துக்கொண்டான். அப்படிப் பட்டவனுக்கு நான் எப்படித் துரோகம் செய்வேன்? செய்நன்றி மறப்பது குற்றமல்லவா? நீர் தரும சாஸ்திரத்தைக் கற்றவர் அல்லவா? உமக்கு நான் சொல்லியா தெரிய வேண்டும். அதனால் வேறு வழி சொல்கிறேன். நான் உயிரோடு இருக்கும் வரை மயில் இராவணனுக்குத் துரோகம் செய்யமாட்டேன். என் உயிர் என் நெஞ்சில் இருக்கிறது. நீர் என் நடு மார்பில் குத்தினால் நான் மயக்கமடைவேன். பிறகு நீர் கோட்டைக்குள் போகலாம்" என்றான். அனுமன் வேறு வழியின்றி மனம் இன்றி மச்சவல்லபனின் மார்பில் குத்தினான். அவன் மயங்கி விழுந்ததும் பாதாள இலங்கையின் உள்ளே சென்றான்.

பாதாள இலங்கையில் முதலில் செங்கல் கோட்டை, பின் இரும்பு, வெள்ளி, வெண்கலம், தங்கம் என்று கோட்டைகள் அடுக்கடுக்காய் வந்தன. அக்கோட்டைகளை எளிதாகத் தாண்டிய

அனுமன் பெரிய சோலை ஒன்றில் சென்றான். அங்கு நின்ற மரத்தில் ஏறி அமர்ந்துகொண்டு சுற்றுமுற்றும் பார்த்தான்.

இந்த நேரத்தில் மயில் இராவணன் குளித்து, குங்குமம் பூசி அழகுபடுத்தி அரண்மனைக்கு வந்தான். "இப்போது காலம் என்ன" என்று காலக் கணக்கரிடம் கேட்டான். அவன் "ஐயா! நாழிகை நெருங்கிவிட்டது; இராம இலக்குவரைப் பலிகொடுக்கும் நேரம் வந்து விட்டதே" என்றான். மயில் இராவணன் தன் தங்கையை அழைத்தான். "இராம இலக்குவரைக் காளிக்குப் பலிகொடுக்க வேண்டும்; அதற்காக உத்தியாவனத் திற்குப் போய் தண்ணீர் கொண்டு வா; நாழிகை நெருங்கி விட்டது" என்று கட்டளை இட்டான். அவள் தங்கக் குடம் எடுத்துத் தண்ணீருக்குச் சென்றாள்.

மயில் இராவணனின் உத்தியாவனத்தில் அழகிய பொய்கை ஒன்று இருந்தது. அதன் கரையில் அமர்ந்தாள் தூரதண்டி. கையைத் தலையில் வைத்துக் கொண்டு அழுதாள். "தெய்வமே! நான் என்ன செய்வேன். இராம இலக்குவருக்கு என்னாலா இறப்பு வர வேண்டும். அந்தப் பாதகனுக்கு எப்படித்தான் இந்தத் துர்புத்தி வந்ததோ? என்னை விலங்கிலிட்டான்; என் மகனைச் சிறையிலடைத்தான்; என்னை விதவை ஆக்கினான். இவை காணாதென்று அயோத்தி இளைஞர்களை அழிக்க வேண்டும்; தண்ணீர் எடுத்துவா என்கிறான். அனுமனோ விபீஷணனோ அவர்களைக் கொண்டு செல்லக் கூடாதா? அந்த அனுமனை எல்லோரும் வல்லவன் என்கிறார்களே; அவன் திடீரென வரக்கூடாதா?" என்று ஓலமிட்டாள்; அழுதாள்.

தூரதண்டியின் ஓலக்குரலைத் தூரத்திலிருந்து கேட்டான் அனுமன். அருகில் வந்து அவளைப் பார்த்தான். இவள் யாரென்று தெரியவில்லையே; மயில் இராவணன்தான் நம்மைப் பிடிக்கச் சூது செய்தானோ? அல்லது இவள் இராமசாமியின் பேரில் அன்புடையவளோ? எப்படி அறிவது. அவள் முன்னே நாம் சென்றால் அஞ்சி ஒதுங்கிவிடக் கூடாதே என்று எண்ணினான். அவள் அருகில் சென்றான், "அம்மா!, இராமநாமத்தைக் கூறினாயே! புண்ணியவதி! அவன் இருக்குமிடம் எங்கே? அவர்களைத் தரிசிக்க வேண்டும்" என்றான். அவள் அனுமன் பேசியதைக் கேட்டுத் திகைத்தாள். "குரங்கு பேசுகிறதே; ஒரு வேளை இது அனுமனாக இருக்கலாமோ?" என்று எண்ணி னாள். அவளது திகைப்பைப் புரிந்துகொண்ட அனுமன் "அம்மா! எனக்கு எல்லா மொழிகளும் தெரியும் விலங்குகள் பேசினால்கூட நான் புரிந்துகொள்வேன். என் முழு உருவத்தைக் காட்டினால் இன்னும் திகைப்பாய்" என்று கூறினான்.

அனுமன் விஸ்வரூபம் எடுத்தான். அடிமுடி தெரியாத அப்பேருருவத்தைக் கண்டாள் அவள்; மகிழ்ந்தாள்; நடுங்கினாள். அவளுக்கு அச்சம் பிறந்தது. "ஐயனே உன் வடிவத்தை மாற்றிக்கொள்ளும்" என்றாள். அனுமனும் தன் வடிவை மாற்றிக் கொண்டான். அவளிடம் பின்வருமாறு கேட்டான்: "பெண்ணே! உன் காலில் விலங்குகளை யார் இட்டார்கள்? நீ திருடினாயா? கொள்ளையடித்தாயா?" என்றான். அவள் தன் கதையைக் கூறினாள்.

"ஆஞ்சநேயரே! நான் மயில் இராவணனின் தங்கை தூரதண்டி. என் கணவன் காலதத்தன். மயில் இராவணன் என் கணவனைத் தனக்கு உதவியாக வைத்துக்கொண்டு அமைதியாக நாட்டை ஆண்டு வந்தான். அப்போது எனக்கு ஆண் குழந்தை பிறந்தது. அதற்கு நீலமேகம் என்று பெயரிட்டேன். என் அண்ணன் மயில் இராவணனுக்குப் பெண் குழந்தை பிறந்தது. அதற்கு ரூபவதி என்று பெயரிட்டான். இரு குழந்தைகளும் வளர்ந்துவரும் நாளில் ஒரு நாள் என் அண்ணன் என் கணவனிடம் "இந்த ரூபவதியை நீலமேகனுக்கு மணம் முடித்தால் எப்படி இருக்கும்" என்று கேட்டான். உடனே ஆகாயவாணி "அதுவே நல்லது; நீலமேகம், ரூபவதியை மணம் செய்தால் பாதாள இலங்கைக்கு அவனே அரசன்" என்றாள். அது கேட்ட மயில் இராவணன் கோபம் அடைந்தான். அப்படியா சங்கதி நான் விளையாட்டுக்கு அல்லவா இவ்வாறு கூறினேன். இந்தக் குழந்தையும் காலதத்தனும் இருந்தால் அல்லவா என் மணிமுடி பறிபோகும். இப்போதே இவர்களை ஒழித்துவிடுகிறேன் என்று கூறினான். வாளை வீசி என் கணவனை அரசவையிலேயே கொன்றுவிட்டான். நான் கதறினேன்; கெஞ்சினேன் அதனால் என்னை விட்டுவிட்டான்; என் குழந்தையையும் விட்டான். ஆனால் எங்கள் கால்களில் இரும்பு விலங்கைப் போட்டுச் சிறையில் அடைத்தான். என் வாழ்க்கை இப்படி ஆகிவிட்டது" என்றாள்.

அனுமன், அவள் கால் விலங்கை ஒரு நொடியில் ஒடித்தான். "பெண்ணே! நீ என்னிடம் அபயம் என்று வந்தாய். நான் அபயம் அளிக்கிறேன். உன் மகன் நீலமேகனுக்கு ரூபவதியைக் கட்டிவைத்து அவனையே அரசனாக்குவேன்; கவலை விடுக; நீ அந்த மயில் இராவணனைப் பற்றிச் சொல்; அவன் எங்கே இருப்பான்? அவனிடம் எப்படிப் போக வேண்டும்? வழிமுறைகள் என்ன?" என்று கேட்டான். தூரதண்டி சொன்னாள் "என் அண்ணனை மூவராலும் ஜெயிக்க முடியாது; அவன் மாய வினோதன். வரங்கள் பல பெற்றவன். அவனது கோட்டை வாயிலிலே ஒரு தூர இயந்திரம் உண்டு. அதில் வருபவர்களை நிறுத்திவைப்பர் காவலர். இது, மூன்று தரம் சரியுமாயின்

இராமன் எத்தனை இராமடி!

அவன் பாதாள இலங்கையின் பகைவன் என முடிவு கட்டு வார்கள். உடனே இருபது லட்சம் அரக்கர்கள் வந்து அவனைக் கொன்று போடுவார்கள்".

அனுமன் சிந்தித்தான். பின்பு தூரதண்டியிடம் சொன்னான், "பெண்ணே! என்னை மயில் இராவணனின் அரண்மனையின் முன்னே அழைத்துச் செல். அதற்குப் பிறகு நடப்பதைப் பார்" என்றான். அவளோ அஞ்சினாள். "உன்னை அழைத்துச் சென்றால் தராசு முள் மாறிவிடும். பிறகு, நான் எப்படி உயிரோடு இருப்பது? அது மட்டுமல்ல உன்னை எந்த உருவில் அழைத்துச் செல்வது?" எனக் கூறித் தயங்கினாள். அனுமன் அவளுக்குத் தைரியம் ஊட்டினான். "குடத்தில் தண்ணீரை எடு; அதில் ஈயாக மாறி அமர்கிறேன்" என்றான்.

தூரதண்டி குடத்தில் தண்ணீரை எடுத்தாள்; நீர் அலம்பாமல் இருக்க ஒரு மாங்கொம்பை ஒடித்து அதில் வைத்தாள். அனுமன் மாவிலையில் ஈயாக மாறி அமர்ந்தான். தூரதண்டி மெல்ல நடந்து மயில் இராவணனின் அரண்மனைக்குச் சென்றாள். தராசு முள் உடனே சாய்ந்தது, பார்த்தனர் காவலர். 'யாரோ எதிரி வந்துவிட்டான்' என உணர்ந்து தலைவன் தத்தாட்சகனை அழைத்தனர். அவன் வாளை உருவிக்கொண்டு வந்தான். அனுமன், இதுதான் சமயம் என்று முடிவுசெய்து அரக்கர்களின் மீது பாய்ந்தான். கொன்று குவித்தான். குவிந்தன பிணங்கள். எங்கும் ஒரே குருதி மயம். ஆகாயம் சிவப்பு ஆடை கட்டியது போல் எங்கும் செந்நிறக் குளம்புகள் தெளித்தன.

அப்போது சிறையிலிருந்து நீலமேகன் ஓடி வந்தான். "அனுமந்த சாமியே நீ மாபெரும் வீரர். உம் கொடூரத்தைக் கண்ணால் கண்டு மகிழ்ந்தேன். நீ இராம இலக்குவரை அழைத்துச் செல்ல உதவுவேன். ஆனால் எனக்கு அச்சமாக இருக்கிறது. நீ இராம இலக்குவரை அழைத்துச் சென்ற பின்பு என்னையும் என் தாயாரையும் மயில் இராவணன் கண்ட துண்டமாக்கி விடுவானே. எப்படி நாங்கள் அதன் பின்பு வாழ்வோம்? ஆகவே எனக்குப் பட்டம் கட்டிவிடு என்று நான் சொல்லவில்லை. உனக்குப் பிடித்தவருக்குப் பாதாள இலங்கையைக் கொடு. ஆனால் மயில் இராவணனை உயிரோடு விட்டுச் செல்லாதே" என்று இறைஞ்சினான்.

அனுமன், தூரதண்டியையும் நீலமேகனையும் ஒரு குகையில் மறைத்துவைத்துவிட்டுப் பத்திரகாளி கோவிலுக்குச் சென்றான். அந்தக் கோவிலின் முன் வாயிலைக் கையால் இடித்தான். உள்ளே நுழைந்தான். அங்கே ஆயிரம் கண்ணரின் அருகே இராம இலக்குவரைக் கண்டான். ஆனால் அறிதுயில் அண்ணல் அரக்கரின் மாயையால் கண்களைத் திறக்காமல் மீளா உறக்கத்தி

இராமன் எத்தனை இராமனடி!

லிருந்தார். அனுமனால் அவர்களை எழுப்ப முடியவில்லை. சிந்தித்தான். இவர்களை எழுப்புவதைப் பிறகு பார்க்கலாம். இப்போது இவர்களைப்பற்றி ஓரிடத்தில் கொண்டு வைப்போம் என்று முடிவு கட்டிப் பூமாதேவியிடம் அவர்களை எடுத்துச் சென்றான், "அம்மையே இவர்களைப் பாதுகாத்துத் தருவாய். இவர் உன் தங்கையின் கணவன்" என்றான். பூமாதேவியும் இராம இலக்குவர்களைப் பாதுகாக்கும் பொறுப்பை ஏற்றுக் கொண்டாள்.

இப்படி இருக்கும்போது, கடகன் என்ற அரக்கன் அவன் மனைவி மீது தீராத் தாபம்கொண்டு நெருங்கினான். அவளோ சீறினாள். "சீ ஒரு குரங்குக்குப் பயந்து சரணம் பண்ணிவிட்டு வந்தாயே நீயும் ஒரு மனிதனா? வீரமில்லாத நீ என் உடலை மட்டும் தழுவி அணைக்கலாமா?" என்று ஏசினாள். அவளது பேச்சைக் கேட்டுத் தாளாத அவளது கணவன், இப்போது என் சாகசத்தைப் பாராய் என்று துள்ளி எழுந்தான். மயில் இராவணனின் வீரர்களிடம் சென்றான். அனுமனின் வரவைப் பற்றியும் அவனது பேராண்மையைப் பற்றியும் சொன்னான்.

மனைவியுடன் சரசமாடிக்கொண்டிருந்த அரக்கன் மயில் இராவணன், அரக்க வீரன் கூறியதைக் கேட்டான். காதில் இரும்பைக் காய்ச்சி ஊற்றியது போல் இருந்தது அவனுக்கு. துள்ளி எழுந்தான். 'குரங்கா என் நாட்டை அழிக்க வந்தது' என இகழ்ச்சிக் குறிப்புடன் சிரித்தான். அலட்சியமாகத் தன் வீரர்களை அழைத்தான். யாரும் வரவில்லை. அமைச்சர்கள் மட்டுமே வந்தனர். "ஐயனே அந்தக் குரங்கு நம் வீரர்கள் பலரை அழித்துவிட்டது. தூரதண்டிகையையும் நீலமேகனை யும் விடுதலை செய்துவிட்டது" என்றார்கள்.

மயில் இராவணன் பத்திரகாளி கோவிலுக்குச் சென்றான். அங்கே இராம இலக்குவரை வைத்திருந்த பெட்டியைக் காண வில்லை. கோவில் இடிந்து தவழ்ந்து கிடந்தது. மயில் இராவண னுக்கு ஒன்றும் புரியவில்லை; மயங்கினான். தன் படைத்தலைவர் களை அழைத்தான். "இப்போதே என் தங்கை தூரதண்டிகை யையும் நீலமேகனையும் கட்டி இழுத்து வாருங்கள்" என்றான். ஆனால் அவர்களால் முடியவில்லை. அவர்களை ஓடஓட விரட்டினான் அனுமன். மாண்டவர்களின் கூட்டம் பாதாள உலகின் மேலே எழும்பி நடு உலகைத் தொட்டது. இப்படியே வித்திய சம்மன், உத்திரசேனன், காலத்தச்சன் ஆகிய படைத் தலைவர்களை அழித்தான்.

இறுதியில், மயில் இராவணனே அனுமனை எதிர்க்க தேரில் வந்தான். இருவருக்கும் நெடு நேரம் சண்டை நடந்தது.

அனுமன் மயில் இராவணனின் தேரை உடைத்து அவனது மார்பில் குத்தினான். மயக்கமடைந்து விழுந்த மயில் இராவணன் சிறிது நேரத்தில், மீண்டும் பலம்பெற்றவன்போல் எழுந்து அனுமனுடன் சண்டை செய்தான். அனுமன் அரக்கனைக் கொன்றதும் மீண்டும் அவன் உயிர்பெற்று எழுந்தான். இந்த விந்தையைக் கண்ட அனுமன் திகைத்தான் "இதென்ன இவனை நாம் எப்படிச் சாய்க்க முடியும். விபீஷணனும் தூரதண்டிகை யும் இவனது இந்த வல்லமை பற்றிச் சொல்லாமல் விட்டார் களே. என் பிரதிக்ஞை என்னாவது? எப்படித் திரும்புவேன் என்று மயங்கினான். தூரதண்டிகையே இனி எனக்குக் கதி. அவளிடம் சென்று வழி கேட்போம் என்று முடிவு கட்டி அவளிடம் சென்றான்.

மயில் இராவணனின் தங்கை அனுமனைக் கண்டு "என்ன வீரனே வெற்றியா?" என்று கேட்டாள். அனுமனுக்குக் கோபம் வந்தது. "கண்டாயா. மயில் இராவணனின் மாயை பற்றி முழுவதையும் சொல்லாமல் விட்டாயே. அவனை வெற்றிபெற முடியவில்லையே. எப்படி அடித்தாலும் அவன் உயிர் போக வில்லையே. அதன் மர்மம் என்ன? சொல்லு" என்று கேட்டான். அவளும் பழைய நிகழ்ச்சியை நினைவுபடுத்திச் சொன்னாள். "ஐயனே! ஒருமுறை என் கணவன் உயிரோடு வாழும்போது மயில் இராவணனை என் வீட்டுக்குப் போஜனம் பண்ண அழைத்திருந்தார். அவனும் வந்தான். நல்ல அறுசுவை உண்டி களைக் கண்ட மகிழ்ச்சியால் தன்னைப் பற்றி என் கணவ னிடம் சொன்னான்.

மயில் இராவணன் பல ஆண்டுகளுக்கு முன் பிரம்மாவை நோக்கிப் பெரும் தவம் இருந்தான். அவனது தவ முதிர்ச்சியால் பிரம்மா தோன்றி என்ன வேண்டும் என்று கேட்டான். அரக்கன் "என் உடலை எப்படி வெட்டினாலும் அது அழியக் கூடாது. பல கூறாக வெட்டினாலும் அவை உடனேயே சேர வேண்டும். அப்படி ஒரு வரம் வேண்டும்" என்றான். பிரம்மா சிந்தித்துவிட்டு "பஞ்ச பூதங்கள் மாய்ந்தால் உடல் அழிய வேண்டியதுதானே. நான் எப்படி இந்த வரத்தைத் தர முடியும்" என்றார். மயில் இராவணன் விடவில்லை. "என் உடலில் உள்ள பஞ்ச பூதங்களை விந்தியாசல பர்வதத்தில் மறைத்து வைப்பேன். அவை ஐந்து வண்டுகளின் வடிவில் அங்கு இருக்கும். என் உடலை மிதித்து விட்டு அவ்வண்டுகளை அழித்தால் என் உயிரும் போகட்டும்" என்று கேட்டான். பிரம்மாவும் அப்படியே வரம் தந்தார். அந்த வரத்தின் பலனே இவன் இப்போது சாகாமல் இருப்பது என்றாள்.

தூரதண்டிகை சொன்னதைக் கேட்ட அனுமன் மயில் இராவணன் இருந்த இடத்துக்குப் பாய்ந்து சென்றான். அவனை மறுபடியும் முதுகிலே குத்தி கீழே தள்ளினான். இந்த முறை அரக்கன் மாயையை உருவாக்கி அனுமனின் கண்ணை மறைத்துப் போர் புரிந்தான். அனுமனோ "அடே அரக்கா! இந்திரஜித்துவின் மாயைக்கு அஞ்சாத நான் உனக்கா அஞ்சுவேன். திருடா! ஆகாயவாணியின் கூற்று இப்போது மெய்க்கும் பார்" என்றான். மயில் இராவணனுக்குச் சந்தேகம் வந்தது. இவன் எப்படியோ என் உயிர் இருக்கும் இடத்தை அறிந்துவிட்டான்; அதனால் இங்கே நிற்பது நல்லதல்ல என்று எண்ணி மாயமாய் மறைந்தான். அரக்கன் அந்தணர்களை அழைத்து யாகம் செய்யச் சொன்னான்.

அரக்க அந்தணர்கள் பெரும் யாகம் செய்தனர். யாக குண்டத்திலிருந்து பூதம் ஒன்று வந்தது. அதைப் பார்த்து "பூதமே! குரங்குப் பிறவி அனுமனை உடனே அழித்து வா, போ" என்று கட்டளை இட்டான் மயில் இராவணன். பூதம் அனுமனைக் கொல்ல ஓடியது. அனுமனால் பூதத்தை அழிக்க முடியவில்லை. பூதம் உமிழ்ந்த நெருப்பு அனுமனைச் சூழ்ந்தது. அனுமன் தவித்தான். சீதையை எண்ணினான். அப்போது தர்ம தேவதையின் குரல் கேட்டது. "அனுமனே! அருகில் வெள்ளி மலைக்கும் தங்க மலைக்கும் இடையில் ஒரு ஆலமரம் இருக்கிறது. அதன் வழியே போனால் மயில் இராவணன் யாகம் செய்யும் இடத்தைக் காணலாம். அதை அழித்து விடு; உடனே பூதமும் அழியும்" என்று.

அனுமன் தருமதேவதையின் குரல் கூறியபடி ஆலமரத்தைப் பிடுங்கிவிட்டு யாக குண்டத்துக்குச் சென்றான். யாகத்தை அழித்தான். அங்கு வளர்ந்த தீயை அணைத்தான். யாக குண்ட பாத்திரங்களை உடைத்தான். நெய்யைக் கொட்டினான். உடனே பூதம் சக்தி இழந்தது. அனுமனின் பின்னால் வந்தது. "வாயு புத்திரனே! நீ வெல்க; மயில் இராவணன் அழிவது உறுதி" என்று சொல்லிவிட்டுப் போனது. மயில் இராவணன் மறைந்திருந்து இதைக் கேட்டான். "ஐயோ! மோசம் போனேனே இனி ஆஞ்சநேயனின் முன்னே எப்படிப் போவேன். இனி இங்கு இருத்தல் கூடாது" என்று முடிவுசெய்து ஓடினான். வெள்ளியங்கிரியாக மாறி நின்றான். அனுமனோ தூரதண்டிகையின் உதவியால் அவனைக் கண்டுபிடித்துவிட்டான். அவனது மார்பில் ஓங்கிக் குத்தினான். அரக்கனோ மாயமாய் அனுமனின் கண்ணில் படாதவாறு மறைந்தான். இனி நாம் பாதாள இலங்கையில் இருத்தல் கூடாது; இலங்கை இராவணனைச் சென்று சேருவோம்; வேறு வழியில்லை என்று எண்ணி தாமரை நூல் வழிச் செல்லத் தாமரைக் குளத்துக்குச் சென்றான்.

அ.கா. பெருமாள்

தாமரைக் குளத்தின் வாயில் அடைத்திருந்தது. கையால் இடித்தான். காலால் உதைத்தான்; வாயில் திறக்கவில்லை. “யாரடா கதவை அடைத்தது” என்று இடிக் குரலில் கேட்டான். அதற்கு மென்மையான பதில் வந்தது. “நான்தான் வாயு பகவான்; அனுமன் ஆணையால் இங்கு காவல் புரிகிறேன்” என்ற குரல் கேட்டது. மயில் இராவணன் தன் மாயச் செய்கையால் இரங்கிய குரலில் “உன் மகன் அனுமனுக்குப் பாதாள இலங்கையில் பட்டம் கட்டி விட்டேன். எனக்கு வழிவிடு” என்றான். வாயுதேவன் புன்சிரிப்புடன் “இப்போது என் மகன் அனுமன் வருவான்; அவனிடம் கேட்டுக்கொண்டு வெளியே போ” என்றான். மயில் இராவணன் இவனிடம் தன் மாயம் பலிக்காது என்று புரிந்துகொண்டு திரும்பிச் செல்ல முயற்சி செய்தான், அங்கே அனுமன் நின்றான்.

மறுபடியும் துவந்த யுத்தம் நடந்தது. வில்லை வளைத்துப் பாணத்தை அடித்தனர் இருவரும். தோல்வி இருபக்கமும் மாறிமாறி வந்தது. மயில் இராவணன் சிந்தித்தான். இனி நம்மால் போர் செய்ய முடியாது ஓடிவிடுவது நல்லது என்று முடிவு கட்டித் திரும்பிச் சென்றான். அனுமன் விடவில்லை. அரக்கனின் நெஞ்சில் ஒரு காலை வைத்து மிதித்துக்கொண்டு விந்திய பர்வதத்தில் உள்ள குகையில் கையைவிட்டுத் துழாவினான். உள்ளே இருந்த ஐந்து வண்டுகளும் அங்குமிங்கும் ஓடின. வெளியே செல்ல முயற்சி செய்தன. ஆனால் முடியவில்லை. அனுமனின் கையில் அகப்பட்டுத் தவித்தன; அனுமன் அவற்றைத் தரையோடு தேய்த்துக் கொன்றான். அந்தச் சமயத்தில் பஞ்ச பூதங்கள் மயில் இராவணனின் உடலிலிருந்து வெளிப்பட்டன. அவன் தனக்கு மரணம் வருவதை உணர்ந்து கொண்டான். அனுமனைத் தொழுதான். “இராம தூதா அனாத இரட்சகா! ஆஞ்சநேயா! நான் வைகுந்தம் போய் விடுவேன். என் மருமகன் நீலமேகனுக்குப் பட்டம் கட்டு. இராம இலக்குவரை அழைத்துச் சென்று இராவணனை ஒழித்துக் கட்டு. அவன் செய்த கொடுமையை உணராததால் நானும் அகப்பட்டுக்கொண்டேன்!” என்றான். அந்தப் பொழுதிலேயே அவன் உயிர் வைகுண்டம் சென்றது.

இந்த நேரத்தில் நீலமேகனும் தூரதண்டியும் அங்கு வந்தனர். நீலமேகன் மயில் இராவணனுக்குச் செய்ய வேண்டிய கருமங்களைச் செய்தான். அனுமன் அவனுக்கு ரூபவதியை மணம் செய்துவைத்தான். பட்டமும் கட்டினான். நீலமேகன் பாதாள இலங்கைக்கு அரசனானான். அனுமன், இராம இலக்குவரை பூமாதேவியிடம் இருந்து எடுத்துக் கொண்டு பாதாள இலங்கையின் வாயிலுக்கு வந்தான். அங்கு மச்சவல்லபன் நின்றான்.

அவன் "தந்தையே! என்னையும் இராம இலக்குவப் போரில் பங்கு கொள்ள அழைத்துச் செல்லும். இந்தப் புண்ணிய புருஷர்களுக்காக நான் போர்புரிய வாய்ப்புத் தர மாட்டீரா" என்று இரங்கிக் கேட்டான். அனுமன் அதற்கு "வீரனே! நான் பிரம்மச்சாரி என்ற பெயரைப் பெற்றவன்; எனது மகன் இவன் என்று உன்னை அறிமுகப்படுத்தினால் அவமானம் வந்து சேரும். தூய்மை கெடாத நான் அவப்பெயரை வீணாக ஏன் பெற வேண்டும். மகனே நீ இங்கேயே இருந்து நீலமேகனுக்கு உதவி செய்வாய்" என்றான். மச்சவல்லபனும் அதற்கு இசைந்தான்.

ஆகாய வழி இராம இலக்குவருடன் வரும் அனுமனைக் கண்ட நீலன், நளன் போன்ற வானர வீரர்கள் ஆரவாரம் செய்தனர். அனுமனைச் சுற்றி வந்து தாளமிட்டனர். அந்த நேரத்தில் இராம இலக்குவரும் கண்விழித்தனர். இராவணனுடன் போர் செய்ய சுக்ரீவன் தன் படைகளை ஒழுங்கு செய்தான்.

❁

பின்னிணைப்புகள்

பின்னிணைப்பு 1

இராமாயணச் சிற்பங்கள்
(நாகசாமி கணிப்பின்படி)

1. காஞ்சிபுரம் கைலாசநாதர் கோவில்

வாலி லிங்க வழிபாடு செய்தல், இராவணன் வாலியின் வழிபாட்டுக்கு இடையூறு செய்தல்; கி.பி. 8ஆம் நூற். பல்லவர் காலம்.

2. மாமல்லபுரம் ஒலக்கனேஸ்வரர் கோவில்

இராவணன் கைலை மலையை அசைப்பது போன்ற காட்சிச் சிற்பம், கி.பி. 8ஆம் நூற்.

3. காஞ்சிபுரம் மதங்கேஸ்வரர் கோவில் (முகேஸ்வரர்)

இராவணன் கைலையை அசைப்பது போன்ற சிற்பம். கி.பி. 8ஆம் நூற்.

4. காஞ்சி வைகுண்டப் பெருமாள் கோவில்

இராமன் வில்லுடன் நிற்கும் காட்சி. கி.பி. 8ஆம் நூற்.

5. கும்பகோணம் நாகேஸ்வரர் கோவில்

பெரும் அளவில் இராமாயணக் காட்சிச் சிற்பங்கள், ஆரம்பகாலச் சோழர் காலம் கி.பி. 9ஆம் நூற்.

6. திருசிரைப்பூண்டி (தஞ்சை) சடைமுடி மகாதேவர் கோவில்

இராமாயணக் காட்சிகள்; கி.பி. 9ஆம் நூற். பிற்காலப் பல்லவர் பாணி.

7. லால்குடி சிவன் கோவில்

வில்லுடன் இராமன் நின்ற கோலம். பிற்காலப் பல்லவர் பாணி. கி.பி. 9ஆம் நூற்.

8. திருப்புறம்புயம் சிவன் கோவில்

இராமாயண வரிசைக் காட்சி. ஆரம்பகாலச் சோழர் பாணி. கி.பி. 9ஆம் நூற்.

9. புற்ற மங்கை சிவன் கோவில்

இராமாயண வரிசைச் சிற்பம். கி.பி. 10ஆம் நூற். சோழர் பாணி.

10. திருச்சி மாவட்டம் பாச்சூர் அமலீஸ்வரம் கோவில்

இராமாயணச் சிற்பங்கள். கி.பி. 10 நூற். சோழர் பாணி.

11. கும்பகோணம் கும்பேஸ்வரர் கோவில்

இராமாயணக் கதை நிகழ்ச்சிகள். கி.பி. 13ஆம் நூற். சோழர் பாணி.

12. தர்மபுரி சிவன் கோவில்

இராமாயணக் கதை நிகழ்ச்சிகள். கி.பி. 13ஆம் நூற். சோழர் பாணி.

13. சுசீந்திரம் தாணுமாலையன் கோவில்

கம்ப இராமாயணச் சிற்பங்கள். கி.பி. 16ஆம் நூற்.

14. கும்பகோணம் ஸ்ரீ இராமசாமி கோவில்

இராமன் குருவாக அமர்ந்த காட்சி. கி.பி. 17ஆம் நூற். நாயக்கர் பாணி.

செப்புப் படிமங்கள்

(மாதிரிக்குச் சில)

1. தஞ்சாவூர் மருந்தியூர் இராமன் சீதை இலட்சுமணன். 10ஆம் நூற். சோழர் பாணி.

2. திருப்பத்தூர் இராமன் சீதை இலட்சுமணன். கி.பி. 10ஆம் நூற். பாண்டியர் பாணி.

3. காப்பலூர் இராமன் சீதை இலட்சுமணன். கி.பி.11ஆம் நூற். சோழர் பாணி.

4. திருச்சி நாதமங்குடி இராமர் இலட்சுமணன் சீதை. கி.பி. 11ஆம் நூற். சோழர் பாணி.

ஓவியங்கள்

1. திருவண்ணாமலை கோவில் எழுத்து மண்டபம். 16ஆம் நூற். விஜயநகர அரசு.

2. செங்கம் விஷ்ணு கோவில். 16ஆம் நூற். நாயக்கர் காலம்.

3. செஞ்சி விஷ்ணு கோவில். 17ஆம் நூற். நாயக்கர் காலம்.

4. தர்மபுரி ஆதம் கோட்டை விஷ்ணு கோவில். 16ஆம் நூற். நாயக்கர் காலம்.

5. திருச்சி திருவெள்ளறை விஷ்ணு கோவில். 16ஆம் நூற். விஜயநகர அரசு.

6. ஸ்ரீரங்கம் ரங்கநாதர் கோவில். 17ஆம் நூற். நாயக்கர் காலம்.

7. ஸ்ரீவில்லிபுத்தூர் விஷ்ணு கோவில். 17ஆம் நூற். நாயக்கர் காலம்.

8. புதுக்கோட்டை திருக்கோகர்ணம். 18ஆம் நூற். தொண்டைமான் அரசு.

9. தஞ்சை அரண்மனை. 19ஆம் நூற். மராட்டியர்.

10. தஞ்சை சரஸ்வதி மகால். 17ஆம் நூற். மராட்டியர். (இங்கு தாளில் வரையப்பட்ட ஓவியங்களும் உண்டு)

பின்னிணைப்பு 2

இராமாயணக் கதைநிகழ்ச்சிகள் வரும் புராணங்களின் பட்டியல்

1. பத்மபுராணம்

இதில் இராமாயணத்தின் முழுவடிவம் உள்ளது. இந்திரனும் இராவணனும் சீதையின் சுயம்வரத்துக்கு வருகிறார்கள். இராவணன் இறந்த பின்பு கும்பகர்ணன் இறக்கிறான். வண்ணானின் பேச்சைக் கேட்டு இராமன் சீதையைக் காட்டுக்கு அனுப்புகிறான் என்னும் வேறுபட்ட நிகழ்ச்சிகள் இதில் உள்ளன.

2. விஷ்ணுபுராணம்

இராமாயணக் கதை முழுதும் வருகிறது. இதில் சீதை தானாய்ப் பிறந்தவள் என வருகிறது. (அயோரிஜா)

3. சிவபுராணம்

நாரதர் இராமனின் கதையைக் கூறுவதாக வருகிறது. சுருக்கமாகக் கூறப்படுகிறது. சிவனின் விந்துவில் பிறந்தவன் அனுமன் என்பது இதில் வரும் செய்தி.

4. தேவி பாகவதம்

இராமனே சூர்ப்பனகையை வதம் செய்கிறான் என இதில் கூறப்படுகிறது.

5. நாரதபுராணம்

இராமாயணம் சுருக்கமாய் வருகிறது. இதில் சிவனின் அம்சம் இலட்சுமணன் என வருகிறது.

6. அக்னிபுராணம்

இதிலும் இராமாயணம் சுருக்கமாக வருகிறது.

7. பிரம்மவைசார்த்த புராணம்

இராமாயணச் சுருக்கமே வருகிறது. மாயசீதையை அக்னி உருவாக்குகிறான். இராவணன் தூக்கிச் செல்வது இந்தச் சீதையைத்தான்.

8. ஸ்கந்த புராணம்

இதிலும் இராமாயணச் சுருக்கம் வருகிறது. இராமன் தசரதனுக்குப் பிறக்க தர்மபுத்திரன் காரணம்; இராமன் சிவ லிங்கத்தை எடுக்க அனுமனைக் கைலாசத்துக்கு அனுப்புகிறான்; அனுமன் ருத்திரனின் அவதாரம்; அகலிகை நர்மதை நதிக் கரையில் இராமபூஜை செய்து முக்தியடைகிறாள்; விபீஷணன் அறிவுரையின் பேரில் இராமன் சிவனைப் பூஜிக்கிறான் என்னும் வேறுபட்ட தகவல்கள் இதில் உள்ளன.

9. கூர்மபுராணம்

இதிலும் மாயசீதையே வருகிறாள்.

10. கருடபுராணம்

சூர்ப்பனகையை வதம் செய்வது இராமன் என்னும் செய்தி வருகிறது.

11. பிரம்மானந்த புராணம்

இதில் இராமாயணச் சுருக்கமும் உத்திர காண்டச் செய்திகளும் வருகின்றன. பார்வதியும் சிவனும் உரையாடும் இடத்தில் இராமனின் பெருமை பேசப்படுகிறது. பிற்காலத்தில் இயற்றப்பட்ட அத்யந்த இராமாயணம், துளசி இராமாயணம் இரண்டிற்கும் மூலம் இந்தப் புராணம்.

12. அத்யாத்ம இராமாயணம்

கோசலையை இராமன் சந்திக்கும்போது சங்கு சக்கரதாரியாய்க் காட்சியளித்துத் தன்னை உணர்த்துகிறான்.

13. நரசிம்ம புராணம்

இதில் வால்மீகியின் சுருக்கம் வருகிறது. இராவணன் சீதையைத் தொட்டுத் தூக்கவில்லை என இப்புராணம் கூறும்.

14. கௌசிக புராணம்

இராமாயணக் கதை குறைந்த அளவில் வருகிறது.

15. கௌர புராணம்

இராமாயணச் சுருக்கம் வருகிறது. இராமனின் பெருமை எல்லாம் இவனால் வந்தது. பார்வதியே சீதை பிறக்க வரம் கொடுக்கிறாள்; சீதை பார்வதியின் அம்சம்.

16. ஹரிவம்சம்

இராமாயணச் சுருக்கம் வருகிறது. தசரதன் புத்திர காமேஷ்டி யாகம் செய்யவில்லை என்ற செய்தி இதில் வருகிறது.

17. பாகவத புராணம்

இராமாயணம் விரிவாகப் பேசப்படுகிறது.

18. பிரம்ம புராணம்

இராமாயணச் சுருக்கம் வருகிறது.

19. வாகினி புராணம்

இராமாயணச் சுருக்கம் வருகிறது.

20. மகா பாகவதம்

சீதை மண்டோதரியின் மகளாக வருகிறாள்.

21. பிரகத்தர்ம புராணம்

வால்மீகியிலிருந்து வேறுபட்ட நிகழ்ச்சிகள் வருகின்றன. முக்கியமாக, இதில் இராம வழிபாடு முக்கியம்.

பின்னிணைப்பு 3

மலையாள மொழி – இராமாயண நூல்கள்

1. மலையாளத்தில் கிருஷ்ண கதைக்கு முற்பட்டே இராம காவியம் தோன்றிவிட்டது என்ற கருத்து உண்டு. இராமாயணம் தொடர்பாக மலையாள வாய்மொழி மரபில் நிறையவே கதைகள் உள்ளன. இராம சரிதத்திலிருந்து மலையாள இராமாயண மரபு தொடங்குகிறது என்பது பொதுவான கருத்து. இராம சரித ஆசிரியர் பழைய இராமாயண மரபி லிருந்து இடம்பெயரவில்லை. இந்நூல் 164 படலங்களையும் 1814 பாடல்களையும் கொண்டது. இது கி.பி. 12ஆம் நூற்றாண்டு என்றும் 14ஆம் நூற்றாண்டினது என்றும் இருவேறு கருத்துகள் உள்ளன.

2. ஆயிபிள்ளை ஆசானின் இராம கதப்பாட்டு இராமாயண மரபின் இரண்டாவது நூல் என்பர். இதன் காலம் கி.பி.14ஆம் நூற்றாண்டு. இந்நூல் 280 விருத்தங்களையும் 3163 பாடல் களையும் கொண்டது. இந்த இராமாயணத்தில் உத்திர காண்டம் இல்லை. இது கிராமத்து வாசகனை முன்னிறுத்தி இயற்றப் பட்டது என்ற கருத்து உண்டு. இசைப்பாட்டு மரபில் வந்த இந்த நூல் பக்தி நூலாகவே கருதப்படுகிறது. திருவனந்தபுரம் பத்மநாபசுவாமி கோவில் விழாக்களில் இந்நூலின் பாடல்கள் இசைக்கருவிகளின் பின்னணியுடன் பாடப்பட்டன.

3. நிரணம் கவிஞரான இராமப் பணிக்கரின் கண்ணச இராமாயணம் 7 காண்டங்களும் 3039 பாடல்களும் கொண்டது. இராமாயண முழுக்கதையைக் கூறுவது. இதில் உத்திர காண்ட மும் அடங்கும்.

4. பூனம் நம்பூதிரியின் பாஸ இராமாயணம் சம்பு, சமஸ்கிருத மரபைப் பின்பற்றிய நூல். மணிப்பிரவாள நடையில் அமைந்த இந்நூல் 1879 ஸ்லோகங்களைக் கொண்டது. இந் நூலாசிரியர் பெரும்பாலும் வால்மீகியைப் பின்பற்றிச் சென்றா லும் இவர் வேறுபடும் இடங்களும் உண்டு. இந்த நூலில்

இராவணனின் பிறந்த சாதகம் பற்றிய விவரங்கள் வருகின்றன. இந்நூலின் காலம் கி.பி. 15ஆம் நூற்றாண்டு.

5. துஞ்சத்து எழுத்தச்சனின் அத்யாத்ம இராமாயணம் மலையாளத்தின் முக்கிய காவியமாகக் கருதப்படும்.

சமஸ்கிருதத்தில் எழுதப்பட்ட அத்யாத்ம இராமாயணத்தின் மொழிபெயர்ப்பே எழுத்தச்சனின் இராமாயணம். மூல நூலான சமஸ்கிருத அத்யாத்ம இராமாயணத்தை எழுதியவர் வைணவ பிராமணர். வட இந்தியாவில் இராமாபக்தி பிரபல மான காலகட்டத்தில் இது எழுதப்பட்டது. இது வால்மீகியைத் தழுவியது என்றாலும் வேறுபடும் இடங்கள் உண்டு. இது 4000 ஸ்லோகங்களைக் கொண்டது. இந்நூலில் இராமன், விஷ்ணு வின் அவதாரமாகவே காட்டப்படுகிறான். சிவனும் பார்வதி யும் உரையாடும்போது வெளிப்பட்ட வடிவமாக இது அமைந்தது.

இந்த இராமாயணத்தையே துஞ்சத்து எழுத்தச்சன் தனக்கு மூலமாக எடுத்துக்கொண்டுள்ளார். மலபார் பகுதியில் வாழ்ந்த துஞ்சத்து குடும்பத்தைச் சார்ந்த இவர், பிறந்த ஊர் திருச்சூர் அருகே உள்ள திருக்களிற்றியூர் என்கின்றனர். எழுத்தச்சன் நாட்டுப்புற மரபையும் வடிவத்தையும் எடுத்துக்கொண்டிருக் கிறார். இவர் உருவாக்கிய கிளிப்பாட்டு வடிவம் மலையாளத் திற்கும் புதியது. எழுத்தச்சனின் காலம் கி.பி. 16 அல்லது 17ஆம் நூற்றாண்டாக இருக்கலாம் என்பர்.

6. கொட்டாரக்கர தம்புரானின் இராமனாட்டம் எட்டுப் பகுதிகளைக் கொண்டது. வால்மீகியைப் பெரிதும் பின்பற்றிய இந்த நூல் இசைக்கு முதலிடம் கொடுப்பது; கவித்துவம் இரண்டாம் பட்சம். இதில் கம்பனின் செல்வாக்கு அதிகம்.

கதகளிக்காகப் பல இராமாயண ஆட்டக் கதைகள் வந்துள்ளன. இவை புராணத்தன்மையுடையன. இராமாயணத்தின் எல்லா நிகழ்வுகளையும் கூறும் நோக்கம் இவற்றிற்குக் கிடையா. காவியத் துணுக்குகளை ஆட்டத்திற்காகப் பயன்படுத்துவது.

7. குஞ்சன் நம்பியாரின் (1675 – 1785) வள்ளல் பாட்டில் வரும் இராமாயணக் கதைப்பகுதிகளைக் காவியத்தன்மையுடைய தாகக் கொள்வதில்லை. அகல்யா மோட்சம், லங்காமர்தனம், இராவண வதம், அயிராவணன் வதம், கும்பகர்ண வதம் போன்றவை துள்ளல் பாடல்கள். இவர் சமகால வாழ்வை எள்ளல் தொனியுடன் பாடியவர்.

8. கோட்டயம் கேரளவர்மாவின் அயோத்தி காண்டம், மக்கூத்து கிருஷ்ண மேனனின் சீதாவிவாகம், நல்லபாட்டு

நாராயண மேனனின் தெய்வகதி ஓட்டம் போன்றன வால்மீகி யைப் பின்பற்றி எழுதப்பட்ட இராமாயணக் கதைப்பகுதிகள்.

9. கேரளவர்மாவின் பாஸா வால்மீகி இராமாயணக் கிளிப்பாட்டு.

10. மகாகவி வள்ளத்தோள் (1878 – 1957) வால்மீகியை 24000 ஸ்லோகங்களில் மொழிபெயர்த்திருக்கிறார். இந்த நூல் 1904இல் வெளிவந்தது. வள்ளத்தோளின் சமகால சமஸ்கிருத கவிஞர்களான அய்யப்பத்தம்புரான், குஞ்சுகூட்டத் தம்புரான் போன்றோர் இந்த மொழிபெயர்ப்பை முழுமனதுடன் அங்கீகரித் துள்ளனர்.

11. விஜயமு என்ற தலைப்பில் தெலுங்கில் வந்திருக்கிறது. விஜயநகர அரசர்கள் காலத்தில் அனுமன் போர்க்கடவுளாக வழிபாடு பெற்ற பின்பு மயிராவணன் கதைக்கு மவுசு கூடியது. மை என்பது பாதாளம். அனுமன் பாதாள உலகில் இருந்த இராவணனின் அண்ணனைக் கொன்ற நிகழ்ச்சியே இதில் விவரிக்கப்படுகிறது. தமிழில் மயில் இராவணன் அம்மானை 19ஆம் நூற்றாண்டில் அச்சில் வந்துவிட்டது.

12. வால்மீகி சரித்திரம்

தஞ்சை மன்னன் காலத்தில் (கி.பி. 17ஆம் நூற்.) எழுதப்பட்ட தெலுங்கு காப்பியம். வசிட்ட இராமாயணத்திலிருந்து வால்மீகி யின் கதையைப் பிரித்துத் தனியே எழுதப்பட்ட கதை.

13. ரங்கநாத இராமாயணம்

துவித யாப்பு (குறளளவு) வடிவில் ரங்கநாதர் எழுதிய இந்நூல் கி.பி. 13ஆம் நூற்றாண்டினது. இராவணன் விபீஷணனை அடிக்கும் காட்சி இதில் வருகிறது. இந்நூலில் வால்மீகியில் இல்லாத பல கிளைக்கதைகள் உள்ளன. தமிழகத் தோல்பாவைக் கூத்து நிகழ்ச்சியில் இந்நூலின் பாதிப்பு உண்டு.

பின்னிணைப்பு 4

தெலுங்கு மொழி இராமாயணங்கள்

(முக்கியமானவை : பட்டியல்)

தெலுங்கு மொழிப் பண்பாட்டில் இராமாயணம் முழுவதுமாய் ஆட்கொண்டிருக்கிறது. தெலுங்கில் பெரும்பா லான காப்பியங்கள் இராமர் துதிபாடியே ஆரம்பிக்கின்றன. தெலுங்கில் எல்லா வகை இலக்கியங்களிலும் இராமர் கதை பாடுபொருளாய் உள்ளது.

1. பாஸ்கர இராமாயணம்

தெலுங்கு மொழியில் முதல் இராமாயணம் எழுதியவர் பாஸ்கரரூ. காலம் கி.பி. 12ஆம் நூற். உரைநடையில் அமைந்த இந்நூல் 6 காண்டங்களும் 6000 பாடல்களும் கொண்டது. இக்காவியத்தில் வால்மீகி இராமாயணத்தில் இல்லாத பகுதிகள் உண்டு.

கூனி மந்தரையை இராமன் சிறுவயதில் காலால் மிதித்து விட்டான். அதனால் அவள் அவனைப் பழி வாங்குகிறாள். இராமன் புதன்கிழமையும் பரதன் வியாழக்கிழமையும் இலக்குவன் சத்துருக்கன் வெள்ளிக்கிழமையும் பிறந்தனர்.

2. உத்திர இராமாயணம், ஆசிரியர் திக்கனா, வால்மீகியின் தழுவல், பத்துப் பகுதிகளைக் கொண்டது.

3. உத்திர இராமாயணம்

ஆசிரியர் சங்கன் பாப்ராஜீ. காலம் கி.பி. 16ஆம் நூற். சம்பு வடிவம் உடையது. 8 பகுதிகளும் 3000 பாடல்களும் கொண்டது. உரைநடை கலந்தது. இராமனின் மரணம், லவகுசா பட்டாபிஷேக நிகழ்ச்சி இதில் வருகிறது.

4. மொல்ல இராமாயணம்

ஆசிரியர் மொல்லர். பெண் கவிஞர். ஆந்திராவில் செல்வாக்குடைய இராமாயணம். காலம் 16ஆம் நூற். ஆறு காண்டங்கள் உடையது.

5. சகல வர்ணா பூர்ணா இராமாயணம்

ஆசிரியர் சித்திரகவி வேங்கட ரமணர். கி.பி. 17ஆம் நூற்.

6. கோடிநாத இராமாயணம்

காலம் கி.பி. 1820. உருவான இடம் நெல்லூர்.

7. ஆந்திர வால்மீகி இராமாயணம்

ஆசிரியர் வாவிலி கோலனு அப்பாராவ் (1863–1939) இவர் சென்னை ராஜதானி கல்லூரியில் (பிரசிடென்சி கல்லூரி) ஆசிரியராக இருந்தவர். வால்மீகியின் மொழிபெயர்ப்பு.

8. ஸ்ரீ கிருஷ்ண இராமாயணம்

ஸ்ரீ பாத கிருஷ்ணமூர்த்தி (1866 – 1960) எழுதியது. வால்மீகியின் தழுவல்.

9. விஸ்வநாத இராமாயணம்

விஸ்வநாத்ய நாராயணர் (1893 – 1974) எழுதியது. இவர் நாவலாசிரியர். ஞானபீட விருது பெற்றவர். கைகேயியைக் கடவுளின் தூதராகக் காட்டுவது; கைகேயியைக் குறை கூறுதல் கூடாது என்பது இந்நூல் கருத்து.

10. அத்யாத்ம இராமாயணம்

வியாசரின் பிரமாண்ட புராணத்தில் வரும் பகுதியே அத்யாத்ம இராமாயணம் என்பது ஒரு கருத்து. இதில் இராமன் பரப்பிரம்ம சொரூபமாகக் காட்டப்படுகிறான். இந்த இராமாயணத்தில் வால்மீகியில் இல்லாத கதை நிகழ்ச்சிகள் வருகின்றன. சரஸ்வதிக்கும் பிரம்மாவுக்கும் உரையாடல், இராமன் கைகேயியிடம் பரப்பிரம்ம வடிவைக் காட்டுதல், வால்மீகி இராமன் சந்திப்பு, இராவணன் பாதாள உலகில் யாகம் செய்வது போன்ற நிகழ்ச்சிகள் வருகின்றன.

இதைத் தெலுங்கில் மொழிபெயர்த்தவர் சஞ்சர்ண கரபன கவி (கி.பி. 16ஆம் நூற்.) இதைப்போல் ஆறு பேர் அத்யாத்ம இராமாயணத்தைத் தெலுங்கில் பாயுள்ளனர்.

11. வசிட்ட இராமாயணம் அல்லது ஞானவாசிஷ்டம்

இது வேதாந்தத்தை விளக்கும் இராமாயணம். இராமன் 14 வயதில், இவ்வுலகம் நிலையற்றது என்ற கருத்துடன் இருந்த போது வசிட்டர் இராமனுக்கு அளித்த போதனை இதில் வருகிறது. இதை வால்மீகி இராமாயணத்தின் பின்னிணைப்பு என்பர்.

ஞானவாசிஷ்டத்தைத் தெலுங்கு மொழியில் மடிசிங்கன் (கி.பி. 16ஆம் நூற்.) என்பவர் மொழிபெயர்த்தார். இது 5 காண்டங்களும் 1200 பாடல்களும் கொண்டது.

12. அற்புத உத்திர இராமாயணம்

இயற்றியவர் நளதென்ன புருஷோத்தம கவி. 1906இல் எழுதப்பட்டது. இராமன், இராவணனைக் கொன்ற சமயத்தில் இராவணனின் அண்ணன் சகஸ்ரகண்டன் என்பவன் இராமனுடன் போர் புரிந்து இராமனைக் கொல்லுகிறான். உடனே சீதை காளியாக மாறி சகஸ்ரகண்டனைக் கொன்று, இராமனுக்கு உயிர் கொடுக்கிறாள்.

மூல இராமாயணத்தில் இல்லாத பல கிளைக்கதைகள் தெலுங்கு மொழியில் உள்ளன. இத்தகு கிளைக்கதைகள் தனிப் படைப்பாக உருப்பெற்றுள்ளன.

13. மைஇராவணன் கதை

இக்கதை வால்மீகியில் இல்லை. தெலுங்கில் மாதய்யகவி (கி.பி.15ஆம் நூற்.) காவ்யமாக ஆக்கியுள்ளார்.

பின்னிணைப்பு 5

கன்னட மொழி இராமாயணக் கதைகள்

கன்னட மொழி இராமாயணத்தில் ஜைன சமயத்தின் செல்வாக்கு அதிகம். அவர்களின் நன்கொடை நிரம்ப உண்டு. இராமனின் சகோதரி சீதை; அறியாமல் அவன் மணம் செய்தான் என்ற கதையும் உண்டு.

1. பம்பா இராமாயணம்

இயற்றியவர் நாகசந்தரர்; காலம் கி.பி. 1140. முழுக்கவும் ஜைன சமயத் தாக்கம்கொண்ட இராமாயணம். இதில் இராமன், இராவணன் எல்லோருமே ஜைனர்கள்.

2. குமுதனேடு இராமாயணம்

காலம் கி.பி.1275. பம்ப இராமாயண நடையைப் பின்பற்றியது.

3. கனகதாசர் இயற்றிய இராமதனய சரிதம்

காலம் கி.பி. 15ஆம் நூற்றாண்டு. இராமன் ராசி என்னும் தானியத்துடன் இணைக்கப்பட்ட கதை இதில் வருகிறது.

4. மித்ரதேவப்பா இயற்றிய இராமவிஜய காவ்யம்

காலம் கி.பி. 1520.

5. தோரவா இராமாயணம்

இயற்றியவர் நரகரி. வால்மீகியின் மொழிபெயர்ப்பு. ஆசிரியர் தன்னைக் குமார வால்மீகி என்கிறார். காலம் கி.பி. 16ஆம் நூற்றாண்டு. இது பிராமணப் பார்வையில் இயற்றப்பட்ட நூல் என்ற குற்றச்சாட்டு உண்டு.

6. மார்க்கண்டேய இராமாயணம்

இயற்றியவர் திம்மராசு கவி; காலம் கி.பி. 1650. இராமாயணச் சுருக்கம். மார்க்கண்டேயர் யுதிஷ்டிரனுக்கு இராமாயணக் கதையைக் கூறுவது போன்ற அமைப்புடையது.

7. சங்கர இராமாயணம்

இயற்றியவர் திம்மப்பையா; காலம் கி.பி. 1721. இது வால்மீகி யைப் பின்பற்றினாலும் இதன் பகுப்பு வேறுபட்டது. இக்காவியம்

ஆதி காண்டம், பால காண்டம், சிரித காண்டம், ஆரண்ய காண்டம், கிஷ்கிந்தா காண்டம், சமுத்திர காண்டம், பட்டாபிராம காண்டம், நின்ற காண்டம் என்னும் எட்டுப் பகுப்புகளை உடையது.

8. வரத விட்டல இராமாயணம்

ஆசிரியர் பெயர் கிடைக்கவில்லை. காலம் கி.பி. 1751. இதன் ஆசிரியர் விட்டலராக இருக்கலாம். இதில் வரும் பல நிகழ்ச்சிகள் மூல வடிவத்திலிருந்து வேறுபட்டுள்ளன.

கோசல நாட்டு அரசன், தன் மகளைத் தசரதனுக்குக் கொடுத்து நாட்டின் அரசனாக்க முடிவு செய்தான். இராவணன், தசரதனைப் பிடித்து நடுக்கடலில் சிறைவைத்தான். ஆனால் கடல்வழி வந்த கோசலையைத் தசரதன் மணக்கிறான். இராவண னின் மகன் மூலக்கரன் இராமனை எதிர்க்கிறான். விபீஷணன் மூலக்கரனுடன் போர் செய்து தோற்று ஓடுகிறான். மூலக்கரன் இதன்பின் அயோத்தி சென்று இராமனுடன் போர்செய்து வெற்றிபெற்றான். இதை அறிந்த குகன், காட்டிலிருந்து மூலக்கர னின் நாட்டுக்குச் சென்று அவனைக் கொல்லுகிறான். இப்படி யாக இந்த இராமாயணம் போகிறது.

9. இராமசதாபௌதயா

இயற்றியவர் ஹைதர் அலியின் அமைச்சர் வெங்கட் ராமையா. காலம் கி.பி.1770. கன்னட இராமாயணங்களில் அளவில் பெரியது இது.

10. இராமசதவக்ரா

இயற்றியவர் தேவசந்திரா. காலம் கி.பி.1792. சம்பு நடை.

11. இராமச்சந்திர சரிதம்

காலம் கி.பி. 17ஆம் நூற். முழுமை பெறாத இராமாயணம். இந்நூல் முழுமை பெறுமுன் இதன் ஆசிரியர் சந்திரசேகரா இறந்துவிட்டார். இதன்பின் எஞ்சிய பகுதிகளைப் பத்நாப கவி எழுதி முடித்தாலும், இப்பகுதி கிடைக்கவில்லை.

12. உத்திர இராமாயணம்

காலம் கி.பி. 17ஆம் நூற். உத்திர காண்ட மொழிபெயர்ப்பு.

13. ஜைன இராமாயணம்

இயற்றியவர் சந்திர சாகரர். காலம் 1810. இந்த ஆண்டில் கூட ஜைன செல்வாக்கில் இராமாயணம் உருவாயிருக்கிறது என்பது முக்கியமானது.

14. அத்யாத்ம இராமாயணம்

காலம் கி.பி. 18ஆம் நூற். உமாதேவியும் மகேஷ்வரனும் உரையாடுவது போன்ற வடிவமுடையது. இதில் மைசூர் அரசனைப் பற்றிய வர்ணனை உண்டு.

15. அத்புத இராமாயணம்

இயற்றியவர் நந்தலிக லட்சுமி நாராயணப்பா (1870–1901). இது மணிப்பிரவாள நடையில் இருந்த ஒரு இராமாயணத்தின தூய கன்னட மொழிபெயர்ப்பு.

16. கர்நாடக இராமாயண சங்கிரகா

எளிய இராமாயணம். ஆசிரியர் லிங்கராஜா. காலம் கி.பி. 1919.

17. மூலபல இராமாயணம்

இயற்றியவர் ஹரிதாசமாதவர். காலம் 1950.

18. ஸ்ரீஇராமர் பட்டாபிஷேகம்

இயற்றியவர் இலட்சுமண நாரணப்பா. காலம் 19ஆம் நூற். இராமாயணக் கதையின் இறுதிப் பகுதி.

19. சேஷா இராமாயணம்

இயற்றியவர் சேஷா சாஸ்திரி ஜெயராஜ சாம உடையாரின் அவைக்களப் புலவர். அஸ்வமேத யாக நிகழ்ச்சியை விவரிப்பது இந்த இராமாயணம்.

மேற்கோள் நூல்கள்

Ganguly D.G., 1926, *The Cult of Agastya and the Origin of Indo Colonist Art*, Vol. 2 Rupam.

Majumdar RC, 1944, *History of Far East* ,Vol. II (Kambu Jadesa) University of Madras, Madras.

Ragavan. U (Editor), 1980, *The Ramayana Tradition in Asia Sahitya Akademy*, New Delhi.

Singaravelu.S., *The Ramayana and its influence in the literature.*

Drama and Art to South East Asia Tamil Culture, Vol.12 No. 4.

Srinivasa Iyengar. K.R., 1983, *Asian Variations in Ramayana Sahitya Akademy*, New Delhi.

❋